தாடங்கம்

தாடங்கம்
சத்யானந்தன் (பி. 1960)

கவிஞர், எழுத்தாளர். இருபதாண்டுகளுக்கும் மேலாக *காலச்சுவடு, தீராநதி, சதங்கை, கணையாழி, நவீன விருட்சம், சங்கு, உயிர்மை, மணிமுத்தாறு, சகு, புதியகோடாங்கி, இலக்கியச் சிறகு, கனவு* உள்ளிட்ட சிறு பத்திரிகைகளிலும், *திண்ணை, சொல்வனம்* உள்ளிட்ட இணையதளங்களிலும் தனது படைப்புகளைப் பிரசுரித்துள்ளார். இவரது சமீபத்திய கவிதைகள், கட்டுரைகள் பெரும்பாலும் *திண்ணை* இணைய இதழில் பிரசுரங்கண்டன.

மின்னஞ்சல்: *sathyanandhan.tamil@gmail.com*

சத்யானந்தன்

தாடங்கம்

காலச்சுவடு பதிப்பகம்

● அன்பார்ந்த வாசகருக்கு,

வணக்கம்.

காலச்சுவடு நூலை வாங்கியமைக்கு நன்றி.

நூலின் உள்ளடக்கம், உருவாக்கம், அட்டைப்படம் இன்ன பிற அம்சங்கள் பற்றிய உங்கள் கருத்துகளையும் ஆலோசனைகளையும் காலச்சுவடு வரவேற்கிறது. தகவல், எழுத்து, வாக்கியப் பிழைகள் தென்பட்டால் கட்டாயம் தெரிவித்து உதவுங்கள். நூல் தயாரிப்பில் கடும் குறைபாடு இருப்பின் மாற்றுப் பிரதி உங்களுக்குக் கிடைக்கக் காலச்சுவடு ஏற்பாடு செய்யும்.

மின்னஞ்சல்: publisher@kalachuvadu.com

காலச்சுவடு நாகர்கோவில் தலைமையகத்துக்கும் கடிதம் அனுப்பலாம்.

தங்கள்
எஸ்.ஆர். சுந்தரம் (கண்ணன்)
பதிப்பாளர் – நிர்வாக இயக்குநர்

தாடங்கம் ❖ சிறுகதைகள் ❖ ஆசிரியர்: சத்யானந்தன் ❖ © முரளீதரன் பார்த்தசாரதி ❖ முதல் பதிப்பு: ஜனவரி 2019, இரண்டாம் (குறும்) பதிப்பு: ஜனவரி 2020 ❖ வெளியீடு: காலச்சுவடு பப்ளிகேஷன்ஸ் (பி) லிட்., 669, கே.பி. சாலை, நாகர்கோவில் 629001

taaTankam ❖ Short Stories ❖ Author: Sathyananthan ❖ ©Muralidharan Parthasarathy ❖ Language: Tamil ❖ First Edition: January 2019, Second (Short) Edition: January 2020 ❖ Size: Demy 1 x 8 ❖ Paper: 18.6 kg maplitho ❖ Pages: 120

Published by Kalachuvadu Publications Pvt. Ltd., 669 K.P. Road, Nagercoil 629001, India ❖ Phone: 91-4652-278525 ❖ e-mail: publications@kalachuvadu.com ❖ Printed at Compuprint Premier Design House, Chennai 6000867

ISBN: 978-93-88631-17-4

01/2020/S.No. 885, kcp2577, 18.6 (2) 1k

பொருளடக்கம்

முன்னுரை	9
தாடங்கம்	11
வளர்ப்புப் பறவைகள்	16
காத்யாயனி	21
குருஷேத்திரம்	27
சாகபட்சிணி	32
ஆணிகள் உதிர்க்கும் கால்கள்	40
ஒரு பிடி மண்	47
மான் கறி	56
சாம்பியன்	63
சிவப்புத் துளசி	69
ஒற்றைச் சிலம்பு	74
பாண்டி	81
அடுத்த நகர்வு	88
தாயம்	94
மேகங்களில் நகரும் குதிரை	100
விசாரணை	106
கலிபோர்னியா கரடி	111

முன்னுரை

புனைகதை என்னும் வடிவம் ஒரு படைப்பாளியின் குரலாக அல்லாமல், மானுடம் பற்றிய ஒரு சித்திரமாக வெளிப்படும் அளவு அது கலை மிகுந்ததாகிறது.

இந்தத் தொகுதியிலுள்ள 17 சிறுகதைகளும் நுட்பமாக, தனிமனிதன் சமூகத்தின் அங்கமாக, பல நூற்றாண்டுப் பண்பாட்டின் நீட்சியாக, விடை தெரியாத கேள்விகளை எதிர்கொள்ளும் தருணங்களைக் கலையாய்த் தரும் என் முயற்சிகள். *காலச்சுவடு, தீராநதி* போன்ற பல இலக்கிய இதழ்களில் கடந்த இரண்டு ஆண்டுகளில் வெளிவந்தவை.

இந்தத் தொகுதியில் ஒவ்வொரு சிறுகதையும் வடிவத்தில் வேறுபடுகின்றது. மிகவும் வித்தியாசமான வாசிப்பைக் கோரும் வடிவமுள்ள சில கதைகளையும் வாசகர்கள் காண்கிறார்கள்.

கதையின் உள்ளடக்கமே அதன் வடிவத்தைத் தீர்மானிக்கிறது. ஓரினச்சேர்க்கையில் ஒருவன் தன் இணையைப் பிரிந்து விரகத்தில் வாடும் தருணத்தை, வழக்கமான யதார்த்த பாணி கொண்ட வடிவத்தில் தர இயலாது. ஒரு கதை கருக்கொள்ளும் உருக்கொள்ளும் இரசவாதத்தை, அந்தப் பிரதியும்,

படிமங்களும், வாசகரும், கதாபாத்திரங்களும் சேர்ந்து வியப்பதே மையமான ஒரு சிறுகதையை வித்தியாசமான மாய யதார்த்தப் பின்னணியில் மட்டுமே தர முடியும். பாலியல் வன்முறையோ அல்லது மூடநம்பிக்கையோ நுட்ப விமர்சனமாகவே வெளிப்படுகிறது. பிரச்சாரமாக அல்ல.

இந்தத் தொகுதியைப் பிரசுரிக்கும் காலச்சுவடு பதிப்பகத்தாருக்கு என் நெஞ்சார்ந்த நன்றிகள்.

அன்பு
சத்யானந்தன்

தாடங்கம்

அப்ஸரஸ் தேவமாலாவின் உடலெங்கும் வியர்த்திருந்தது. சதங்கைகளின் தேய்ந்த பிசிறொலி அவளது தளர் நடையைச் சொன்னது. மயிலும் நாகமுமாக மாறி மாறி ஆடியவளைத் தேவேந்திரனும் சபையும் வெகுவாக வியந்தனர். மின்னலைப் போல அவள் சபையின் மைய மேடையில் ஆடிய வேகமும் பாவமும் அதுவரை சபை கண்டிராதது. சபைக்கு அதற்கு முன் வந்தேயிராத ஓர் இளைஞர் அங்கே வந்து சேரும் வரை அவளது நாட்டியத்தில் பிரச்சினை ஏதும் வரவில்லை.

மதியம் நான்கு மணி ஆன பின்னும் வெய்யிலின் உக்கிரம் தணியவில்லை. 'மினி பஸ்'ஸில் இருந்து 'பிளாஸ்டிக் ஒயர்' பையுடன் இறங்கிய முத்தம்மாள் தலையில் நரையின் தாக்கம் அதிகமில்லை. அரக்கு நிறப் புடவை, தலையில் மல்லிகைப் பூவுடன் அவளைப் பார்ப்பவர் யாருக்குமே இள வயதில் இன்னும் கட்டான உடலும் அழகான முகமுமாக இருந்திருப்பாள் என்று படும். விசில் கிடைத்ததும் புழுதியைக் கிளப்பிக் கொண்டு நெட்ட வளர்ந்திருந்த கோரைப் புற்களின் இடைப்பட்ட குறுகலான சாலையில் சென்று மறைந்தது பஸ்.

"முத்து . . ." கரகரப்பான குரல் கேட்டுத் திரும்பினாள். தலை முழுவதும் நரைத்தாலும் உழைத்து உரமேறிய கால் கைகளால் உயரமான மாடசாமி. "முன்னாடியே வந்திட்டேன் புள்ளே" என்றார். வெள்ளைப் பருத்தி அரைக்கைச் சட்டை யின் இடது பக்கக் கை வெறுமனே தொங்கியதைப்

பார்க்கும்போது அவள் மனம் வெதும்பியது. மறு கையில் பெரியளவு மஞ்சள் துணிப்பை நிறைந்த கனத்துடன் இருந்தது. "பேச்சுக் குடுக்காம நடங்க" என்றபடி சாலையில் இருந்து சரிந்து வயல் வரப்பை அடையும் ஒற்றையடிப் பாதையில் விரைந்தாள்.

தேவமாலா முதலில் தன்னுடைய அறைக்குதான் சென்றாள். தாதி கொடுத்த துண்டால் முகம் துடைக்கும்போதுதான் ரத்னமாலாவின் நைச்சியம் நினைவுக்கு வந்தது. இன்று தனியே தன்னை ஆடும்படி அவள் விட்டுவிட்டுப் போனதால்தான் அந்த இளைஞனின் பார்வையில் தன் நடனம் பிசகியது. ஒற்றையாய் ஆடியதால்தான் சபைக்குத் தெள்ளத் தெளிவானது. ரத்னா மட்டும் இன்று உடன் ஆடியிருந்தால் அவள் பக்கமும் பிறர் கவனம் சற்றே திரும்பியிருக்கும். எங்கிருந்து வந்தான்? மயனின் பரம்பரையில் வந்தவன் எனத் தேவேந்திரன் அறிமுகப்படுத்தியதும் ஒரு பெரிய வெள்ளை ஓவியத் துணியைச் சுவர் மீது பொருத்தி அவளை வரையத் துவங்கினான். முதல் நாட்டியம் முழுவதும் தேவமாலா கவனம் சிதையாமல்தான் ஆடிக்கொண்டிருந்தாள். அது முடிந்து சபையின் கரகோஷத்தை நாற்புறமும் திரும்பி வணங்கும்போதுதான் தன்னை உற்றுப் பார்க்கும் அவன் விழிகளுடன் அவளது விழிகள் கலந்தன. என்ன வசீகரம். எங்கேயிருந்தான் இத்தனை நாளும் அவன்?

வயலைத் தாண்டியதும் மாந்தோப்பைச் சுற்றியுள்ள படல் வேலி நீண்டு நீண்டு முடிவே இல்லாதது போல் தோன்றியது. பலமுறை வந்து பழகியவள் போல் படல் வேலி ஒரு கயிறால் கட்டப்பட்டிருக்கும் இடத்தில் நின்றாள். கயிறை அவிழ்த்துப் படலைத் திறந்து உள்ளே போனாள். உயர்ந்த மாமரங்களின் இடைப்பட்டுச் சூரியனின் ஒளி விதவிதத் துண்டுச் சிதறல்களாய்த் தோப்பெங்கும் கோலம் போட்டது. தோப்புக்கு உள்ளே மையத்தை அடைந்ததும் முத்தம்மாள் நின்றாள். 'பிளாஸ்டிக் ஒயர்' பையைக் கீழே வைத்து அதிலிருந்து பெரிய தண்ணீர் பாட்டிலை வெளியில் எடுத்தாள். "கையைக் கழுவுங்க. மீன் கொளம்பும் சோறும் கொண்ணாந்திருக்கேன்" என்றாள்.

பெரிய கூடத்தைக் கடந்து ரத்னாவின் அறையை அடைந்தாள். அறைக்கதவு சாத்தியிருந்தது. தட்டக்கூடப் பொறுமையில்லாமல் கதவைத் திறந்தாள். அந்தப் பெரிய அறையில் அவள் தடதடவென நடக்கும் சத்தம் கேட்டுச் சுவரில் சாய்ந்து அமர்ந்திருந்த தாதிகள் எழுந்து வணங்கி நின்றனர். "அம்மா உப்பரிகையில் இருக்கிறார்" என்றாள் ஒருத்தி பணிவாக. பெரிய கட்டிலைக் கடந்து சென்று திரைச்சீலையை விலக்கிப் பெரிய உப்பரிகையை அடைந்தாள் மாலா. அங்கிருந்து விரிந்த விண்வெளியை மௌனமாய் நோக்கியிருந்தாள் ரத்னா.

கையைக் கழுவியதும் தன் சேலைத் தலைப்பால் அவர் கையைத் துடைத்துவிட்டாள் முத்தம்மாள். வெளிர் ரோஜா வண்ணம், சிவப்பு, கருப்பு, மஞ்சள் எனப் பல வண்ணச் சாய வில்லைகள் வட்ட வடிவ டப்பாக்களில் மாடசாமியின் மஞ்சள் பையிலிருந்து வெளிப்பட்டன. ஒரு செய்தித்தாளின் மீது அவற்றை வரிசைப் படுத்தினார். சட்டைப் பையிலிருந்து சின்னஞ்சிறிய தூரிகையை வெளியே எடுத்தார்.

"சீரான சலங்கை ஒலியில்லாமல் நாம் நடப்பதுகூட அழகு இல்லையா மாலா?" என்றாள் ரத்னா.

"இன்று உனக்கு உடம்புக்கு ஒன்றுமேயில்லை. ஏன் ஆட வரவில்லை?" வெடித்தாள் மாலா.

"உன் திறனைச் சபை தனியாக வியக்கட்டும் என்றுதான்."

"வியந்தது ரத்னா ... ஆனால் ஒரு சிறிய கவனச் சிதறல்."

"கவனச் சிதறலில் சிறியது பெரியது என்றுண்டா?" கலகல வெனச் சிரித்தாள் ரத்னா.

மெல்லிய ரோஜா வண்ணத்தைக் குழைத்து முத்துவின் முகத்தின் மீது தூரிகையால் சீராகப் பூசினார் மாடசாமி. முகம் இளமை மிகுந்து மிளிர்ந்தது. உதட்டின் மீது சிவப்பு, புருவத்தின் மீது கருப்பு. ஒப்பனையில் கவனமாயிருந்த அவரது கண்களை ஆழ்ந்து நோக்கினாள் முத்தம்மாள். ஒற்றைக் கையை அவர் பயன்படுத்தும் இலாவகத்தை ரசித்தாலும் வில் ஒரு கை அம்பு ஒரு கை என அவர் தெருக்கூத்தில் ஆடிய நாட்கள் அவள் மனத்தில் மின்னி மறைந்தன.

"என் விழிகளை ஓவியன் ஊடுருவி விட்டான் ரத்னா." தன்னையுமறியாமல் குரல் கம்முவது மாலாவுக்குத் தர்மசங்கடமா யிருந்தது.

"ஓ ... இரு கலைஞர்களுக்குள் கண்டதும் காதலா?"

"காதல் ஒன்றுமில்லை. அந்தப் பார்வை ஊடுருவியது. அவ்வளவுதான்"

"அப்ஸரஸுக்குக் காதலுக்கு அனுமதி வேண்டாமா?"

"இரக்கமில்லாமல் பேசாதே ரத்னா."

"என் இரக்கத்தை விடு. அவன் இரக்கத்தை எதிர்பார்க்கத் துவங்கிவிட்டாயோ?"

"உன்னை என்ன செய்கிறேன் பார்" மாலா ரத்னாவின் கன்னத்தைக் கிள்ளினாள். அவள் கையைத் தட்டிவிட்டு

ரத்னா ஓடினாள். பெரிய உப்பரிகையில் மாலா அவள் பின்னாடியே ஓடினாள். ஏற்கனவே ஆடிக் களைத்திருந்ததால் ஓட முடியவில்லை. "நில் ரத்னா" என்றாள் மூச்சிரைக்க.

மாடசாமி தரையில் தள்ளி அமர்ந்திருந்தார். முழங்கால் வரை சேலையை உயர்த்திக்கொண்டு அது கலையாமலிருக்க இடுப்பில் கொசுவியிருந்தாள் முத்தம்மாள்.

கருத்து நிக்கும் பெருமலையே ராசா
கதையா எடுக்க ஓட்டாயோ
ரசிச்சி நிக்கும் கவுரவரின்
ரத்தம் காண மாட்டாயோ.

பெரிய மலையை நோக்கி அவள் கையை உயர்த்தி ஆட, அதன் உச்சியை நோக்கியதும் மரங்களை விடவும் உயரமாய் அவள் வடிவம் எழுந்தது. தோப்பின் நாற்புறமும் கரிய மலை வந்து சூழ்ந்து சூரிய ஒளி மங்கி அரையிருட்டானது தோப்பு.

"நில்லு ரத்னா… நில்லு" மூச்சுவாங்கியபடி ஓர் இடத்திலிருந்து கத்தினாள் மாலா. ரத்னா நிற்காமல் இங்கும் அங்கும் ஓடிக் கொண்டிருந்தாள். கோபத்தில் தன் ஒரு காதின் தாடங்கத்தைக் கழற்றி வீசினாள் மாலா.

நாற்திசையும் நிலம் நடுங்க
நாணேத்தும் அர்ச்சுனரே
நாணங்காக்கும் மேல்துணியே
நாயுறுவக் காண்பீரோ

ஒவ்வொரு திசையாகத் திரும்பி மேலெழும்பிக் குதித்தாடினாள் முத்தம்மாள். நாணை ஏற்றும் பாவனையுடன் அவள் முகம் ரௌத்திரம் காட்டியபோது சூழ்ந்த மலை பின்வாங்கியது.

மாலா வீசிய தாடங்கம் குறி தவறியது. உப்பரிகையைத் தாண்டி வேகமாக மறைந்து விண்வெளியில் இறங்கியபடியே கீழே போனது. "அடிப்பாவி… நாளை தேவேந்திரன் நீ வேறு ஜோடி தாடங்கம் கேட்டால் கவனக் குறைவுக்குக் கோபிக்க மாட்டாரா?" ரத்னா பதறினாள். ஒரு நொடி திக்கித்த மாலா, சமாளித்துக் கொண்டு "யாரங்கே?" என்றாள். வந்து வணங்கிய தாதியிடம் "சேவகனை வரச் சொல்" என்றாள்.

ரதமேறும் ராசாக்களே
மலை நடுங்கும் சூரர்களே
சபையேறும் என் மானம்
தன்னைப் பார்த்து நிப்பீரோ

மீண்டும் இயல்பான உருவத்துக்கு வந்த முத்தம்மாள் சேலையைக் காத்துக்கொள்ளும் பாவனையில் கற்பனை

துச்சாதனனுடன் போராடியபடியே மாடசாமியைச் சுற்றிச் சுற்றி ஆடினாள்.

"என் ஒற்றைத் தாடங்கம் உப்பரிகையைத் தாண்டிக் கீழே போய்க்கொண்டிருக்கிறது. உடனே போய் அதை எடுத்து வா. . ." தேவகணம் பறந்தான்.

மாலை மங்கி இருளத் துவங்கிவிட்டது. மாடசாமியின் நெஞ்சின் மீது சாய்ந்திருந்தாள் முத்தம்மாள். "வேற ஊருல போயி நாம தெருக்கூத்தெல்லாம் போடலாமே?"

மாடசாமி பதிலே பேசவில்லை. "தமிள்நாடே வேணாம். வேற மாநிலம் போவலாமா?" இதற்கும் பதிலில்லை. அவள் தலையைத் தடவிக் கொடுத்தார். இரவு கவியும்போது அவர் முகமெல்லாம் பல வண்ணமாயிருந்தது.

"ஏன் வெறுங்கையோடு வந்திருக்கிறாய்?"

"மரண உலகத்தில் தங்கம் வெய்யிலில் மட்டுமே ஜொலிக்கும். நான் சென்று சேருவதற்குள் அங்கு இருட்டி விட்டது."

"அங்கே சூரியன் வந்ததும் போய்த் தேடு" என்றாள் மாலா.

இரவு தலையணையில் தாடங்கம் இல்லாத ஒற்றைக் காது நெருடலான வெறுமை ஸ்பரிஸம் கொண்டது. ஏதோ நினைவு வந்தவளாய் அறையை நீங்கினாள். புடவையைச் சரிசெய்துகொண்டு இந்திர சபை இருக்கும் மாளிகையின் உள்ளே வெகுவெகுவென ஓடிச் சென்றாள். பணியாட்கள் வணங்கி ஒதுங்கினர்.

அவன் வரைந்த ஓவியத்தைப் பார்த்தாள். நாட்டியத்தில் மயிலாய் இரு கைகளை விரித்து அவள் ஆடியதன் ஒரு பாவம். அவள் முகம் பக்கவாட்டில் திரும்பி இருப்பதாக வரைந்திருந்தான். ஒருபாதி முகம். அதில் ஒற்றைத் தாடங்கம்.

வளர்ப்புப் பறவைகள்

தொலைக்காட்சி சமையல் நிகழ்ச்சியில் சாம்பார் கொதிக்கத் துவங்கும்போது, பிறகு அதனுள் காய்கறி வெந்துகொண்டிருக்கும்போது, பின்னர் தாளிக்கும்போது என அது உருவாகும் ஒவ்வொரு நிலையிலும் உங்களால் அதன் வாசனையை நுகர முடிகிறது இல்லையா? அதேபோல் ஒரு பிரதி உருவாகும்போது அதன் பாத்திரங்கள் அல்லது படிமங்கள் மற்றும் ஆசிரியரின் மன ஓட்டம் எல்லாமே என்னைப் பாதிக்கலாம் இல்லையா? இதை நீங்கள் ஏற்கிறீர்களா இன்னும் நாம் இது பற்றி விவாதிக்கலாமா என்பதற்கு முன் அவன் தன் வீட்டு வரவேற்பறையிலேயே படும் அவஸ்தை என்னை அழைக்கிறது.

தொலைக்காட்சிப் பெட்டியின் ஒலியை அவன் மனைவி நிறுத்தினாள். காரசாரமான, சூடு பிடிக்கும் விவாதம் பட்டென்று நின்றதில் அவன் பதைபதைத்து எழுந்தான். "என்ன வேண்டும் உனக்கு?"

"காலைல கொழந்தை பள்ளிக்கூடம் போணும். நீங்க வேலக்கிப் போணும். நான் சமைச்சி முடிச்சி வேலைக்கி ஓடணும். டிவி சவுண்டுல வூடே அதிருதுப்பா ..."

"ஒருத்தர் டிவி பாக்கும்போது ஆஃப் பண்றது என்ன மேனர்ஸ்?"

"மியூட்தான் பண்ணிருக்கேன். ஆஃப் பண்ணல..." குழந்தை தூங்கும் அறைக்குள் நுழைந்து கதவைத் தாழிட்டுக்கொண்டாள்.

அந்தத் தொலைக்காட்சி விவாதத்தின் காரசாரமும் சூடும் அனேகமாக அடுத்த முதல்வரைத் தீர்மானிக்கும் இறுதி விவாதம் போல அவனுக்குத் தோன்றியது. ஒரு வாக்காளராக இதையெல்லாம் எண்ணிப் பார்க்காமல் தன் அறைக் கதவைத் தாழிட்டுக் கொள்ளும் தன் மனைவியை அவன் என்ன செய்ய இயலும்? காதால் ஒரு முக்கிய விவாதத்தைக் கேட்கவே தடை.

இருந்தாலும், அந்தச் செய்தித் தொலைக்காட்சியில் செய்தி வாசிப்பவரது உருவத்துக்குக் கீழே எழுத்து வடிவிலும் விவாதத்தின் சாராம்சம் வந்த வண்ணம் இருந்தது அவனுக்குச் சற்றே ஆறுதல் தந்தது.

"24 மணி நேரத்துக்குள் நிகழ்ந்திருந்த திடுக்கிடும் திருப்பங்கள் திடீரென நடந்தவை அல்ல..." என ஒருவர் கழுத்து நரம்பு புடைக்கக் கையை ஆட்டி ஆட்டி வாதித்துக்கொண்டிருந்தார்.

"எதிரிகளைப் போர்க்களத்தில் எதிர்கொள்வதில் கண் இமைக்கும் நேரத்தில் செய்யும் பதிலடி இது. இதைச் சதி என்று கூறுவது பொருந்தாது" என்று எடுத்துக் கூறினார் எதிர்த் தரப்பு.

விளம்பர இடைவேளையை அறிவித்த தொலைக்காட்சி, 'உங்கள் ஓட்டு யாருக்கு? உடனே குறுஞ்செய்தி அனுப்புங்கள்' என்ற அறிவிப்பை எழுத்து வடிவில் விளம்பரங்களுக்குக் கீழே ஓட்டிக்கொண்டிருந்தது.

அவனுக்குத் தனது கைபேசியின் நினைவு வந்தது. திறந்திருந்த அறைக்குள் சென்று அவனது உள்ளங்கை, விரல்களைவிட நீண்டும் அகன்றுமிருந்த கைபேசியை எடுத்து வந்தான். அதன் வலப்புற உச்சி மூலையில் சிறு விளக்கொளி மினுக்கியது. ஏதோ செய்தி காத்திருக்கிறது. திரை மீது 'ட' வடிவமாய் விரலால் வரைய, பல செயலிகள் உயிர்ப் பெற்றன. இடது பக்க உச்சி மூலையில் பச்சை நிறத்தில் 'வாட்ஸ் அப்'புக்கான சின்னத்தை விரலால் தொட்டான்.

'5 தொடர்புகளிலிருந்து 28 செய்திகள்'. அவனது மேலாளர் 'வாட்ஸ் அப்' குழு மூலம் நாளை காலை செய்ய வேண்டிய தலை போகும் விஷயங்களைத் தந்திருந்தார். அவனுடைய மனைவி 'மூலிகைத் தேநீர்' பற்றி, பெண்ணுரிமை பற்றி மற்றும் சுற்றுலாத் தலங்கள் பற்றிய பல காணொளிகளைப் பகிர்ந்திருந்தாள். அண்ணன் தனது புதிய காரின் படத்தை அனுப்பியிருந்தான். 'சண்டையிடும் இரு அரசியல் குழுக்களுமே மட்டமானவை'

எனப் பொருள்படும் 'மீம்ஸ்' ஐ, மனைவி பற்றிய நகைச்சுவைத் துணுக்குகளை அவனது நண்பன் அனுப்பியிருந்தான். பல செய்திகள் 'நண்பர் குழு', 'குடும்பக் குழு'க்களில் இருந்தன. அவற்றைத் திறக்காமலே மறுபடி வரவேற்பறைக்கு வந்து, தொலைக்காட்சி முன் அமர்ந்தான். விவாதம் சூடுபிடித்துக் கொண்டிருந்தது. வீட்டின் வாயிலுக்கு வெளியே இருந்த இரும்புக் கிராதிக் கதவைப் பூட்டிவிட்டு மரக் கதவை தாளிட்டுப் படுப்பது அவன் வழக்கம். மரக்கதவைத் திறந்தான்.

கிராதிக் கதவை இரண்டாக மடித்து ஒருக்களித்து வைப்பதே எதிர் வீட்டாருக்கும் மேலே மாடிக்குப் போவோருக்கும் இடைஞ்சலில்லாதது. கிராதியில் சொருகப்பட்டிருந்த அப்பகுதியின் வார விளம்பரப் பத்திரிகையை எடுப்பதற்காக வாயிலுக்கு வந்தான். உண்மையில் அந்த விளம்பரப் பத்திரிகையை அவன் மனைவி படித்த பின்பே, வரப்போகிற செலவுகள் பற்றிய விவரங்கள் அவனுக்கு முன் விரியும். அந்த நொடியில் வரவேற்பறையில் வேறு ஒன்று நிகழ்ந்து அவனை நிலை குலையச் செய்தது.

'காக் கா … கர் … கர்ர் … கா …' என்ற ஒலியும், 'பக் … பக் … பகப்ப் … பக் … க்குகு … க்குக்' என்ற ஒலியும் கூடத்திலிருந்து ஒரே சமயத்தில் காதில் விழத் திரும்பினான். தொலைக்காட்சித் திரையிலிருந்து ஓர் அண்டங்காக்காவும் குண்டான சாம்பல் வண்ணப் புறாவும் வெளிப்பட்டன. காகம் திறந்திருந்த வாசற்கதவு வழியே பறந்து போனது. புறா 'பால்கனி'க்குள் சென்றது. அதைத் தொடர்ந்து சென்றான். அது பால்கனியின் இரும்புக் கம்பித் தடுப்புக்குள் புகுந்து மெலிதாகப் பறந்து, கீழே ஜன்னல் மீதுள்ள 'மழைத் தடுப்பு' கான்கிரீட் பலகை ஓரத்தில் சென்று அமர்ந்தது. அதன் மீது இருந்த குளிர்சாதன இயந்திரத்தின் பின் பக்கம் ஒண்டிக் கொண்டது.

வீட்டு வாசலில் பதற்றத்தைக் காட்டிக்கொள்ளாமல் கிராதியைச் சார்த்தி உட்பக்கமாகப் பூட்டை மாட்டிப் பூட்டினான். மரக்கதவைத் தாழிட்டான். 'வாஷ் பேசினி'ல் வியர்த்த முகத்தைக் கழுவினான்.

அறைக்குள் நுழைந்து படுத்துக்கொண்டான். காக்கா பறந்து சென்றதை அக்கம் பக்கத்துக் குடித்தனக்காரர்கள் யாரும் பார்க்கவில்லை. மனைவி, குழந்தை இருவரும் பார்க்கவில்லை. அதனால் அவர்கள் பயப்பட ஏதுமில்லாமல் போனது.

"எந்திரிங்க" என்று உலுக்கி எழுப்பியது யார்? படைப்பாளி பாதி இராத்திரியில் விழித்துக்கொண்டார். கண்கள் எரிந்தன. எதிரே முந்தைய கதையின் அச்சுப் பிரதி நின்றிருந்தது. "இது நள்ளிரவு. என்ன வேண்டும் உனக்கு?"

"இப்போது எழுதும் கதையில் புறாவையும் காகத்தையும் படிமமாக்கப் போகிறீர்கள் இல்லையா?"

"அது என் சுதந்திரம்."

"காலையில் மொட்டை மாடியில் பேசுவோம்" பிரதி சட்டென்று நகர்ந்து மறைந்தது.

பக்கத்து வீட்டு மொட்டை மாடியில் நிறைய கோதுமை இறைத்திருந்தார்கள். ஒரு பக்கத்தில் இருந்து காக்கைகள் கொத்தி விரைவாய்ப் பறந்து உயரம் சென்றன. மறுபக்கம் புறாக்கள் அலகுகளிலேயே அடைத்துக்கொண்டு மெதுவாய் நகர்ந்தன. இரண்டும் நல்ல இடைவெளி விட்டே இரை தேடின. "புறாக்களையும் காக்கைகளையும் பாருங்கள். அவை ஏன் ஒன்றாய் இழையவில்லை?" தற்போது எழுதும் பிரதி கவனத்தைக் கலைத்தது. அதன் அருகில் பல அச்சுப் பிரதிகள் நின்றிருந்தன.

"மனிதனை ஒட்டி வாழ்ந்தும், தமக்குள் ஒட்டாமலும் வாழும் பறவை இனங்கள் இரண்டுக்குமே உடலில் இருந்து வீசும் வாசனையில் தொடங்கி உணவின் தேர்வு வரை எதுவுமே பிடிக்காமல் இருக்கலாம். அவை மட்டுமா? எத்தனை எத்தனையோ இனங்கள் ஒன்றுக்கு ஒன்று ஒட்டாமல் ஒன்றாய் வாழ்வதில்லையா?"

"நேற்று இரவு சுதந்திரம் என்று கூறினீர்கள். உங்கள் சிந்தனையில் பறவை இனம் பற்றி, அவற்றைப் படிமமாக்கும் குறுகிய அணுகுமுறை மட்டுமே இருக்கிறது. சுதந்திரம் பற்றி எதற்கு இப்படி அளக்கிறீர்கள்?"

வெயில் ஏற ஆரம்பித்தது. பிரதிகளின் உற்சாகம் என்னவோ குறையவே இல்லை. படைப்பாளியும் அவரது படிமமான பறவைகளும் செய்யும் உரையாடலிலிருந்து என் கவனத்தை இரண்டு வாசகர்கள் கலைத்தார்கள்.

வாசகன் 1 மூன்றாவது முறையாக 65 வார்த்தைகள் மட்டுமே ஆன கவிதையின் ஒரு பத்தியைப் படித்தான்.

புலியின் காற்தடம்
பாம்புச் சட்டை
கரையோர முதலை
இவற்றை மறைத்த
இரவு
கானகமெங்கும்
அப்பட்டமாய்
அலைந்துகொண்டிருந்தது

வாசகன் 2 தான் கல்லூரியில் பாதி மட்டும் படித்திருந்த நாவலை, இப்போதுதான் படித்து முடித்தான். உடனே தனது கல்லூரிக்குப் பயணித்தான். வாயிலில் இருந்து கல்லூரி முதல்வரின் அறை வரைக்கும் யாரும் அவனைத் தடுக்கவே இல்லை. முதல்வரின் அறைக்குள் உட்தாளிட்டு அவரது இருக்கையில் அமர்ந்தான்.

முதலில் மெதுவாக ஒரு தட்டல். பின்னர் இரண்டு. இடைவெளி விட்ட பின் நான்கைந்து. கதவைத் தட்டும் ஒலி எண்ணிக்கை கூடிக்கொண்டே போனது. அவனோ திறக்கவே இல்லை.

திடீரென, கதவை உடைத்துக்கொண்டு காய்ந்த மல்லிகைப் பூச்சரங்கள், காற்று இல்லாத காற்பந்துகள், காகித 'ராக்கெட்' அம்புகள், பழுதான விஞ்ஞான 'கால்குலேட்டர்கள்' விதவிதமான கைபேசிகள், கண்ணீர் காயாத கைக்குட்டைகள், காலி மது பாட்டில்கள், காலி வாசனை வாயுக் குப்பிகள் உள்ளே வந்து விழுந்து அறையெங்கும் சிதறின. மேலும் மேலும் வந்து விழுந்து கொண்டே இருந்தன.

நாற்காலியைத் தற்காப்பாக முன்னே நிறுத்தி, அதன் பின்பக்கம் நின்றுகொண்டான். அவன் காலுக்குக் கீழே இருந்த சதுரம் அசைந்தது. அவன் விலகி நின்றான். அதை ஒட்டி இருந்த பல சதுரங்களும் அசைந்து வழிவிட கீழே படிகள் இறங்குவது தெரிந்தது.

பறவைகளின் எச்ச வாடையின் வீச்சும் அரையிருட்டுமா யிருந்த தளத்தில் இறங்கித் தொலைவில் தெரிந்த சன்ன வெளிச்சக் கீற்றை நெருங்கினான். ஒரு பக்கம் புறாவின் மறுபக்கம் காக்கையின் சிறகு கொண்ட பறவைகள் கிளி மூக்குடன் தென்பட்டன.

◯

காத்யாயனி

நான்

மூன்றடுக்குச் சயன வசதியில் வழக்கம் போல் நான் மேற்தட்டுப் படுக்கையை முன்பதிவு செய்திருந் தேன். அக்டோபர் மாதமானாலும் பெட்டிக்குள் வெப்பம் கணிசமாயிருந்தது. பயணப் பெட்டிகளை இருக்கைக்குக் கீழே இடம் பார்த்து வைக்கும் பரபரப்பு – சந்தடி, வழியனுப்ப வந்தோரின் உரத்த கரிசனம், இளசுகளின் விடுமுறை உற்சாகக் களிப்பு இவைகளின் தாக்கம் மேற்படுக்கையில் சற்றுத் தணிந்தே வந்தடையும். கழுத்தில் வழியும் வியர்வையைத் துடைத்துக்கொண்டேன். பரிசோதகர் வரும் முன் தூக்கம் சொக்கிவிடும்.

அவன்

சென்னை சென்ட்ரல் போல நம்பள்ளி அருகே மின்சார இரயில் வசதி இல்லை. சுரேஷுக்கு ரவீந்திரனின் பயண விவரம் மிகவும் தாமதமாகவே தெரிய வந்தது. கச்சிபௌலியைக் கடந்ததே பெரிய போராட்டம். மேதிப் பட்டின நெரிசலில் மாட்டிக் கொண்டான். இருசக்கர வாகனம் ஆனதால் இரயில் கிளம்பும் முன் வந்து சேர இயன்றது.

நான்

முதலில் யாரோ என்னைத் தோளில் தொட்டு அசைக்கும் அதிர்வு. அதைத் தொடர்ந்து 'ரவீந்திரன்' என்னும் குரல் கேட்டது. டிக்கெட் பரிசோதகர்

இல்லை அது. சுரேஷ். நானே முன் வந்து எதையும் பேச விரும்ப வில்லை. எழுந்து உட்கார முயன்றேன். "பரவாயில்லை . . . படுங்க" தோளைத் தொட்டு அழுத்தினான். "முழிச்சிக்கிட்டே தூங்கற மாதிரி நடிக்கலையே?"

நீண்ட விசில்கள் அவன் கண்களை உற்றுப் பார்த்தபடி இருந்த என் மௌனத்தை முடித்து வைத்தன. "விஜயதசமிக்கு அடுத்த நாள் வருவீங்களா?" என் தலையசைப்பைப் பார்த்து நகர்ந்தானா பார்க்காமலேயா? நான் படுத்துக்கொண்டேன்.

நாள் 7 2015

"சாமி ஏம்மா குதுரை மேல உக்காந்திருக்கு?"

'குதுரை இல்லடா அது. கழுதை. ஓ . . . கழுதையே பாத்த தில்லியா?"

"ஏம்மா சிவனுக்குத்தானே மூணு கண்ணு இருக்கும்?" இது அவன் தங்கை.

"இது காலயாத்ரி. அருவாளு, அடுக்கு சூலமின்னு கோவமா இருக்கு அம்மன்"

அவன்

மதுவுக்கு மறதியாக இரண்டு கோப்பைகளை எடுத்து வைத்த சுரேஷ் ஒரு கிண்ணத்தை மட்டும் எடுத்து மற்றொன்றை வெறித்தான். கிண்ணம் காலியானதும் சுவர் அலமாரியில் உடுப்புத் தட்டில் இருந்த பெரிய பிளாஸ்டிக் பையைத் துழாவினான். ரவீந்திரனின் மேல் சட்டை இல்லாத பெரிய புகைப்படம், ரவீந்திரனின் அந்தரங்க உள்ளாடை ஒன்று துவைக்கப்படாததென்று கறை அடையாளங்கள் காட்டின. இரண்டையும் பிளாஸ்டிக் பையிலிருந்து உருவி வீசி எறிந்தான். கண்ணாடிக் கோப்பைகளைச் சமையலறைக் கழுவுத் தொட்டி மீது விட்டெறிந்தான். அவை நொறுங்கின. குளியலறையின் 'ஷவர்' ரில் வெகு நேரம் நனைந்து குளித்து வெளியே வந்தான். படுத்தவன் புரண்டு புரண்டு அரை மணியில் எழுந்தான். விளக்கைப் போட்டுக் கண்களால் துழாவி, சுவரோரமிருந்த ரவீந்திரனின் உள்ளாடையை முகர்ந்தான். பின்னர் அதை மேல் கீழாகத் திருப்பி முன்பக்கத்தின் மையப் பகுதியைச் சுருட்டி வாயினுள் இட்டான். சுவைத்தான். பின்னர் தன்னருகில் தலையணையின் மேல் வைத்துக் கண்ணயர்ந்தான்.

நான்

நாள் 8 2015

காலை மணி ஒன்பது. 'க்ரீம்ஸ் ரோடு' லலித் கலா அகாதமி அரங்கத்துக் காவலாளி என்னிடம் "எக்ஸிபிஷன் திறக்கறத்துக்கு இன்னும் ஒன் அவர் இருக்கு ஸார்" என்றான். நான் தங்கியிருக்கும் விடுதிக்குத் திரும்பினேன்.

அவள்

காலை மணி பதினொன்று. அம்மனின் மூன்றாவது நான்காவது கரத்தைப் பொருத்தினாள் சுமதி. வலது கையில் சூலம் விரல்களுக்கு இடையே நுழைந்துகொண்டது. இடது பக்கத்தில் ஒரு கையில் தாமரைத் தண்டு கை விரலிடுக்கில் பொருந்தியது. மறு கையில் உடுக்கைப் பொருந்தவில்லை. ஒரு ஓட்டைப் போட்டு, குச்சி வைத்துப் பொருத்த வேண்டும். மஹா கௌரி என்று 'தெர்ம கோலி' ல் வடிவமைத்த எழுத்துக்களைச் சிலையின் பின்னணியில் பொருத்தி வைத்தாள். ஓட்டைப் போட ஊசி தேடிப் பையைத் திறந்தபோது அலைபேசியைப் பரிசோதித்தாள். ரவீந்திரனிடமிருந்து குறுஞ்செய்தி, அழைப்பு எதுவுமே இல்லை.

அவன்

1999 நாள் 1

"சுரேஷ்... நீங்கள் கல்லூரிப் படிப்பை ராணுவத்தில் சேர்ந்து படிக்க விரும்பும் காரணம் என்ன?"

"இது என் அப்பாவின் முடிவு. அவரிடம்தான் நீங்கள் கேட்க வேண்டும்"

"இந்தக் கடவுள் படத்தை வைத்து உங்களால் எந்தக் கடவுள் என்று யூகிக்க முடியுமா?"

"அம்மன் படம். வேறு எதுவும் தெரியவில்லை. நந்தி மீது அமர்ந்திருக்கிறார்"

"பரவாயில்லை. இது நவராத்திரியில் ஷைலபுத்திரி என்னும் வடிவம். மலையரசனின் மகள் என்று பொருள். சரி. இந்தப் படத்தில் வேறு எதாவது புரிகிறதா?"

"ஒரு கையில் சூலம், மறு கையில் தாமரை. அதைத் தவிர என்ன புரிய வேண்டும்?"

"நன்றி. நேர்முகம் முடிந்தது"

நாள் 3 நாள் 5 வருடமில்லை

"அம்மா... என்னை ஏன் மடியிலிருந்து இறக்கி விடுகிறீர்கள்? "சிங்கத்தின் மீதிருந்த தாயைத் தரையில் நின்றபடி ஆறுமுகன் கேட்டான்.

வலது கைகள் இரண்டிலுமிருந்த இரண்டு தாமரைகளுள் ஒன்று மறைந்தது. ருத்ராட்ச மாலை, வில், அம்பு, கமண்டலம், வாள், சூலம், கதை என மேலும் ஏழு சேர எட்டுக் கைகளில் இரண்டு கைகள் தனக்காகவென்று எதையும் ஏற்றிக்கொள்ளாமல் இருந்ததை ஆறுமுகன் அவதானித்தான்.

"இந்த வடிவில் நான் உங்கள் மடியில் இல்லையே தாயே?"

"எல்லா வடிவங்களிலும் நீ என்னுடன் இருக்க மாட்டாய் முருகா. ஐந்தாம் நாளில் மட்டுமே ஸ்கந்த மாதா நான். உனக்கு அதிகபட்சமாகப் பத்துக் கைகளுடன் நான் காட்சி தருகிறேன். கமண்டலம், ருத்ராட்சம், சூலம், தாமரை என முரணானவற்றைச் சுமக்கிறேன். முரணானவற்றை அவதானிக்க நேரும்போது பிடிபடும் கந்தா"

அவள்

நாள் 4 2014

டிசம்பரில் ஹைதராபாத் போயிருந்தபோது பசுமை பற்றிய நிகழ்ச்சி ஒருங்கிணைப்பில் 'குஷ்முண்டா' தேவி. பச்சைப் பின்புலத்தில் எட்டுக் கரங்களில் சக்கரம், தேன்குடம், கதை, ருத்ராட்ச மாலை, கமண்டலம், வில், அம்பு, தாமரை ஒவ்வொன்றுக்கும் நிகழ்ச்சியின் ஒவ்வொரு பகுதிக்கு இடையே விளக்கம் தந்து நடத்திச் சென்றாள். ரவீந்திரன் இரவு உணவின் போது "உருவ வழிபாட்டை உசத்தியாக் காட்டறதுல போய் முடியும் நீ கொடுத்த விளக்கம் எல்லாமே" என்றான்.

"வேட்டையே இல்லாம, இயற்கையை யூஸே பண்ணாம விட்டுடறதான் 'கிரீன் இனிஷியேடிவ்' ன்னு எல்லோரும் பேசப் போறாங்க. நான் குஷ்முண்டாவை அதுனாலத்தான் பொரெஜெக்ட் பண்ணினேன்"

அதன் பிறகு ஆழமான எந்த உரையாடலும் இல்லை. இரவு அவளுடனேயே தங்கினான். இயல்பாகத்தான் தொடங்கினான். அவள் சுருதி மீட்டப்பட்டவளாக எதிர்பார்ப்புடன் சிலிர்த்திருந்த நேரத்தில் ஏன் திரும்பிக்கொண்டு படுத்துவிட்டான்?

நான்

நாள் 2 2016

"வெள்ளை ஆடையும், ஒரு கையில் ருத்ராட்ச மாலையும் கமண்டலமுமாய் நிற்கும் பிரம்மசாரிணி. ஆணுக்கு இணையாகப் பெண்ணால் திருமணமின்றித் தனியாக வாழ முடியும் என யாரோ ஒருவருக்கு விளக்கிக் கூறிக்கொண்டிருந்தாய். தள்ளி இருந்து ரசித்தேன். நவராத்திரி சுமதி என்று பட்டப் பெயர் வராதபடி வெவ்வேறு சித்திரிப்புக்களைத் தந்திருந்தாய். ஆண் என்று பாறைகளே ஆன குன்றையும் பெண் என்று பசுமையான காட்டையும் 'கொல்லாஜ்' வடிவில் சித்திரித்திருந்தாய். புன்சிரிப்பு வந்தது."

"இந்த முறை என்னை . . . என்னைச் சந்திக்காமலேயே திரும்பி விடுவீர்களா?' என்ற அவளது பதில் என்னை அசைத்தது.

நான்

நாள் 9 2015

'சித்தி தாத்ரி'யின் சக்கரம், கதை, தாமரை, சங்கு இவற்றை எளிதாகப் பெட்டிகளுக்குள் அடுக்கிவிட்டாள். அமர்ந்திருந்த பெரிய தாமரையை நான் ஒரு கை கொடுத்துத் தூக்கினேன். பெரிய பெட்டியில் இருவரும் இறக்கினோம். நாளை எல்லாவற்றையும் அலுவலகத்துக்கு அனுப்பிவிடலாம் என்றாள்.

என் இடத்துக்கு அவள் வந்ததும் 'அனிமேஷ'னில் கலை, பிழைப்பு இரண்டுக்குமே வழி இருக்கிறதா என்னும் சரட்டைத் துவங்கினாள். நவீனம் கலை இவை திட்டமிடுதல் அல்லது அதுவே உலகம் என்று பிரகடனப்படுத்தல் இரண்டு முனையையுமே நிராகரிக்கும் என்று தொடங்கி என்ன பேசினேன்? என்ன புரிந்துகொண்டாள்? அவள் மீது உரிமை எடுத்துக்கொண்டு நெருங்கி முயங்கி இறுதியில் கலவி, உடல் மனம் ஒருமையில் நிறைவடைந்தபோது அவள் முகமெங்கும் நாணமும் நிறைவுமாய் மூடின அவள் கண்கள். அதனாலேயே என் முகத்தில் மிளிர்ந்த வெற்றிக் களிப்பை, ஆழ்ந்து, சென்ற வருடத்தில் விட்ட இடத்தில் இருந்து தொடரும் கோர்வையில் அவள் இல்லை.

நாள் 6 2016

காத்யாயனி சிங்கத்தை விட்டு இறங்கினாள். வலது கைகள் இரண்டில் வாளும் தாமரையும். தாமரையை இடது கைகள் இரண்டினுள் ஒன்றில் மாற்றி, காலை உயர்த்தியும், இரு கால்களையும் உந்தி, பூமிக்கு மேலெழுந்து கீழே இறங்கித்

தாண்டவமாடியும், கைகளைச் சுழற்றிச் சுழற்றி, கண்களை உருட்டி முன்னும் பின்னுமாய் ஆடினாள். கத்தியில் இருந்து புயற்காற்றடித்துத் தூசிகளை ஊரெங்கும் நிறைத்து எங்கும் இருண்டது. தாமரையிலிருந்து கனன்று எட்டுத் திக்கும் பெரு நெருப்பு நீண்டது. அந்தக் கனலில் காத்யாயனியின் தாண்டவம் இன்னும் உக்கிர தரிசனமானது. தீயின் கங்குகள் அவளுக்கு எதிராட்டம் போல் மேலெழுந்து ஆடின. ஒற்றைப் பொறி ஒன்று பறந்து வடிவில் பெருகிப் பெருகி ஒரு சுடரானது. சுரேஷின் அறையில் அவன் கிழித்தெறிந்த ரவீந்திரனின் புகைப்படத்தை எரித்தது.

அந்தச் சாம்பலை மிதித்து மிதித்து அறையெங்கும் வீடெங்கும் அலைந்து திரிந்தான் சுரேஷ். மறுநாள் வீட்டைக் கழுவிக் காய வைத்தான்.

குருஷேத்திரம்

காலை மணி ஆறு. கோயிலின் இரண்டு பெரிய முன்வாயிற் கதவுகளில் ஒன்று ஒருக்களித்துத் திறக்கப்பட்டிருந்தது. பூக்கடைகள் மூடியிருந்தன. வாகன நிறுத்த மைதானம் காலியாயிருந்தது. அதன் எதிரே பழைய கட்டடத்தில் இருந்த காவல் நிலையத்துக்குள் நுழைந்து பழகிய தோரணையில் உள்ளே போனான் பாபு.

"யார்ரா நீ?"

"எஸ் ஐ சாரைப் பாக்கணும்"

"உம்பேரு இன்னாடா? இன்னா விஷயம்?"

"அவரு டெய்லி வரச் சொன்னாரு"

"கொழந்தைப் பையனா இருக்க? எதுக்கு டெய்லி வரச் சொன்னாரு? அக்யூஸ்டா நீ?"

"இல்ல சார்"

"பின்ன?"

"முன்ன ஒரு தபா பேப்பர் போட்ட வூட்ல ஒரு மொபைல திருடிட்டேன்"

"ஓ, ஜுவனைல் ஹோமா? இப்போ பரோலா?"

"இல்லே சார்... ஜுவனைல் ஜெயிலுக்குப் போவுல..."

"எப்டி?"

"எஸ் ஐ சார் அப்போ அடிச்சதிலே என் கை ஒடிஞ்சி போச்சி." வலது முன் கையை நீட்டினான்.

நீளமான தையல் போட்ட தழும்பு. "இதப் பாத்து அந்த ஊட்டு ஐயா கம்லெயிண்ட் திருப்பி வாங்கிக்கினாரு."

"அப்பாலே எதுக்குடா டெய்லி வர்ற?"

"இந்த வாரம் ஒரு வேலை இருக்குன்னாரு."

"அவருக்கு டியூட்டி டைம் லேட்டா வரும். இப்போ அவரு வர மாட்டாரு."

"சரி சார்"

பாபு சைக்கிளை மிதித்து, கிழக்கு மாட வீதியில் நுழைந்தான். பின் சீட்டில் நிறைய செய்தித்தாள்கள். தெற்கு மாட வீதி மூலை பிள்ளையார் கோயில் வாயிலில் காலை ஊன்றி உள்ளே நோக்கினான். விஸ்வநாதன் தென்படவில்லை. "டேய் விசு" குரல் கொடுத்தான். பதிலில்லை.

மீண்டும் சைக்கிளை மிதித்தான் பாபு.

அனுமார் சன்னதியில் புதுத் துண்டை விக்கிரகத்துக்கு அணிவித்துக்கொண்டிருந்தான் விஸ்வநாதன். அவனுக்குப் பாபுவின் குரல் நன்றாகவே கேட்டது. ஆனால் தர்மகர்த்தா கடந்த இரண்டு நாட்களாகக் காலை 'ரவுண்டு'க்குச் சீக்கிரமே வந்து விடுகிறார். நண்பனுடன், அதுவும் பாபுவுடன் தென்பட்டால் அவனது வேலை போவது நிச்சயம். தர்மகர்த்தா வீடு அருகிலேயே தான். பல வருடங்களாக அங்கிருந்த குருக்களையே தூக்கி விட்டார்.

ராமைய்யாவுக்கு முதலில் பல தீப்பந்தங்கள் மட்டுமே தென்பட்டன. கணுக்கால் மேலிருக்கும் வேட்டி சரசரக்க நீள் வட்டமாய் நின்ற வீரர்களுள் ஒருவனை நெருங்கினார் அவர். அவனுக்கும் அடுத்தவனுக்கும் இடையே பத்தடி தாராளமாக இருக்கும். அதன் வழியே நுழைந்து மேற்செல்ல முயன்றார். இடது கையை உயர்த்தி, அப்படியே அதை அவர் நெஞ்சின் மேல் வைத்த அவன் கடுமையாக ஏதோ கூறினான். அந்த மொழி அவருக்குப் புரியவில்லை. ஆனாலும், தடுக்கிறான் என்பது மட்டும் புரிந்தது. "ஒரு தபா அவரைப் பாத்துட்டுப் போறேன்ப்பா. உனக்குப் புண்ணியமாப் போவும்." ஆனால் அவனது கை கீழிறங்கவே இல்லை.

"இங்கே நான் எப்படி வந்து சேர்ந்தேன்னே தெர்ல. கிட்டே போனா நா அவர என்ன பண்ணிடப் போறேன்?" சற்றே உயர்த்திய குரலில் அரற்றினார்.

பீஷ்மரின் இமைகள் லேசாக அசைந்தன. அவர் வலது கையை மெல்ல உயர்த்தி ஆட்டினார். அருகிலிருந்த காவலாளி அவர் உதடுகள் ஏதோ முணுமுணுப்பதைக் கவனித்தான். தனது வாயைப் பொத்திக்கொண்டு அவரது முகத்தருகே குனிந்து, பீஷ்மர் மெலிந்த குரலில் என்ன கூற முயல்கிறார் என்று கேட்டான். பிறகு ஓடி ராமைய்யாவிடம் வந்து அவரை அவரருகே அழைத்துப் போனான்.

உடலின் மேலே, கீழே, பக்கவாட்டிலே எனக் கழுத்துக்குக் கீழே எல்லா இடங்களிலும் அம்புகள் தைத்திருந்தன. தலைக்குப் பின்பக்கம் மட்டும் ஒற்றை அம்பு.

அம்பு தைத்த இடங்களில் குழைத்துப் பூசி இருந்த மஞ்சள் அவர் உடைகள் மீதும் படர்ந்திருந்தது.

கண்ணீருடன் கையெடுத்துக் கும்பிட்டார் ராமைய்யா. “சாமீ, நீங்க இன்னும் அம்புப் படுக்கையிலே தானா? நான் இங்கே வருவேன்னு தெரியாது” என விம்மி விம்மி அழுத பின்னர் மௌனமானார்.

“போன வாரம் எங்க ஊருக்குப் போயிருந்தேன்.” சற்றே ஸ்திரமான குரலில் துவங்கினார். எங்க ஸ்கூலு ஹெட் மாஸ்டரு அய்யாவைப் பார்த்தேன். ரொம்பவும் தளர்ந்திட்டாரு. 95 வயசு ஆவுது. ஊருக்குள்ளே இன்னிக்கிம் அவரைத்தான் உசத்தியாப் பேசுறாங்க. பெரிய பெரிய தொழில் நடத்துற கோடீஸ்வரனெல்லாம், தன்னோட பழைய வாத்தியாரின்னு அவரைக் கும்பிட்டிட்டுப் போறானுங்க. இங்கே நான் ஒரு கோவிலுக்கே தர்மகர்த்தா. ஐயிரு தனி ரூட்ல பைசா சேர்த்தது தெரிய வந்ததும் பங்கைக் கேட்டேன். ஒரே ஒருநாள் அவரோட பத்து வயசுப் பையனைப் புடிச்சி வைச்சேன். பணம் கைக்கு வந்ததும் விட்டுட்டேன். சாபமெல்லாம் கொடுத்தாரு. பிஸினஸ் பார்ட்னர் சாபம் பலிக்காது. அது புரியிது. ஆனாலும் ஹெட்மாஸ்டர் ஐயா முகம் வந்து உறுத்துது. அவருக்கு ஒரு ஸ்டூடண்ட் அன்பா ஒரு பெரிய பங்களா கட்டிக் கொடுத்தாரு. ஆனா வாத்தியாரு அதை அனாதை ஆசிரமமா மாத்தி ஒரு ஸ்தாபனத்துக்குத் தாரை வாத்துட்டாரு. அவரு முன்னாடி எந்த அளவு ஈனமாப் போயிட்டேன்னு ஒரு உறுத்தலு. நியாயம் தருமம்மென்னெல்லாம் ஏதும் இப்போ கிடையாது. என்ன சாமி செய்யிறது? சாபம் உறுத்தல. ஆனா அவரு கண்ணுல இருந்த கேவலப் படுத்துற பார்வையும் வெறுப்பும் உறுத்துது”.

பீஷ்மரின் கண்கள் அசைந்தன. சில நொடிகளில் இமைகள் மூடிக்கொண்டன. அருகிலிருந்த படை வீரன் ராமைய்யாவைத்

தோளில் தட்டி அழைத்தான். மனித வளையத்தைத் தாண்டி அவரை விட்டுவிட்டுத் திரும்பத் தன் இடத்தில் நின்றான்.

தெற்கு மாட வீதி தாண்டி அண்ணா காலனிக்குத் திரும்பும் முட்டுச் சந்தில் சைக்கிள் மீது போலீஸ் வண்டி இடித்த வேகத்தில் பாபு நிலைகுலைந்து விழுந்தான். மிச்சமிருந்த செய்தித்தாள்களில் பத்துப் பதினைந்து சைக்கிளுக்குக் கீழே இருந்தன. மீதி சுமார் ஐம்பது சாலை முழுவதும் சிதறி விழுந்தன. 'ஜீப்'பிலிருந்து இறங்கிய இன்ஸ்பெக்டர், "என்னடா நா இல்லாத நேரமாப் பாத்து ஸ்டேஷனுல எட்டிப் பாக்கறே?" என்றபடியே அவன் தலைமுடியைப் பிடித்துத் தரையிலிருந்து தூக்கி ஓங்கி அறைந்தார்.

"ஐய்யோ ... சார்" என்றபடி அவர் காலைப் பிடித்தான்.

"என்னடா ... இப்போ காலைப் புடிக்குறே? ஐயிரு கிட்டே எவ்ளோ வாங்கினே?"

"ஒண்ணும் இல்லே"

"பொய்யா பேசுறே பொய்யி ..." எட்டி உதைத்தார்.

தரையில் அமர்ந்தபடியே "ஆயிரந்தான் குடுத்தாரு ... அவராப் பிரியப்பட்டு"

மறுபடியும் இன்ஸ்பெக்டர் காலை உயர்த்த "நெசமா ஸார் ... அம்மா சத்தியமா ... அவரு பையனப் பத்திரமாப் பாத்துக்கினத்துக்கு ... நானாக் கேக்கலே சார்."

"மவனே ... பஞ்சாயத்தையெல்லாம் நான்தாண்டா பண்ணுறேன். எனக்குத் தெரியாமே பண விவகாரமா உனக்கு..?"

"இனிமே இல்லே சார்."

"ரேஸ் பைக்கு வாடகைக்கு எடுக்குற அளவுக்கு உனக்குத் தெனாவட்டு ... ம்?"

பாபு அழுதபடியே தரையில் கிடந்தான். இன்ஸ்பெக்டர் வண்டியில் ஏற அது மெதுவாக நகர்ந்தது. "கோயில் அய்யர் பஞ்சாயத்துலே உனக்குக் கொடுத்தது சின்ன வேலைடா. பெரிய வேலை கொடுத்தாலும் பணப் பட்டுவாடா நாந்தாண்டா பண்ணுவேன்" என்று அவனைப் பார்த்து வலதுகைச் சுட்டு விரலை ஆட்ட வெகுவேகமாகச் செய்தித்தாள்களின் மீது டயர் கறைகளை உண்டாக்கிவிட்டுப் பறந்தது.

ராமைய்யா வீடு இருக்கும் குறுகிய சந்தில் ஆம்புலன்ஸ் நுழையும்போதே வீட்டு வாயிலில் குழுமியிருந்த பெண்கள் பெரிய குரலில் அழுதார்கள்.

சந்து முனையில் இரண்டு இளைஞர்கள், "பெசண்ட் நகர் சுடுகாட்டுக்குப் போனா புகையே கிடையாது. சாம்பலை ஒரு பாக்கெட்டில கொடுத்திடுவாங்க" என்று நினைவுபடுத்திக் கொண்டிருந்தார்கள்.

போருக்குப் போகும் வழியில் துரியோதனன் ரதம் நின்றது. அவன் பீஷ்மரைக் கண்ணெட்டும் தூரத்திலிருந்தே பார்த்தான். படை வீரர்கள் தலை குனிந்து அவனுக்கு வணக்கம் தெரிவித்தனர்.

திருதிராஷ்டிரர் சஞ்சயனிடம், "பீஷ்மரைத் தவிர்த்தும் நம்மிடம் பெரிய வீரர்கள் இருக்கிறார்கள். துரியோதனனின் அடுத்த திட்டம் என்ன என்பதுதான் தெரியவில்லை."

"இதற்கு முன்பும் உங்களுக்கு அது தெரிந்ததில்லையே" என்றார் சஞ்சயர்.

பருத்தி வேட்டிக்காரர் பக்கத்திலிருந்த பட்டு வேட்டிக் காரரைத் தர்மகர்த்தாவிடம் காட்டி, "இவருக்கு ஆகம விவகார மெல்லாம் அத்துப்படி. 2017 பொங்கலுக்குள்ளே நாலைஞ்சு ஹோமம் ஏற்பாடு பண்ணிடலாம். பரிட்சை சமயத்தில ஹயக்ரீவர் ஹோமம் வைக்கலாம். ரெண்டு லட்சமாவது கையிலே நிக்கும். மாடி கட்டி அதிலே வெங்கடாசலபதி, தன்வந்ததிரி சன்னதி யெல்லாம் கட்டிடலாம்."

"ஹோமத்துக்கான ரசீது விவகாரமெல்லாம் நானே பாத்துக்கு றேன். கலெக்ஷனை டெய்லி கறாராக் கொடுத்திடணும்" என்றார் தர்மகர்த்தா.

"அண்ணா நகர்லேயிருந்து பெசண்ட் நகர் வரைக்கும் இருபத்தி அஞ்சு கிலோ மீட்டர். நீங்க எந்த பைக்கு எந்த ரூட்டுங்கறது ரேஸ் ஓட்டறவன் திறமை. நாங்க சிக்னல் கொடுத்த உடனே கிளம்புங்க."

பாபுவும் விஸ்வநாதனும் 'ஹார்லி டேவிட்ஸன்' அருகே தயாராக நின்றிருந்தனர்.

❍

சாகபட்சிணி

இரும்புக் கம்பிக் கிராதிக் கதவை ஓங்கித் தட்டிய லத்தி சத்தத்தில் விழித்தவுடன் கல்யாணிக்குப் பக்கத்து அடைப்பில் சிறைப்பட்டவள் நினைவுதான் முதலில் வந்தது. நேற்று மாலை அவள் அடைக்கப் பட்டுப் பெண் காவலாளி மறைந்ததும் சத்தமாக, “யாருடி நீ? உன் பேரென்ன? இன்னாத் தப்புக்கு மாட்டிக்கினே? விசாரணையா? இல்லே உள்ளே தள்ளிட்டாங்களா?” ஒவ்வொன்றாகக் கேட்டாள். பதிலே இல்லை. அழுத்தக்காரி.

பல்துலக்க, குளிக்க வெளியே வந்துதானே ஆக வேண்டும். தலையை வாரி முடிந்தபடி வெளியே வந்தவள் முதல் வேலையாகப் பக்கத்து அறையின் கதவை மெலிதாகத் திறந்து எட்டி மட்டும் பார்த்தாள். “உன் பேரென்னம்மா?” என்று குரல் கொடுத்தாள். காலையின் வெளிச்சம் படுக்கையாகும் ‘சிமெண்ட்’ மேடை மீது மங்கலாகவே விழுந்தது. கதவைத் தாண்டி உள்ளே போகப் பயமாயிருந்தது. முன்பு ஒரு முறை ஒருத்திக்குக் கிட்டே போய்ப் பார்க்க, அவள் கையைப் பிடித்து அழுந்தக் கடித்துவிட்டாள். காயம் ஆறுவதற்கு இரண்டு வாரம் ஆயிற்று.

ஓர் எட்டு உள்ளே வைத்துக் கூர்ந்து பார்த்தாள். படுக்கை மேடை மீது இருப்பவள் எந்தப் பக்கம் தலை வைத்திருக்கிறாள்? வடக்குப் பக்கம் யாரும் வைக்க மாட்டார்கள். தெற்குப் பக்கம் முகம் தலைமுடி நிறையத் தெரிந்தது. “உன் பேரென்னம்மா?” குரல் கொடுத்தாள். பதிலில்லை. உஷாராக ஓர் அடி எடுத்து வைத்தாள். முகம் மங்கலாகத் தெரிந்தது.

ஒரு கடிகாரம் அது. எந்த முள் எந்தப் பக்கம் இருந்தது மூக்கும் வாயும் கடிகாரத்துக்குள் தெளிவாகத் தெரியவில்லை. ஆனால் அந்தக் கடிகாரம் தலைமுடிக் கற்றைகள் ஒன்றிரண்டு மேலே விழுந்த நிலையில் தெரிந்தது. கடிகாரக்காரி பேசுவதாகத் தெரிய வில்லை. கதவை மூடிவிட்டு நகர்ந்தாள்.

பலமாக இரும்புக் கிராதி மீது லத்தி விழும் ஒலியில் கிருத்திகா விழித்திருந்தாள். பம்மிப் பம்மி ஒருத்தி எட்டிப் பார்த்துக் குரல் கொடுத்துவிட்டுப் போனதும் எழுந்து உட்கார்ந்தாள். கடிகார முகத்தின் கண்களால் கைக்கடிகாரத்தில் நேரம் பார்த்தாள்.

'பப்ளிக் ப்ராஸிக்யூட்டர்' இராமசாமியின் மேஜை மீது கிருத்திகாவின் 'கேஸ்' கட்டு இருந்தது. அவர் வேறு ஒரு கட்டைப் பிரித்து வைத்துக் குறிப்பெடுத்துக்கொண்டிருந்தார். அவருடைய அறையின் 'பால்கனி'யிலிருந்து 'கிர்கிர்' என்று இரும்பைச் சுரண்டும் சத்தம் கேட்டபடி இருந்தது. எழுந்து பால்கனிக்கு விரைந்தார். ஒரு எலியின் நீள மீசை கம்பிகளுக்கு இடைப்பட்டுக் கூண்டுப் பொறிக்குள் இருந்து நீட்டிக்கொண்டிருந்தது.

"சுரேஷ் . . ." அலுவலக முன்னறையிலிருந்து 'ஜூனியர்' ஓடி வந்தான். "ஸார்."

"இந்த எலியை 'டிஸ்போஸ்' பண்ணு."

"ஷ்யூர் ஸார்."

மறுபடி தனது மேஜைக்கு வந்தபடி "ஐசோ சைனட் காஸ்' ஒரு ஆளைச் சாக அடிக்கிற அளவு தயார் பண்ண என்னென்ன 'எக்விப்மெண்ட்' தேவைப்படும்னு 'கூகுள்' பண்ணி சாயங்காலம் நாம 'டிஸ்கஸ்' பண்ண ரெடியா வை."

"கண்டிப்பா ஸார்."

"மிச்ச வேலையையெல்லாம் விட்டுடு. இதை இன்னிக்கே ரெடி பண்ணு. நாளைக்கி கிருத்திகா பெயிலுக்கு அவ ப்ரெண்ட் மூவ் பண்றான். அவன் பேரென்ன?"

"ஆதித்யா ஸார்"

"நாம இதில சொதப்பினா வேற 'ப்ராஸிக்கியூட்டர் கிட்டே கேஸ் போயிடும்.' மீடியால ஃப்ளாஷ்' ஆன கேஸ் இது."

"பாஸிட்டிவா சாயங்காலத்துக்குள்ளே ரெடி பண்றேன் ஸார்."

குடும்ப நீதிமன்றத்தின் நடுவயது கடந்த ஆலோசகர் தொடர்ந்தார். "கிருத்திகா உங்க 'ப்ளெயிண்ட்'டில உங்க

'ஹஸ்பண்ட்' 'டெய்லி' அடிச்ச மாதிரியோ அல்லது அவர் ரொம்ப 'அடிக்ட்' ஆயிட்ட குடிகாரன் மாதிரியோ ஒண்ணுமே இல்லையே."

"மேடம். அப்டின்னா தினசரி அடிவாங்கி இருக்கணும் நான்னு சொல்றீங்களா?"

"நோ கிருத்திகா. யூ ஆர் நாட் கெட்டிங்க் இட். எந்த ஒரு தம்பதிக்கு நடுவிலேயும் அபூர்வமா வரக்கூடிய சண்டைதான் உங்க ரெண்டு பேருக்கும் இருந்திருக்கு."

அதற்குள் அம்மாளின் கைப்பேசி சிணுங்கியது. "வணக்கம் மேடம். தேங்க்ஸ் ஃபார் ரிமைண்டிங்க். நாளைக்கி காலையில அபிஷேகத்துக்குக் கண்டிப்பா வருவேன். இப்போ ஒரு 'கவுன்ஸிலிங்க்' அப்பறம் கூப்பிடறேன்."

"மேடம் என்னோட சர்ட்டிஃபிகேட் எல்லாத்தையும் கொளுத்தினாரே ... அதை நீங்க படிக்கலே?"

"என்ன கிருத்திகா குழந்தை மாதிரி பேசறீங்க? நீங்க ஒரு கெமிக்கல் எஞ்சினீயர். போன வருஷம் வெள்ளத்தில சர்ட்டிஃபிக்கேட்டை லூஸ் பண்ணின நூத்துக்கணக்கான பேர் அதையெல்லாம் டியூப்ளிகேட்ல வாங்கலே?"

"மேம். யூ வாண்ட் டு டவுன் ப்ளே எனிதிங்க்... பட் வோண்ட் கிவ் மீ டைவர்ஸ்."

"லுக் கிருத்திகா, திஸ் கவுன்ஸலிங்க் பிராஸஸ் ஈஸ் மேண்டேடரி. யூ ஹாவ் எ ஸ்மால் கர்ல் சைல்ட். ரிமெம்பர்."

"பெண் குழந்தை இருந்தா டைவர்ஸ் கிடைக்காது, அதானே?"

"இவ்வளவு அவசரம் கூடாது கிருத்திகா. யோசிச்சிப் பாரு. டைவர்ஸ்க்கு அப்புறம் வாழ்க்கை ரொம்ப சிக்கலாயிடும்."

"இப்போ நரகமா இருக்கிற மாதிரியே என்னிக்கும் இருந்தா சிக்கலே இருக்காது, இல்லே? ஒருத்திய தினசரி அடிச்சுக் கொடுமைப்படுத்தினாத்தான் வலிக்குமா? அவளைக் கால் மிதிக்கிற டோர் மேட் மாதிரி, ஒரு கைநாட்டு மாதிரி நடத்தினா அது பரவாயில்லியா? புல் ஷிட்?" அம்மாள் மௌனமானார். அந்த ஆலோசனையை அத்துடன் நிறைவு செய்தார்.

'காஃபி டே' நேரம் போவதே தெரியாமல் சத்தமாகப் பேசும் இளசுகளால் நிறைந்திருந்தது. கிருத்திகாவும் ஆதித்யாவும் விதிவிலக்காக மௌனமாயிருந்தார்கள். நாற்காலியின் அருகே தரை மீது வைத்திருந்த முதுகுப் பையைத் திறந்து துழாவி ஒரு

சின்னஞ்சிறு நகை டப்பாவை வெளியே எடுத்தான். "கேன் யூ ரி கால்?" என்றபடி தயக்கப் புன்னகையுடன் அவள் முன்னே அதை வைத்தான்.

கிருத்திகா அதைத் திறந்தபோது ஒரு சின்னஞ்சிறிய தங்க மோதிரம். ஆங்கிலத்தில் 'கே' என்ற எழுத்துப் பொறிக்கப்பட்டது தென்பட்டது. பத்து வருடம் முன்னாடி அவன் அதை நீட்டிய போது அது அவளுக்கு ஒரு சுற்றுப் பெரிதாயிருந்தது. அதன் பிறகு வாழ்க்கை பல சுற்றுகள் சுற்றிவிட்டது.

"இதைக் கொடுத்துவிட்டுப் போகத்தான் வந்தியா?"

"ஞாபகார்த்தமா வேற எதையும் உடனே வாங்க முடியல கிருத்தி."

"அப்பிடின்னா மெமெண்டோ குடுத்திட்டு ஜூட்டா?" புன்னகைத்தாள். அவன் முகம் இருகி இருந்தது. மோதிரத்தை எடுத்து அணிந்து பார்த்தாள். கச்சிதமாகப் பொருந்தியது. அவன் கையை நட்புடன் பற்றினாள்.

"கிருத்திகாவோட பொண்ணு யாரு?"

"நான்தான் ஆண்டி. ரோஜா நிற 'ப்ராக்' அணிந்த எட்டு வயதுக் குழந்தை புன்னகையுடன் எழுந்து நின்றது. சளசளவென்று பேசும் பலவயதுப் பெண்கள், பெண் குழந்தைகள் இரு அறைகள் மற்றும் ஹால் முழுவதும் நிரம்பி வழிந்தார்கள். அவர்கள் நடுவே ஒரு வெண்கலச் சொம்பின் மீது தேங்காய், அதைச் சுற்றி ஒரு முழம் மல்லிகைப்பூ இவையெல்லாம் தரையில் பரப்பிய நெல் மீது வைக்கப்பட்டிருந்தன.

"உன்னை உங்க பாட்டி தேடினாங்க." உடனே அந்தக் குழந்தை அமர்ந்திருந்தவர்களுக்கு இடைப்பட்ட கையகல இடங்களில் காலை வைத்து வாயிலை அடைந்தபின் குதித்துக் கொண்டு கீழ்த் தளத்திலுள்ள தன் வீட்டுக்குப் போய்க் கதவைத் தட்டினாள். பாட்டிதான் திறந்தாள். "பாட்டி ஏன் என்னைக் கூப்பிட்ட? அங்கேயே ப்ரெக்ஃபாஸ்ட் சாப்பிட்டுட்டேன். பட்டுப் பாவாடை போட்டுக்கலியான்னு ஃப்ரெண்ட்ஸ் கூட ஸஜ்ஜெஸ்ட் பண்ணினாங்க" என்றபடி தன் அறைக்கு விரைந்தாள்.

"சிந்து. நீ மறுபடி அங்கே போகவும் வேணாம். பாவாடைக் கெல்லாம் மாறவும் வேணாம்."

"அவங்க என்னைப் போகச்சொல்லிச் சொல்லல பாட்டி."

"லுக் சிந்துஜா. நீ நெனக்கற அளவு 'சிம்பிள்' ஆன விஷயம் கிடையாது இது. அவங்க சுமங்கலிப் பிரார்த்தனை நடத்தறாங்க. அங்கே நீ வர்றதை அவங்க விரும்பல."

“என் ப்ரெண்ட்ஸ் எல்லோரும் என்னைக் கூட்டிக்கிட்டுப் போனாங்க. அவங்க யாரையும் அப்பிடிச் சொல்லலியே. உனக்கு யாரு பாட்டி இப்பிடிச் சொன்னா?”

“கமலாப் பாட்டிதான் இப்போ ஃபோன் பண்ணி சொன்னாங்க.”

“எதுக்கு கமலாப் பாட்டி என்கிட்டே அங்கே சொல்லாம உனக்குப் போன் பண்ணினாங்க?”

“குழந்தைடி நீ. உனக்குப் புரியாது. உங்கம்மா கிருத்திகா வையோ உன்னையோ யாருமே எந்த கேதரிங்க்குக்கும் கூப்பிட மாட்டாங்க.”

‘ஏன் பாட்டி?”

“மண்ணாங்கட்டி. இங்கேயே உக்காந்து புஸ்தகத்தை எடுத்து வெச்சுப் படிடி.” அவள் அறைக் கதவைப் பாட்டி சார்த்தி விட்டுப் போனாள்.

கண்களில் நீர் நிறைய சிந்துஜா படுக்கையில் அமர்ந்தாள். சுவர்க் கடிகாரத்தைப் பார்த்ததும் அம்மா முகம் நினைவுக்கு வந்தது. கடிகாரத்தைப் பார்த்து, “எங்கம்மா மாதிரியே இருக்கியே... ஒரு கதை... சொல்லேன்” என்றாள்.

“கண்டிப்பாக சிந்து. உனக்குப் பிடிச்ச மாதிரியே கதை சொல்லப் போறேன்.” கடிகாரம் குரலைச் செறுமிக் கொண்டு துவங்கியது.

“ரொம்ப ரொம்ப காலம் முன்னாடி இமய மலையையெல்லாம் தாண்டி நிறைய மலைகளுக்கு நடுவிலே பெரிய பாதாளமான ஓர் உலகம். அது முழுக்க முழுக்க அடர்ந்த காடு. அங்கே நிறைய விலங்குகள் ராட்சசங்களெல்லாம் மட்டுந்தான் இருந்தாங்க.”

“ராட்சசங்கன்னா யாரு?”

“ராட்சசங்கன்னா... உயரம் ரொம்ப ரொம்ப அதிகமா, பத்தடி பதினைஞ்சடி இருப்பாங்க. ரொம்ப குண்டா தாட்டியா இருப்பாங்க. அவங்க விலங்கு மனுஷங்க யாரையும் உயிரோடயே சாப்பிட்டுடுவாங்க. காட்டுவாசிங்க கூட அதுக்குப் பயந்து அந்தக் காட்டுப் பக்கம் போக மாட்டங்க.”

“ஓகே. மேலே சொல்லு.”

“ஆனா அங்கே அஜயின்னு ஒரு ராட்சச ஆண் குழந்தை பிறந்தான். அவன் சிறுவயசிலே இருந்தே செடி, கொடி, பழம் காய்ன்னு சாப்பிட்டு வளந்தான்.”

“ஏன் அவங்க அப்பா அம்மா அவனுக்கு அசைவமே கொடுக்கலியா?”

“கொடுத்தாங்க. அண்ணன், அக்கா எல்லோருக்கும் கொடுத்த மாதிரி சமைச்ச சமைக்காத அசைவத்தையெல்லாம் கொடுத்தாங்க. ஆனா அவனுக்குச் செடி கொடிதான் புடிச்சிது. இதை ஒதுக்கிட்டுப் பழம் இலையின்னு சாப்பிடுவான்.”

“அவன் வீக் ஆயிட்டானா?’

“இல்லே... வீக் ஆகல. பலமான ஆம்பிளையாத்தான் வளந்தான். ஆனா அவன் வயசுப் பசங்களோ மத்த ஆண் ராட்சசங்களோ அவனை ஒரு ஆம்பிளையாவே ஏத்துக்கலே. சாகபட்சிணின்னு ரொம்ப வெறுப்பேத்தினாங்க”

“கிண்டல் பண்ணினவங்களை அவன் அடிச்சானா?”

“பொறுத்துதான் போனான். பத்துப் பதினைஞ்சு பேரை அவன் எப்படி அடிக்க முடியும்? அடிக்க ஆரம்பிச்சா அவன் நூத்துக்கும் மேலே கிண்டல் பண்ணினவங்களை அடிச்சாகணுமே.”

“அப்டினா கிண்டல் நிக்கவே நின்னிருக்காதே?”

“ஆமாம். அதனாலே அவன் எப்பவுமே தனியாவே இருக்க ஆரம்பிச்சான். ஒதுங்கி ஒதுங்கித் தனியா சுத்தினான்.”

“பாவம் அவன்.”

“ஆனா அவன் நிலமை அதைவிடப் பாவமா ஆனது.”

“எப்படி?”

“அவன மாதிரியே கலியாண வயசிலே இருந்த ஒரு ராட்சசப் பொண்ணும் அவனும் பழக ஆரம்பிச்சாங்க. அவங்க ரெண்டு பேரோட அப்பா அம்மா அவங்க ரெண்டு பேருக்கும் கலியாணம் செஞ்சு வெச்சாங்க.”

“ரொம்பப் பாவம்னியே. கலியாணம்தானே ஆச்சு.”

“அவசரப்படாதே சிந்துஜா. அவனோட பொண்டாட்டிக் கிட்டே இருந்துதான் பிரச்சினை ஆரம்பிச்சிது”

“என்ன பிராப்ளம்?”

“நீ இனிமே அசைவம் சாப்பிட்டே ஆகணும்னு அவ கட்டாயப்படுத்தினா.”

“அவனுக்கு அது பிடிக்காதே?”

“என்ன பண்றது? அவ தினமும் கட்டாயப்படுத்தவே அவனும் சாப்பிட ஆரம்பிச்சான்.”

“அப்புறம்?”

“ஒரு வருஷத்திலே அவனுக்கு அசைவம் பழக்கமா ஆயிடுச்சு. ஆனா அவ இன்னொரு கட்டாயமும் பண்ணினா.”

“என்ன அது?”

“இனிமே யாராவது கிண்டல் பண்ணினா அவனை அடின்னா.”

“அஜய் எல்லாரையும் அடிச்சானா?’

“இல்லே. தயங்கித் தயங்கி ஒதுங்கினான்.”

“அடப் பாவமே. அவங்க கிண்டல் அதிகமாச்சா?”

“ஆமாம். ஒருநாள் அவனோட மனைவி எதிர்க்கவே கண்டபடி கிண்டல் பண்ணினாங்க. அவ அஜய் முன்னாடிப் போய் நின்னு நீ இவங்களை அடிக்கறியா? நான் அடிக்கட்டான்னா? அப்போ அவன் என்ன பண்ணினான் தெரியுமா?

“என்ன?” சிந்து சற்றே பதட்டமானாள்.

“ஒரு பெரிய கல்லை எடுத்து வீசினான். எல்லாரும் ஓடினாங்க. ஆனால் ஒருத்தன் தலை மேலே அது விழுந்து மண்டையே சிதறி ரத்தம் பீச்சி அடிச்சிது. அதை அப்பிடியே உறிஞ்சிக் குடிச்சு இன்னொரு கல்லை எடுத்துக்கிட்டு துரத்திக்கிட்டே ஓடினான். எல்லோரும் எங்கேயோ ஓடி ஒளிஞ்சிக்கிட்டாங்க. அவன் அந்தக் கல்லை மேலே வீசி எறிஞ்சான். அது தரைமேலே பெரிய சத்தத்தோட விழுந்துது. அதைவிடச் சத்தமா காடே அதிர்ந்து போற மாதிரி அவன் கடகடவென ஒரு வெறிச் சிரிப்பு சிரிச்சான்.”

“அதுக்கப்பறம்?”

“அதுக்கப்பறம் யாருமே அவனைக் கிண்டல் பண்ணலே. அவனைப் பாத்தாலே கையெடுத்துக் கும்பிட்டாங்க” கதையை முடித்துக் கடிகாரம் மௌனமானது.

நீதிமன்றத்திலிருந்து மாலை திரும்பி வரும் வழியில் காரில் ‘பப்ளிக் பிராசிக்யூட்டர்’ ராமசாமி மௌனமாகவே வந்தார். பின் இருக்கையில் இருந்த மூன்று ‘ஜூனியர்’களும் சூழ்நிலையின் இறுக்கத்தை உணர்ந்து பேசாமல் வந்தார்கள். ஆணை, திட்டு அல்லது அறிவுரை எதுவுமே இல்லாத பயணம் ஒருவிதத்தில்

நிம்மதியாகவும் இருந்தது. சுரேஷ் தவிர மற்ற இருவரும் வழியில் ஒரு இரயில் நிறுத்தத்தில் இறங்கிக்கொண்டார்கள்.

வீடு வந்த உடன் காரிலிருந்து இறங்கிய ராமசாமி, மாடியிலுள்ள அலுவலகத்துக்கு வராமல் கருப்பு அங்கியைக் கழற்றிச் சுரேஷ் கையில் கொடுத்துவிட்டு வீட்டுக்குள் போய்விட்டார்.

சுரேஷ் மாடிக்கு வந்து ‘கேஸ்’ கட்டுக்களை அடுத்த முறை விசாரணைக்கு வரும் தேதி வாரியாக வரிசைப்படுத்தி அடுக்கி வைத்தான்.

கிளம்பும் முன் ‘பால்கனி’யிலிருந்து எலிப்பொறியின் கம்பிகளைக் கரண்டும் சத்தம் அவன் கவனத்தை ஈர்த்தது.

எலிப்பொறியை எடுத்துக்கொண்டு, மாடிப் படிகளில் இறங்கித், தெருவுக்கு வந்தான். ஒதுக்குப்புறமாக வந்து ஒரு குப்பைத் தொட்டி அருகே எலிப்பொறியின் மேற்புறம் இருக்கும் நீண்ட மெல்லிய கட்டையை அழுத்தப் பொறியின் கதவு திறந்து கொண்டது. வெளியே வந்ததும் அந்த எலி ஒரு பெரிய பெண் புலியானது. சுரேஷின் முக்கால் உயரத்துக்கு இருந்த அது நிமிர்ந்து உறுமியது. சுரேஷ் வந்த வழியில் ஓடி மறைந்தான். செல்லும் இடம் தெரிந்தது போல் புலி நிதானமாக நடந்து சென்றது.

ஆணிகள் உதிர்க்கும் கால்கள்

'டட் டட் டட் டட் டட்'

"யம்மோவ் . . ." பாலாஜிதான். இரும்புக் கிராதியை வீடே அதிரும்படி வேறு யார் தட்டுவார்? மரக்கதவைத் திறந்தாள். 'மெக்கானிக் ஷாப்' வேலை முடிந்து கிளம்பும்போதே சட்டையை மாற்றினாலும் அவன் மீது இன்னும் பெட்ரோல் வாடை.

"இவன் எங்கூட வேல பாக்குறான். சேகரு." இவனை விட ஓரிரு வயது குறைவாய் ஒரு சிறுவன் கூடவே உள்ளே நுழைந்தான். திடீரென, பாலாஜியின் கால், கைகளிலிருந்து பொலபொலவெனச் சிறு ஆணிகள், இரும்புத் துண்டுத் துகள்கள் உதிர ஒற்றை அறையில் பாதி இடம் இரும்புக் குப்பையானது. "என்னாடா இது. தெனமும் ரோதன. இத்தையெல்லாம் கடையிலேயே தட்டிட்டி வர மாட்டே?" என்றாள் கனகா.

"எத்தினி தபா உன் கைலே சொல்வாங்க? வூட்ட உட்டு வெளியிலே நவுந்தாலே காலும் கையும் மேக்னெட் ஆயிடுது. மறுபடி வூட்டுக்குள்ளே வரச்சொல்ல நார்மலாயிடுது."

"மேக்னெட்டுனா இன்னாடா?"

"காந்தம்மா. இரும்பையெல்லாம் இஸ்துக்கும்" சொல்லியபடியே கைகளை ஒன்றோடு ஒன்றாய்ச் சேர்த்துத் தட்டினான். மேலும் துகள்கள் உதிர்ந்தன. எம்பிக் குதித்தான். கத்தையாய்க் கால்களிலிருந்து திப்பித் திப்பியாய் இரும்புத் தூள்கள். "கடையில் இன்னா பேஜாரு தெரியுமா? ஸ்குரு டிரைவரு

ஸ்பானரு எல்லாமே வந்து ஒட்டிக்கிது. துணியைச் சுத்திக்கினு பைக் ரிப்பேரு பாக்குறேன்."

துடைப்பத்தால் கணிசமான இரும்புக் குப்பையைப் பெருக்கி அள்ளி நிமிர்வதற்குள், "யம்மா. கொஞ்ச நேரத்துல ரெண்டு பேருக்கும் சோறு வையி. இவனும் நானும் சினிமாப் போறோம்."

"மணி எட்டாவது. ரெண்டாம் ஆட்டமா?"

"ஆமா. சீக்கிரம் போடு. நீ டிவி பாருடா" என்று நண்பனை உபசரித்து மொட்டை மாடிக் குளியலறைக்கு விரைந்தான். கனகா வேலை பார்க்கும் வீட்டில் மீந்த பிரியாணி கொஞ்சம் தந்திருந்தார்கள். முழுவதும் இவனுக்குத் தரலாம் என்று ஆசைப் பட்டால், பங்குக்கு ஆளைக் கூட்டி வந்துவிட்டான். தோசையும் பிரியாணியுமாகத் தர முடிவு செய்தாள்.

'டட் டட் டட் டட் டட்'

கனகா புரண்டு படுத்தாள். தொடர்ந்து சத்தம் இல்லை. பக்கத்து வீட்டில் யாராவது தட்டுகிறார்களோ? இருளில் கையால் துழாவினாள். தரை, தலையணை. சற்றே இடது பக்கம் புரண்டு கையால் துழாவினாள். நாற்று நட்டது போல உச்சிக் கற்றை முடி, அரும்பு மீசை கையில் பட்டன. அவனேதான். தான் அவனை உள்ளே விட்டுத் தாழ் போட்டதும் நினைவுக்கு வந்தது. அவன் எப்போதும் கவனமாக வாசற்கதவைச் சார்த்தவே மாட்டான். முதலாளி நாலு நாள் லீவு கொடுத்து ஐந்நூறு ரூபாயும் கொடுத்தாராம். அப்படி என்ன அவர் வீட்டில் விசேஷம் என்றால் இவனுக்குச் சொல்லத் தெரியவில்லை. ஆம்பிளைப் பசங்களுக்கு வயது என்னவாயிருந்தாலும் எதையும் முழுசாக விசாரிக்கும் விவரமே இருப்பதில்லை.

ஏதோ நினைவுக்கு வந்தவளாய் அவன் முழங்காலுக்குக் கீழே தடவிப் பார்த்தாள். சடாரெனத் திரும்பிப் படுத்தான். மறுகாலின் பாதத்தை அழுத்திப் பார்த்தாள். நெளிந்தான். எலும்பும் சதையும்தான் தென்பட்டன. பதட்டம் குறைந்து நிம்மதியானாள்.

'டட் டட் டட் டட் டட்'

இப்போது ஊர்ஜிதமாகி விட்டது. கதவை இவள் வீட்டில்தான் தட்டுகிறார்கள். எழுந்து கூந்தலை முடிந்துகொண்டாள். மரக் கதவை மெலிதாகத் திறந்தாள். விடியற்காலையின் மெல்லிய வெளிச்சத்தில் யாரென்று சரியாகத் தெரியவில்லை.

“நாந்தாண்டி கனகா. எம்மா நேரமாத் தட்டுறது? ஆசுபத்திரியிலே டோக்கனு வாங்கத் தேவல?” பக்கத்துத் தெரு விமலா. அவள் மகன் சுந்தர் முன்பு பாலாஜியின் வகுப்புத் தோழன். இப்போது அவன் மட்டும் பத்தாம் வகுப்புப் படிக்கிறான்.

“உள்ளே வா விமலா. காப்பி போடுறேன்.”

“டைம் வேஸ்ட் பண்ணாதே கனகு . . . சைக்கிள்காரன் நமக்கு மின்னாடியே டீயோட தருமாஸ்பத்திரி க்யூவாண்டே ரெடியா நிப்பான். நீ கிளம்பு. மல்லி வாராளான்னு பாக்குறேன்.”

மல்லிகா என்றதும் திடுக்கென்றிருந்தது. “உன் சக்காளத்தி நல்லாப் பூசிட்டாக்கா. அன்னிக்கி மீனு வாங்குறப்போ பாத்தேன். தலையில பூவோட உம் புருஷங்கூட வந்திருந்தா” என்று நாலு பேர் எதிரே பேசி ஒருநாள் மானத்தை வாங்கி விட்டாள்.

“ரெடியா?” விமலா மீண்டும் குரல் கொடுத்தாள். “சாயங்காலமாச்சினா காச்சக் காயிதுன்றே. கிளம்புடி சீக்கிரம்.”

பல் துலக்கும்போதே இன்று டோக்கன் வாங்கி வர ஒன்பது மணியாகிவிடும் என்பது நினைவுக்கு வந்தது. பகல் பதினோரு மணிக்குப் போனால் ஒரு மணியாகிவிடும் டாக்டரம்மாவைப் பார்த்து மருந்து வாங்கி வர. நாளை போய் நின்றால் இரண்டு வீட்டு எஜமானிகளும் முகத்தைச் சுளிப்பார்கள். இன்றே செல்லில் ‘எத்தனை லீவும்மா உனக்கு’ என்று எரிச்சல் படுவார்கள். ஜுரம் வரத் தொடங்கும்முன் மூன்று வீடுகளில் வேலை செய்தவள்தான்.

வெளியே வந்து வீட்டை உட்பக்கமாகப் பூட்டும்போது குசுகுசுவென்று விமலாவும் மல்லிகாவும் ஏதோ பேசிக் கொண்டிருப்பது கேட்டது. இறங்கியபோது விமலா, “இவளுக்கு வாத்தியாரு யாருன்னு தெரியாமப் போனா ஒண்ணுமில்லே. பையனும் அப்பங்காரன் போல அழுத்தக்காரனின்னு தெரிலே.”

“என்ன வாத்தியாரு? என்ன அழுத்தக்காரன்?”

“உம் மவனைப் பத்தியும் அந்தத் தமிளு வாத்தியாரப் பத்தியிந்தான் பேசுறோம்.”

“பாலாஜிதான் இப்போ ஸ்கூலுக்கே போவுலியே?”

கொல்லென்று சிரித்தார்கள் இருவரும். “இதாங்க்கா, உங்கிட்டே புடிச்சதே. வெகுளி நீ” மல்லிகா போட்ட புதிர் கனகாவுக்கு எரிச்சலூட்டியது.

வெளிக்காட்டிக் கொள்ளாமல் மௌனமாய் நடந்தாள். “முதல்லே அந்த வாத்தியார இவுளுக்குக் காட்டிடுவோம்.

ஆஸ்பத்திரியாண்டயேதானே கீது கார்பரேசன் ஸ்கூலு” என்றாள் விமலா உற்சாகமாய்.

“அவுங்க வூட்டுல வேல பாக்குறாளே வெண்ணிலா அவ கிட்டே இந்த மாசம் வாத்தியாரு சம்சாரம் எத்தினி புடவை வாங்கினான்னு தெரியும்.”

“உனக்கு என்னடி பொறாமை. அவளுந்தான் இங்கிலீஸ் ஸ்கூல்ல வாத்தியாயிருக்கா” என்றாள் விமலா பதிலுக்கு.

இரு சக்கர வாகனக் கடையின் சொந்தக்காரர் மற்றும் தலைமை ‘மெக்கானிக்’ ஜெயராஜ் “உங்களுக்காகத்தான் சார் வெயிட்டிங். சீக்கிரம் வந்து வண்டியை எடுத்துக்கங்க. இல்ல சார், கடையை இடம் மாத்துற மாதிரி ஒரு ப்ளான். அதான் இன்னிக்கே கடையத் திறக்கல. நீங்க சாயங்காலம் வந்தா வசதிப்படாது. ஒரு அவர்ல வந்துடுங்க” என்று வாடிக்கையாளருடன் கைப்பேசியில் உரையாடலை முடித்தான்.

“இன்னிக்கி மறுபடியும் ஓட்டல்காரன் கடையைத் திறந்துட்டான்பா. லாயர வெச்சிப் பாத்துக்கறேங்கறான்” பக்கத்துக்கடை நாடார் பேச்சுக் கொடுத்தார். “இல்ல நாடாரு, ஓட்டல் மாதிரி வேலை இல்ல இது. பசங்களுக்கு வேலை பளகணும். வேலை நேரம் ஜாஸ்தி, அக்கம்பக்கத்துக்குப் பசங்கதான் சரிப்படுவானுங்க. எங்க வீட்டுக் கிட்டே இடம் பாத்துக்கிட்டும் இருக்கேன்.”

“மெயின் ஏரியாப்பா இது.”

“உங்களுக்குத் தெரியாததா நாடாரே. அந்த வாத்தியாரு இந்தப் பக்கந்தான் போய்ட்டு வந்திக்கிட்டு இருக்காரு.”

அன்று தமிழ் வகுப்புக்கள் குறைவு. ஓய்வு வேளையில் மூன்று தமிழ்ச் செய்தித்தாள்களில் ஒன்றைத் தேர்ந்தெடுத்துக் கையில் எடுத்தார் ஆசிரியர் முத்துசாமி. உடனே அவரது உயரம் பத்தடியானது. அமர்ந்திருந்த நாற்காலி அவரை இருத்த முடியாது நழுவி நகர்ந்தது. நின்றபடியே படித்தவர், முடித்ததும் நாளேட்டைத் தொப்பென்று கீழே போடப் பழைய உயரம் திரும்பியது. அமர்ந்தவர் கைப்பைக்குள் தேடிக் ‘கண்ணதாசனின் பாடல்களில் தத்துவம்’ என்ற நூலைக் கையிலெடுத்தார். மறுபடி பத்தடியானவர் நின்றபடியே படித்தார். பள்ளியின் நாளிறுதி மணி அடித்தபின் புத்தகத்தைக் கீழே போட்டுப் பழைய வடிவமாகிப் படித்தவற்றைப் பையில் அடைத்துக் கிளம்பினார்.

“இங்கே பாருடா… ஒரே கடை வாசலிலே மூணு பாட்டில்” முகம் மலர சதீஷ் ‘ஷட்டர்’ மூடியிருந்த கடையின் வாசல்

மேடையில் கிடந்த மூன்று பெரிய காலி போத்தல்களை முதுகுப் பையினுள் திணித்தான். பக்கத்திலேயே கிடந்த கசங்கிய 'பிளாஸ்டிக்' கோப்பைகளையும் 'வாட்டர் பாக்கெட்'டுக்களையும் எடுக்கவில்லை. சதீஷின் மிதி வண்டிப் பின் இருக்கையில் இன்னும் பத்துப் பதினைந்து நாளேடுகளே மீதமிருந்தன. பாலாஜி அதைக் கையிலெடுத்துக்கொண்டு சதீஷ் சைக்கிளை மிதித்த பின் தாவி ஏறிக்கொண்டான். "ஒரு பாட்டிலுக்கு எவ்வளது தர்றாங்கடா?"

"ஒரு ரூபா. ஒரு நாளைக்கி எப்பிடியும் முப்பது தேறும். ஞாயித்திக் கிளமை, திங்கக் கிளமையின்னா மாதம் ஐம்பது அறுபது ரூபா கூடக் கிடைக்கும்."

"ஸ்கூலுக்கு டைத்துக்குப் போயிருவியா?"

"எங்கடா ஸ்கூலுக்குப் போவுறது. நாலு மணிக்கி எந்திரிச்சு பஸ்ஸ்டாண்டுக்கிட்டே போயி எல்லாப் பேப்பர் கட்டையும் இறக்கணும். மெயினு சப்ளிமெண்ட் ஃப்ரீ எதாவது இருந்தா அது அத்தனையையும் ஒவ்வொரு பேப்பருலே அடுக்கி முடிச்சி ஏஜெண்டு எண்ணித் தர்றதுக்கே ஆறு மணியாயிடும். ஆறரை மணிலேயிருந்து ஏளு மணிக்குளே எந்த மாடியிலே இருந்தாலும் எல்லா வூட்டுக்கும் பேப்பர் போட்டே ஆவணும். இல்லேயின்னா பேப்பர் ஆபிஸுக்கே கம்ப்ளெயிண்ட் போயி ஏஜெண்ட் டென்ஷன் ஆயிருவாரு. அதனால தான் பேப்பர் போட வேண்டியதப் போட்டுட்டுதான் இதையெல்லாம் பொறுக்குவேன். ஆனா இது மூணும் பெரிய பாட்டில். சின்னதுக்கு ஐம்பது பைசாதான் கிடைக்கும். அதான் இப்பமே எடுத்தேன். இதையெல்லாம் பழைய பேப்பர் கடையில போட்டு வூட்டுக்குப் போவுறதுக்கு மணி பதினொண்ணாயிரும்."

"அப்புறம் நாள் புல்லா என்னடா பண்ணுவே?"

"மத்தியானம் சாப்பிட்டுத் தூங்கிடுவேன். எளுந்து கொஞ்ச நேரம் செல்லுல கேம்ஸ் விளையாடுவேன். அஞ்சு மணிக்கி மேலே கொளத்தாண்ட தட்டு வண்டிக் கடைக்கி வேலைக்கிப் போவேண்டா. ஆம்லேட்டு, சாட் அயிட்டமெல்லாம் போடுவாங்க"

"பிளேட்டை களுவணுமா?"

"பிளாஸ்டிக் பேப்பரைத் தட்டுமேலே சுத்தி வெக்கணும். கஸ்டமரு சாப்பிட்ட பிறகு பேப்பரை எடுத்திட்டு வேறே பேப்பர் வெக்கணும். பத்துல ஒண்ணோ ரெண்டோதான் களுவர மாதிரி வரும்."

“எவ்ளோ சம்பளம்டா?”

“ஒரு நாளைக்கி அம்பது. உனக்கு மெக்கானிக்கு எவ்ளோ கொடுத்தாரு.”

“மாசம் மூவாயிரண்டா”

“ஆனா அடிப்பாரில்லே”

“அடிச்சாலும் தொளிலு கத்துக்கலாம்டா. பெரியவனானா சொந்தமா தொளிலு செய்யலாம். பஸ்ஸ்டாண்டுக் கிட்டே ஒரு ஸ்கூட்டர் மேலே டூல்ஸ் வெச்சிக்கிட்டே நிக்கிறாரே. அவருக்கு ஒரு நாள் வருமானம் என்னன்னு தெரியுமாடா?”

“எவ்ளோ?”

“ஆயிரண்டா. அவரே ஒரு தபா சொன்னாரு. அதான் நான் பேப்பர் போடறதுக்கு வர்ற யோசிக்கிறேன்.”

“இப்போதிக்கி வா. சைக்கிள் எங்க அக்காதே போதும்.”

“கொஞ்ச நாளைக்கி வருவேன். ஆனா வேற மெக்கானிக் வேலை கெடச்சாப் போயிருவேண்டா.”

காலை ஆறு மணி. முத்துசாமி தமது இரு சக்கர வாகனத்தை விட்டு இறங்கி ‘ஸ்டேண்ட்’ போட்டு முடிப்பதற்குள் ஒரு சேரிப் பெண் அவரது சட்டையைப் பிடித்து, “ஏய் வாத்தி ... ஸ்கூல்ல பாடம் எடுக்கறதோட நிறுத்து. பசங்க வவுத்தக் களுவ வேலைக்கிப் போனா அத்த ஏன்யா கெடுக்கற? எங்க வவுத்துல மண்ண அள்ளிப் போடுற.”

“அம்மா நீங்க யாரு? ஏன் தகறாரு பண்ணுறீங்க?” கருப்பாய் ஒடிசலாய்க் கலங்கிய விழிகளாலானவளைப் பார்த்துக் கேட்டார்.

“யோவ்... இந்தத் தெருவுல எந்தப் பையன் என்ன வேலை பாத்தா உனக்கென்ன?” கனகா சட்டையை விடவில்லை.

“யம்மா ... என்ன கலாட்டாப் பண்றே கடையாண்ட?”

‘பேப்பர்’ கடைக்காரர் எட்டிப் பார்த்தார்.

“ஏய், கடைக்குள்ளேயே இரு. இறங்கினே மரியாதை கெட்டுப் போயிரும்” என்றபடியே சட்டையைப் பிடித்த கையாலேயே முத்துசாமியைப் பின்னே தள்ளினாள். எதிர்பார்க்காததால் அவர் சுதாரிக்க முடியாமல் கீழே விழுந்தார். “மவ்னே மறுபடி பேனா எடுத்துப் பெட்டிசனு கொடுத்தே. ஊட்டாண்டே வந்து உன் பொண்டாட்டிய நாறடிச்சிறுவேன்.”

“வாக்கா போவலாம். இதுபோதும் இவனுக்கு” மல்லிகா அவள் கையைப் பிடித்து இழுத்தாள்.

“விடுறி மல்லி, சொகுசா கவர்மண்டு சம்பளம் வாங்கினா ஏளங்களைப் பாத்தா இளப்பமாப் போயிருது. சோமாறிங்க” செருப்பைக் கையிலெடுத்தபடி, “இன்னொரு தபா எதினாச்சும் எளுதிப் போட்டே. அம்மாளே செருப்படி தாண்டா” செருப்பைத் தூர வீசிவிட்டு மற்றொரு செருப்பை உதறிவிட்டு அழுதபடியே வெறும் காலுடன் நடந்தாள்.

மல்லிகா திரும்பி, “வாத்தி... எங்க ஜனம் எல்லாம் வந்திச்சி... நீயும் உம் பொண்டாட்டியும் ஊரை உட்டே ஓடிருவீங்க” எச்சரித்துவிட்டுக் கனகாவின் தோளைப் பற்றியபடி நகர்ந்தாள்.

கோயில் வாசலில் பூ விற்பவள், செய்தித்தாள் வாங்க வந்த லுங்கி–பேண்ட்–வெள்ளைச் சட்டை – டீ சர்ட், டீக்கடைக்காரர், பேப்பர் போடும் பையன்கள், தெருப் பெருக்கும் ஆயாக்கள் எனப் பெரிய கூட்டமே கூடிவிட்டது.

முத்துசாமி சுதாரித்து எழுந்தார். சட்டையெல்லாம் அப்பி யிருந்த தெருப்புழுதி அவர் தட்டியும் போகவில்லை. எதுவுமே நடக்காதது போலக் கடைக்குள் சென்றார். கடைக்காரர் வழக்க மாக அவர் வாங்கும் மூன்று தமிழ் நாளிதழ்களைக் கொடுத்துக் காசு வாங்கிக்கொண்டார்.

வீதியில் இறங்கிய முத்துசாமி வண்டியின் மீது இரண்டு நாளேடுகளை வைத்து மூன்றாவதைப் பிரிக்கும்போதே கையில் அச்சுப் பிரதி என்ற எச்சரிக்கை உள்ளே மணி அடித்தது. உயரம் நீண்டு சில நொடிகளில் பத்தடி ஆகிவிடும். கடையை ஒட்டிய விளக்குக் கம்பத்தில் உள்ள ஒயர்களில் இடிக்காமலிருக்கச் சட்டென நகர்ந்தார். தொடர்ந்து பெரிய செய்திகளை வாசித்தார். நிமிடங்கள் கடந்தும் உயரம் மட்டும் மாறவே இல்லை.

❍

ஒரு பிடி மண்

சைக்கிளை 'வேகுவேகு'வென மிதித்து, வியர்த்து வீட்டை அடைந்தான் பாபு. இரும்புக் கிராதிக் கதவை ஓசைப்படாமல் ஒருக்களித்துத் திறந்து உள்ளே நுழையும்போது, சைக்கிளை மறிப்பதுபோல இரு சக்கர வாகனம் ஒன்று வீட்டின் முன் பக்க முற்றத்தில் நின்றிருந்தது. செந்நிறமான அது இதுவரை வீட்டுக்கு வராதது. வீட்டுக்கு வரும் அப்பாவின் நண்பர்கள் அக்காவின் தோழிகள், சித்தப்பா என அனைவரின் வண்டியின் மாதிரியும் நிறமும் பாபுவுக்கு அத்துப்படி. வீட்டில் ஆள் இருப்பது ஓர் ஆசுவாசம்தான்.

வீட்டில் மற்றவர்கள் இருந்தால், அப்பா பெரிதாக எதையும் ஆரம்பிக்க மாட்டார். சைக்கிளை வீட்டின் பக்கவாட்டில் அப்பா அறை ஜன்னலுக்குக் கீழே நிறுத்தும்போதே, அப்பா அறையில் விளக்கு இல்லை என்பது தெரிந்தது. ஏழுமணி செய்தியின் சத்தமும் ஹாலில் இருந்து கேட்கவில்லை. ஹாலில் விளக்கெரிவது மங்கலாக அறை வழியே தெரிந்தது. சைக்கிளின் பின்னிருக்கையின் மேலிருந்த காற்பந்தைக் கீழே விழாமல் கவனமாகக் கையில் எடுத்துக்கொண்டான். விழும் சத்தம் அடங்கும் முன் "ட்யூஷன் போனியா ... இல்லே நேரே கிரவுண்டுலே விளையாடப் போனியா?" என்று அப்பா ஆரம்பித்து விடுவார்.

சைக்கிளைப் பூட்டிச் சாவியை முதுகுப் பைக்குள் போட்டான். செருப்பைக் கழற்றும்போது வீட்டின் பிரதான மரக்கதவின் மீதுள்ள நிலையின்

மையப்பகுதில் கருப்பு வண்ண முகம் ஒன்று தகட்டின் மீது வரையப்பட்டது தென்பட்டது. ஒரு செப்புத் தகட்டின் மீது அம்முகம் வரையப்பட்டிருந்தது. உதடுகளின் இரு ஓரங்களிலும் கூர்மையான பற்கள் வெளியே நீண்டிருந்தன. சணல் போன்ற பிசிறுள்ள தடிமக் கயிறுகள் துண்டுகளாக அதைச் சுற்றித் தொங்கிக்கொண்டிருந்தன.

கதவை வழக்கம்போலத் தபதபவெனத் தட்டினான். அக்காதான் சிறிதாகத் திறந்து எட்டிப் பார்ப்பது போலத் தலையை நீட்டினாள். "வாடா. நேரா ரூமுக்கு வா."

இந்தத் திடீர் கரிசனம் வித்தியாசமாகத் தெரிந்தது. வழக்கமாக அவள் அப்பா கத்தியதும் தூபம் போட்டு அறைக்குள் போவாள். ஹாலில் நெற்றி நிறைய விபூதி நடுவில் குங்குமமுமாய் ஒடிசலாய் ஒருவர் காவி வேட்டி வெள்ளைச் சட்டையில் பிளாஸ்டிக் நாற்காலி மீது உட்கார்ந்திருந்தார். எதிரே சோபாவில் அப்பாவும் அம்மாவும் கவனமாக அவர் பேசுவதைக் கேட்டுக் கொண்டிருந்தார்கள்.

"ஹோமம் வளர்க்கும்போது வைக்கிறது எல்லாமே படையல் தான். ஹோமத்துக்குள்ளே போடறது மட்டுந்தான் ஆகுதி. நாம் படையலா வைக்கிறவை நம்முடைய சிரத்தையைக் காட்டும். அதிலேதான் நிவர்த்திக்கானதையெல்லாம் வைக்கணும். மாந்திரிக ஹோமத்திலே படையலா வைக்கப்படற விஷயங்களை ஆவாஹனமா நாம் வரவழைக்கிற சக்திக்கு ஒரு சமிக்ஞையாக் கொடுக்கறோம். வீட்டுக்கு வெளியிலே ஈசானிய மூலையிலே ஒரு கொட்டகை போட்டாப் போதும்."

ஹாலைத் தாண்டி, அறைக்குள் நுழைந்து, அக்கா கதவைச் சார்த்தும் முன் இவ்வளவுதான் கேட்க முடிந்தது. அவனுடைய கட்டிலின் மீது புத்தகங்கள், கால்சராய், கணிப்பொறியில் இணைத்து விளையாடும் கருப்பு நிற மின்னணு சாதனம் அனைத்தும் வழக்கம் போலவே கிடந்தன. அக்கா ஒன்றுமே சொல்லவில்லை.

"முகத்தைக் கழுவிக்கிட்டு வா. நான் டிபன் தர்றேன்." கடுப்பானான் பாபு. "நீ எதுக்கு? அம்மாவைக் கூப்புடுறேன்." "நில்லுடா" அவன் கையைப் பிடித்துக்கொண்டாள். "அம்மா அப்பாவெல்லாம் ஒரு பூசை போடறதப்பத்திப் பேசிக்கிட்டு இருக்காங்க. குளிச்சிடுடா. வேர்வை நாறுது".

அக்காவின் படுக்கை மீது "உங்கள் சின்னம்" என்று பச்சைக் கிளிப்படம் வரையப்பட்ட அச்சடித்த சதுரவடிவ சிறிய காகிதங்கள் கட்டுக் கட்டாக இருந்தன. அப்பாவின் பெயரும்

படமும் போட்ட பெரிய வடிவக் காகிதங்கள் தனிக்கட்டுகளாக இருந்தன. அப்பா படம் போட்ட ஒரு சீட்டை எடுத்துப் பார்த்தான். "கட்டைக் கலைச்சிடாதேடா. அப்பா திட்டுவாரு"

மரங்களின் சம்பாஷணை தீவிரமாயிருந்தது... "இந்த வேப்ப மரம் பலா, வாதா மரம் எல்லாமே நான் பார்த்து வளர்ந்த குழந்தைங்க" என்று தொடர்ந்தது புளிய மரம். "இவங்களுக்கு இந்த ஊரு பத்தியோ மனுஷங்க பத்தியோ என்ன தெரியும்?"

ஒரே வடிவமான மெல்லிய சிறிய மரக்கிளையின் காம்புகள் மற்றும் பட்டைகளில் மெலிதானவையாகத் தேர்ந்தெடுத்துக் கூட்டை உருவாக்கிக்கொண்டிருந்த பெண் கிளியிடம், "புளிய மரம் சொல்லுறாரே கவனமாக் கேப்போம். அப்புறம் கூடு கட்டலாம்"என்றது ஆண் கிளி. "கேட்டுகிட்டே வேலை நடக்கும். குஞ்சு பொறிக்கிற காலம் நெருங்கிக் கிட்டே இருக்கு."

"நீங்க சொல்ற ராஜா எங்கே இருந்தாரு?" பவ்யமாக ஆண் கிளி கேட்டது.

"உன்னை மாதிரி பறவைதான் சொல்லணும். ஒரு மணிக்கூண்டும் பெரிய பங்களாவும் பக்கத்துப் பக்கத்துலே இருந்துதாமே."

"மணிக்கூண்டு தெரியும் தாத்தா... ஆனா பெரிய பங்களானு எதுவும் இல்லியே... அடுக்கு மாடிக் கட்டிடம் தானே இருக்கு."

"இந்த ஊருக்கு மணிக்கூண்டு ஒண்ணுதான். அடுக்கு மாடிக் கட்டிடம் அந்தப் பங்களா இருந்த இடத்திலே வந்திருக்கும்."

"ஏன் தாத்தா, அப்போ அந்த ராஜா அங்கே தான் இருந்தாரா?"

"புறாக்கள் சொல்லித்தான் தெரியும்... அவரு அங்கேதான் இருந்தாரு... ஜெமீந்தாரு... ஊரு ஜனங்க அவரை ராஜான்னு சொல்லிக் கும்பிடுவாங்க."

"அவரு கிளிங்கள வளத்தாரா?"

"எல்லா இனத்தையும் வளர்த்தாரு. கிளி, நாய், பூனை, குதிரை, பசு, எருமை."

"இதுக்குள்ளே எதப் பத்தி கதை சொல்லப் போறீங்க?"

"இதுல எதப் பத்தியுமில்லே. அவரு ஒரு மவனை வளர்த்தாரு."

வீட்டின் பின்னே மூங்கில்களை நட்டு பந்தல் போடுவதைப் பாபு வேடிக்கைப் பார்த்துக்கொண்டிருந்தபோது அக்கா அவனைக் கூப்பிட்டாள். அறைக்கு அழைத்துப் போனாள்.

“டேய் இது மேலே ஏறி நட.” ஒரு மிதியடியைக் காட்டினாள். ‘நல்வரவு’ என்று பச்சை நிறத்தில் எழுத்துக்கள் பின்னப்பட்ட தென்னை நாராலான மிதியடி அது. மிகவும் மொத்தமாகப் பெரிதாக இருந்தது. “புதுசா இருக்கு? நம்ம ரூமுக்கா?”

“இல்லடா ... ஸ்கூலுக்கு.”

“ஸ்கூலுக்கு எதுக்கு நீ வாங்கறே?”

“மொதல்லே ஏறி நில்லுடா” அவன் ஏறும்போது மிதியடி ஏறுமாறாக இருப்பதாகப் பட்டது. கீழே ஏதோ உருளுவதுபோல, மிதியடி முன்பக்கம் நகர்ந்தது.

“ஏய் இதுக்குக் கீழே என்ன இருக்கு?” என்ற அவனின் பேச்சைக் கவனிக்காமல் மேஜைக்குக் கீழே பார்த்தபடி “சுத்துது... ஹாய் சுத்துது “ என்று கைத்தட்டினாள்.

பாபுவும் குனிந்து பார்த்தான். சக்கரம் சுற்றவில்லை. ‘இப்போ ஏன் சுத்தல?” “இப்போப் பாரு” அவள் அந்த மிதியடி மீது நடந்தாள். சக்கரம் சுற்றியது.

“ஆமா... எப்படிச் செஞ்சே?” அவள் மிதியடியை நீக்கினாள். அதன் கீழ் மெலிதாய் வரிசையாய் பல இரும்பு உருளைகள். பக்கவாட்டில் இருந்த இரும்புச் சட்டங்களுடன் அவை சைக்கிள் சக்கரமும் பட்டையும் பிணைக்கப்படும் விதத்தில் இணைந் திருந்தன. மேஜைக்குக் கீழே இருந்த சிறிய இரும்புச் சக்கரத்தின் கீழ்ப்பக்கம் ஒரு சிறிய இரும்புப் பட்டை அந்த உருளைகள் உருளும்போது மேலும் கீழுமாக நகர அதனுடன் இணைந்த சக்கரம் சுற்றியது.

“எதுக்கு இது?” “ஸ்கூல்லே சையின்ஸ் எக்ஸிபிஷன் வரும். ஜனங்க நுழையும்போது இந்த சக்கரம் ரொம்ப வேகமா சுத்தும். அப்போ இதைச் சுத்தி ஒரு மேக்னேட் வரும். அதனால கரண்ட் வந்து ஒரு பல்பு எரியும்”.

பாபு அவளை நகரச் சொல்லிவிட்டு மிதியடி மீது ஏறி இறங்கியபடி குனிந்து சக்கரம் சுற்றுவதைப் பார்த்து மகிழ்ந்தான்.

இப்போது பெண் கிளிக்கும் கதை கேட்பதில் ஆர்வம் வந்து விட்டது.

“அவன் பேரென்ன?” பெண் கிளி கூட்டை அமைத்தபடியே கேட்டது.

“இளவரசன்னு வெச்சுக்குவோமே.” புளியமரம் தொடர்ந்தது. “அவனுக்குக் காடு மலையெல்லாம் சுத்தறதுலே இஷ்டம்.”

"நம்ம ஊருக்கிட்டே எந்த மலை?" ஆண் கிளி கேட்டது.

"பெருமா மலையினுதான் புறாக்கள் சொல்லிச்சு. அப்படி அவன் போகும்போது கூடவே காவலாளிகளும் அவன் பாதுகாப்புக்காகப் போவாங்க."

"இல்லியா பின்னே? ராஜா வீட்டுப் பிள்ளையாச்சே."

கூட்டின் அடிப்பகுதி உருவாகியிருந்தது. சீழ்க்கையுடன் பெண் கிளி பறந்ததும் புளியமரம் கதையை நிறுத்தியது. சில நொடிகளிலேயே பெண் கிளி, நான்கைந்து கிளிகளுடன் அந்தக் கூட்டினுள் இறங்கியது.

சடசடவென அறையின் ஜன்னல்களைப் பாபு அடைத்தான். "என்னக்கா இது... இவ்ளோ புகை போடறாங்க..."

"அப்பிடியெல்லாம் பேசக் கூடாதுடா. பூஜை அது..."

"நான் விளையாடப் போறேன்."

"போவக் கூடாது... பூஜை முடிஞ்சதும் நாம கும்பிடப் போணும்..."

"நேத்திக்கும் பூஜை போட்டாங்க... ஸ்கூல் போனதாலே புகையிலேயிருந்து தப்பிச்சோம்... எப்பதான் முடியும் இது?"

"இன்னும் ரெண்டு நாளிலே. இப்படியெல்லாம் பேசக் கூடாதுடா" பாபு பதில் பேசாமல் வரவேற்பறைக்குச் சென்று தொலைக்காட்சியில் 'டபள்யூ டபள்யூ எஃப்' பார்க்கத் துவங்கினான்.

வாயில் மணி அடித்தது. கதவைத் திறந்த உடன் பாபு, "டெய்லர் டீச்சர் வந்திருக்காங்க" என்று அறிவித்துவிட்டுத் தொலைக்காட்சிக்கு முன் அமர்ந்தான்.

"வாங்க டீச்சர்" அக்கா வரவேற்றாள். "உட்காருங்க. எப்போ ஊரிலேயிருந்து வந்தீங்க?"

"ஒரு வாரம் ஆச்சிம்மா."

"நான் இந்த அஞ்சு வருஷமா மிஷின் கிட்டேயே போகல டீச்சர். உங்க மேரேஜுக்கு அப்புறம் சரியாச் சொல்லணும்னா."

"அதுக்கு வரலேம்மா... எதாவது பிளவுஸ் சூரிதாரு தெக்கணுமின்னா எங்கிட்டே குடுங்க."

"நிறைய நாள் இருப்பீங்களா?"

“நிரந்தரமாவே இருப்பேன்... தாலியை வித்துத்தான் புது மெஷின் வாங்கினேன். எம்பிராயிடரி எல்லாம் செய்யும் பெரிய மிஷின்...”

மாணவியின் புதிரான பார்வைக்குப் பதிலாக, “அவரு நல்லாத்தான் இருக்காரு...”

“உங்க பையன் எங்கே டீச்சர்?”

“ஓ.. நீ அவனைப் பாத்ததே இல்லைதானே. அவனுக்கு மூளை வளர்ச்சி குறைச்சல். அதனால அவன் வேண்டாதவனாப் போனான். அவனுக்காக நான் இங்கேயே வந்திட்டேன். அதான் அவனைக் கூட்டிக்கிட்டு வரலே.”

வாயிற்படியில் இறங்கினாள் “மறக்காதே... எந்தத் தையல் னாலும் எங்கிட்டேயே கொடு... அம்மா இல்லே?”

“பூஜையிலே இருக்காங்க.”

“அவங்க கிட்டேயும் சொல்லு,” விடைபெற்றாள்.

காகம் பெண் கிளியைக் கேட்டது “எதுக்கு எல்லாரையும் கூட்டிக்கிட்டு வந்து கூட்டிலே வைச்சுப் பாக்கறே?”

“பிற பறவைங்க விட்டுட்டுப் போன கூட்டிலே இருந்து நீ பழகிட்டே. கூடு நிறைய கிளிகளுக்கும் சேர்த்துத்தான் கட்டணும்” என்ற பெண் கிளி, “மேலே சொல்லுங்க அந்த இளவரசனுக்கு என்ன ஆச்சு?”

“இளவரசனுக்குக் காவலாளிங்க கூடவே வர்றது பிடிக்கலே... அவங்களுக்குச் செப்புக்காசு கொடுத்துக் காட்டோட எல்லை யிலேயே நிறுத்தி அவன் மட்டும் உள்ளே போயி சுத்தினான்.”

“காணாமப் போயிட்டானா?”

“மலைதானே. காணப்போக வாய்ப்பு ஏது? அவன் இறங்கிடுவான். சுத்திக்கிட்டே இருக்கிற காவலாளிங்க அவனைக் குதிரையிலே ஏத்தித் திருப்பிக் கூட்டிக்கிட்டு வருவாங்க.”

பிற கிளிகளும் உதவ கூடு வளர்ந்தது. “காட்டிலே விலங்கு களால அவன் தாக்கப்பட்டானா?”

“அதான் இல்லே. அவனை ஒரு பொண்ணு பாத்துது.”

“எந்த நாட்டு இளவரசி?”

“ராஜ குடும்பமெல்லாம் இல்லே... காட்டுவாசி. ரொம்ப அழகான பொண்ணு.”

“கருப்பா இல்லே இருந்திருக்கும்?” பெண் கிளி ஆர்வமாய்க் கேட்டது.

“கருப்புதான். ஆனா இளவரசனுக்கு அவளை ரொம்பப் பிடிச்சிட்டுத்து. அவளும் அவனைப் போலவே தன் இனத்துப் பெண்களை விட்டுட்டுத் தனியா வந்து அவனோட பழக ஆரம்பிச்சா.”

“காதல் கதையா?” புதிதாக வந்தமர்ந்த கிளிகளுள் ஒன்று கேட்டது.

“ஆமாம்.” புளிய மரம் தொடர்ந்தது. “அரண்மனைக்கு விஷயம் தெரிந்தது. ஜெமீந்தாரு கண்டிச்சாரு.”

“இளவரசன் அதை ஏத்துக்கிட்டானா?”

“அதானே இல்லை . . . ஆனா ஜெமீந்தாருக்கு அதைத் துண்டிக்கணும்னு தீவிரமான முடிவு. அதனால அவரு ஒரு திட்டம் போட்டாரு.”

“என்ன செஞ்சாரு?”

“வனவாசிகளுக்குத் தெரியாம அவளைக் காவலாளிகளை வெச்சிக் கொன்னுட்டாரு.”

“ஐய்யய்யோ . . . பிறகு?”

“அவளை வனத்திலேயே புதைச்சிட்டாங்க.”

“இளவரசன் என்ன ஆனாரு?”

“அவருக்கு விஷயம் தெரிஞ்சு அழுதாரு. அவ்ளோதான்.”

”வனவாசிகள் தேடலே?”

“விடுவாங்களா ..? தேடினாங்க... அவளுக்குப் பிரியமான நாய் மோப்பம் பிடிச்சுப் புதைச்ச இடத்தைத் தோண்டிக் காட்டிடிச்சு.”

“அவங்க கோபப்படலே?”

“வனவாசிங்களோட தலைவனுக்குக் கட்டுக்கடங்காத கோபம். ஊரிலே விசாரிச்சுக் கொலை செய்தது ஜெமீந்தாருதான்னு தெரிஞ்சிக்கிட்டான்.”

“பிறகு?”

“தன்னாலே அவங்களோட பெரிய சேனையை எதிர்த்துப் போரிட முடியாதுன்னு தெரியும். அதனால ஒரு சந்தர்ப்பத்துக் காகக் காத்திருந்தான்.”

பாபுவின் தந்தையின் கார் சுடுகாட்டுக்கு வெளியே தள்ளி நின்றிருந்தது. அவர் மனைவியுடன் காரிலேயே அமர்ந்திருந்தார். மந்திரவாதியும் வெட்டியானும் சுடுகாட்டுக்குப் பின்னாலிருந்த இடத்தை அடைந்தவுடன் நின்றனர்.

"ஏதோ மண்ணு இல்லே. நான் சொன்னது புரிஞ்சிதா?" மந்திரவாதி வினவினார்.

"நான் காட்டுறேன். சரியா இருந்தாப் பணம் குடுங்க" என்ற வெட்டியான் கடப்பாரையால் தரையைத் தட்டிக் கொண்டே சென்று ஒரு இடத்தில் நின்றார். மண்ணைக் கடப்பாரையால் லேசாகக் கிளறினார். ஒரு 'கிரானைட்' தட்டுத் தென்பட்டது. கடப்பாரையால் அதை நெம்பினார். கீழே ஈரமண். இடுப்பில் இருந்த சின்னஞ்சிறிய மண்வெட்டியால் சற்றே கிளற ரோஜா நிற 'ப்ராக்' தென்பட்டது. மேலும் கீழும் கையால் மண்ணை அளைந்தார். நிறைய தலைமுடி கையில் சிக்கியதும் அதன் கீழே இருந்த மண்ணை நீக்கினார். பெண் குழந்தையின் முகம் அழுகிக் கொண்டிருந்தது.

"பெண் குழந்தைதான் . . . நாந்தான் பொதைச்சேன்." கைக்குட்டையால் மூக்கை மூடியிருந்த மந்திரவாதி ஒரு பிளாஸ்டிக் பையை நீட்டினார்.

"சரியா ஒருபிடி மண் இதுக்குள்ளே போடு."

மண் கைக்கு வந்ததும் பணத்தை நீட்டினார். எண்ணிப்பார்த்த வெட்டியான்,

"என்னசாமி இவ்ளோ கம்மியா?"

"அடுத்த ட்ரிப்பு நிறையத் தர்றேன்" திரும்பிப் பார்க்காமல் மந்திரவாதி காரை நோக்கி நடந்தார்.

"அவன் பழி வாங்கினானா?" பெண் கிளி ஆர்வமாய்ப் புளிய மரத்திடம் கேட்டது.

"ஆமாம்.. ஜெமீந்தார் குறுமன்னரா இருந்த நாட்டை எதிர்த்துப் பெரிய போர் மூண்டது. மலைப்பகுதியிலே எதிரி நாட்டு வீரர்களுக்கு ஓய்வு எடுக்க இடம் தேவைப்பட்டது. மலைகளைத் தாண்டும்போது நாள் கணக்கில் போக வேண்டி இருக்கும். வழக்கமா எதிரி நாட்டுக்கு வனத்திலே இடம் தர மாட்டாங்க. ஆனா இந்த முறை அவங்களை நல்லா உபசரிச்ச வனவாசி ஒரே ஒரு கட்டாயத்தை முன் வெச்சான்."

"என்ன அது?"

"ஒரு சிற்பியை வெச்சு பலியான அந்தப் பெண் மாதிரியே ஒரு சிலையைச் செய்து தரணுமின்னான்?"

"ஏன் அவங்க தான செய்யணும்?"

"வனவாசிங்களுக்கு யாரும் எந்தக் கலையும் சொல்லித் தர மாட்டாங்க... அதனாலதான்."

"பிறகு?"

"அந்தப் போரிலே இந்த ஜெமீனோட இன்னும் பல பிரதேசங்களை எதிரிகள் பிடிச்சாங்க. படிப்படியா சாம்ராஜ்யமே தோத்து எதிரி ராஜா கிட்டே போயிடுச்சு."

"இப்போ அந்தச் சிலை எங்கே?"

"மலைக்கி மேலே அம்மன் கோயிலா இருக்காமே?"

"ஓ... காவத்தாயி கோயில் அது" என்றது பெண் கிளி.

"கதையைக் கேட்டுக்கிட்டே எவ்வளவு பெரிய கூடு கட்டிட்டேன் பாரு"

கூடு கிளிகளால் நிறைந்திருந்தது.

○

மான் கறி

சந்திரசேகர் 'அசோக் பில்லர்' நெருங்கும் போதே மேற்சென்று அலுவலகம் போக வேண்டாம் என்று முடிவெடுத்தான். பில்லருக்கு அருகிலுள்ள பூங்காவை ஒட்டி இரு சக்கர வாகனத்தை நிறுத்தினான். எதிரே டீக்கடையில் தேநீரை வாங்கி வெளியே நின்றபடி குடித்தான். கடைக்குள்ளே நிறையப் பேர் இருந்தனர். பூங்காவுக்குள் ஓரிரு வயதானவர்களின் நடைப்பயிற்சி தவிர நடமாட்டம் ஏதுமில்லை. கைப்பேசியில் ஏதோ ஒரு செய்தி வரும் சமிக்ஞை ஒலி. கால் சராயிலிருந்து அவன் அதை வெளியே எடுக்கவில்லை. மேனேஜரிடமிருந்து வந்த செய்தியோ என மனம் குறுகுறுத்தது.

தேநீரை முடித்துத் தனது வண்டியின் மீது அமர்ந்து கைப்பேசியில் வந்தது என்ன என்று சோதித்தான்.

"நண்பரே... 'இன்ஸ்டண்ட்' செயலியிலிருந்து சில பயனுள்ள ஆலோசனைகள் உங்களுக்காக. இந்த இணைப்பில் சொடுக்கவும்". ஒரு கணம் அந்த இணைப்பில் சொடுக்கினால் கைப்பேசியின் மென்பொருள் யாவும் கிருமித் தொற்றில் அழிந்து விடுமோ என்னும் அச்சம் எழுந்தது. அதற்கு முன் 'இன்ஸ்டண்ட்' என்று எந்தச் செயலியையும் அவன் தரவிறக்கியதுமில்லை. எப்படி அது உள்ளே வந்தது? முதலில் அந்தச் செயலியையே நீக்கிவிட்டால்? பிறகு ஆபத்தே இருக்காது.

'செட்டிங்க்ஸ் - ஆப்ஸ் - இன்ஸ்டண்ட்' தேடினான். அப்படி ஒரு செயலியே இல்லை.

பிறகு எப்படி இது செய்தி அனுப்புகிறது? 'நண்பரே. இது பயனுள்ள செயலியே... உங்கள் 'கைக்கருவி' பழுதாகாது. நம்பி இணைப்பில் சொடுக்குங்கள்' அடுத்த செய்தி உத்தரவாதம் தந்தது. கூகுளில் சென்று அந்தச் செயலி பற்றித் துழாவினான். மோசமானது என்று யாரும் குறிப்பிட்டிருக்கவில்லை. அந்தச் செயலி 'ஆண்டிராய்ட்' கைப்பேசிகளை எளிதாய் ஊடுருவி விவரங்களைத் தரும் நவீன செயலி என்று தெரிந்தது.

துணிந்து இணைப்பில் சொடுக்கினான். ஒலியும் வரிவடிவமு மாய் இருந்த அதன் அடுத்த செய்தி 'காலை வணக்கம் சந்திர சேகர். இன்று அலுவலகம் செல்லாமல் வழியிலேயே திசைமாறி நின்றுவிட்டீர்கள்'

எப்படி ஒரு செயலி இதையெல்லாம் கண்டுபிடிக்கிறது?

'உங்கள் வண்டி பழுதென்றால் 'ஒய்' வேறு காரணமென்றால் 'எஸ்' ஐ அழுத்துங்கள்? அவன் 'எஸ்'ஐ அழுத்தியதும் 'சில நொடிகள்' என்றது செயலி.

பிறகு அசோக் நகரில் போக்குவரத்து நெரிசல் எப்படி அருகிலுள்ள வங்கி எது மருத்துவமனை எது உணவகம் எது என்னும் தகவல்கள் வந்து விழுந்தன. விவரங்கள் வரிவடிவில் மட்டுமே வந்தன. அவை நின்றதும் மீண்டும் குரலும் எழுத்துமான செய்தி தொடர்ந்தது "நன்றி சந்திரசேகர். நேற்று இரவு உங்களுக்குப் போதுமான தூக்கம் இல்லை. பலமுறை 'வாட்ஸ் அப்', 'இன்ஸ்டாகிராம்' மற்றும் 'ஃபேஸ்புக்' ஆகியவற்றுள் உலாவினீர்கள். இன்று நீங்கள் பணியிடம் போக விரும்பவில்லை'. அவனுக்கு ஒரு கணத்தில் முகமெல்லாம் வியர்த்துவிட்டது.

'உங்கள் மேலாளரின் எண்ணைத் தொடர்ந்ததில் அவர் உங்களுக்கு அறிமுகமில்லாத ஓர் எண்ணில் யாருடனோ 'சாட்டிங்' கில் இருக்கிறார் என்பது தெரிந்தது. உங்கள் தேவையறிந்து மீண்டும் உரையாடுவோம். நன்றி"

இதே போல் 'மேனேஜரு'க்கும் தனது நடவடிக்கைகளை எடுத்துக் கொடுத்தால்? அவரது எண்ணை அழைத்தான். மூன்றுமுறை முயன்றும் பதிலில்லை. 'நேரடியாக ஃபீல்டுக்குப் போகிறேன்' என்று செய்தி கொடுத்தான். முதல் நாள் இரவே ஒரு 'கஸ்டமரி'டம் பேசியாகிவிட்டது. அவர் 'இன்றைக்கு ஊரிலிருக்க மாட்டேன்' என்றார். அவரைப் பார்த்ததாகச் சமாளிக்கலாம். வெப்பம் கடுமையாக மேலே இறங்கியது. வண்டியை இயக்கினான். ஜாபர்கான் பேட்டையில் புகுந்து 'ஜிஎஸ்டி' சாலையை அடைய அவனுக்குத் தெரியும். சிறிய சந்துகள் அனேகம்; அபூர்வமாய்ப் பெரிய தெருக்கள். புகுந்து

புறப்பட்டுக் 'கத்திப்பாரா பேருந்து நிறுத்தத்'தை அடைந்தான். நடைமேடையில் வண்டியை ஏற்ற வாகான இடத்தைக் கண்டு வண்டியை ஏற்றி நிறுத்தினான். நிறுத்தத்தில் இருந்த 'குளிர்சாதன காத்திருப்பு அறை'க்குள் சென்று அமர்ந்தான்.

குழந்தை நச்சரித்தாள் "அம்மா, சொல்லும்மா... தாத்தா பாட்டி சித்தி எல்லாம் எங்கே?"

"ஆஸ்பத்திரிக்கிப் போயிருக்காங்க. முதல்ல பல்லை விளக்கு."

"சித்திக்கி என்ன ஆச்சி?"

"காயம்."

"எங்கே?"

"உனக்குச் சொன்னாப் புரியாது."

"ஏன் புரியாதும்மா?"

"டிவியைப் போடறேன். பாத்துக்கிட்டே பாலைக் குடிடி."

"பிள்ளைங்களா... இன்னிக்கி என்ன கதை தெரியுமா? ஒரு மானோட கதை. ஒரு காட்டிலே ஒரு அம்மா மான், மூணு குட்டி மான் இருந்திச்சு. இப்போ நீங்க கார்ட்டூன்ல பாக்கறீங்களே அந்தக் குட்டி மான் மூணும் எப்பிடித் துள்ளுது பாத்தீங்களா?"

அம்மாவின் கைப்பேசியில் விடாமல் மணி அடித்து நின்றது. அம்மா அதை எடுத்துப் பார்த்துவிட்டுத் திரும்ப வைத்து விட்டாள்.

சந்திரசேகர் முதுகுப் பையிலிருந்த போத்தலை எடுத்துக் குடிநீர் அருந்தினான். மீண்டும் செயலி. சொடுக்கியதும் "உங்கள் மேலாளரிடம் நீங்கள் பேசிவிட்டீர்கள். உங்கள் வயதில் பணி மற்றும் வாழ்க்கைத் துணை இரண்டுமே முதன்மை பெறும். உங்கள் தொடர்புகளில் சமவயதுப் பெண்கள் மிகக் குறைவு. அதுவும் அவர்கள் உங்களிடம் தொடர்பில் இல்லாதவர்கள். எனவே உங்கள் தூக்கத்தை நீங்கள் தொலைக்கும் அளவு அழுத்தம் கொடுப்பது உங்கள் பணியாகவே இருக்க வேண்டும். ரசாயனத் துறையில் பணிபுரியும் ஓர் இளைஞரின் ஓர் உரையாடலை உங்களுடன் பகிர்கிறோம். அவர் உங்களைப் போல ரசாயனப் பொருட்களை நேரடியாகச் சந்தை செய்பவர் அல்ல. அவர் மருந்து விற்பனைப் பிரதிநிதி. ஆனால் இந்த உரையாடலில் அவர், தான் தொடர்பில் இருக்கும் ஒரு தொலைக்காட்சி பற்றியும் பேசுகிறார். இவர் போல ஒரு பகுதி நேர வேலை உங்களுக்கு மேல் வருவாய், மன நிறைவு இரண்டையும் அளிக்க இயலும்."

"அட்மிட் பண்ணறத்துக்கு முன்னாடி போலீஸ், கவர்மெண்ட் ஹாஸ்பிடல் எங்கேயும் போவுல. நிச்சயமா" என்றது பெண் குரல்.

"எந்த ஊரு?" வினவியது ஆண் குரல்.

"இப்போ சொல்ல முடியாது."

"இப்படி நான் டிவி சானல்கிட்டே சொல்ல முடியுமா?"

"நான் டிடெயில்ஸ் எல்லாத்தையும் உடனே எப்படி ஷேர் பண்ண முடியும்?"

"என்னை நீ நம்பலாம்."

"நம்பறேன். ஆனா சேனல்லே எனக்கும் இன்னொரு நர்ஸுக்கும் எவ்ளோ தருவாங்கங்கிறது முக்கியம்."

"ரகசியமா அட்மிட் பண்ணி இருக்காங்கங்கிறது நிச்சயமா?"

"எப்படியோ எந்த டாக்டரையோ பிடிச்சி இங்கே ரகசியமா அட்மிட் பண்ணி இருக்காங்க."

"ஊரும் தெரியாது. முழு டிடெயில்ஸ் இப்போ ஷேர் பண்ண மாட்டே. அப்போ நியூஸ் எடிட்டர் எப்படி இந்தக் கேஸ் பத்தி கன்வின்ஸ் ஆவாரு?"

"டியூட்டி நர்ஸ் கிட்டே சொல்லி வீடியோவே எடுக்கச் சொல்றேன். முகத்தை மறைக்கணும்."

"கவலையே படாதே. சானல்லே அந்த ரிஸ்க் எடுக்கவே மாட்டாங்க... அமவுண்ட் கேட்டுச் சொல்றேன். நாளைக்கி வீடியோ வேணும்."

"அமவுண்ட் கமிட் பண்ணினா வீடீயோ ஊரு ரெண்டுமே சொல்லுவேன். பேரு கிடைக்காது."

"ஓகே." உரையாடல் முடிவடைந்தது.

யாருடைய சம்பாஷணையையோ கேட்டு எனக்கு என்ன பயன்? கைப்பேசியில் அடுத்த குரல் செய்திக்கான இணைப்பு வந்துவிட்டது. "உங்களுக்கு உபயோகமுள்ள பணியமர்த்தும் நிறுவனங்களுக்கான சில இணைப்புக்களை மின்னஞ்சலில் அனுப்பியிருக்கிறோம். உங்கள் பெயர், தகுதிகளைப் பதிவு செய்ய எந்தக் கட்டணமும் கிடையாது."

அவசர சிகிச்சைப் பிரிவில் அவள் கட்டிலைச் சுற்றியும் திரைகள் போடடப்பட்டிருந்தன. அவள் விழிகளைத் திறக்க முயற்சித்தாள். ஆனால் அது உள்ளார்ந்த விருப்பமாக நின்றது.

அதனாலேயே பகலா இரவா என்பது அவளுக்குப் பிடிபட வில்லை. கத்தியால் கீறி, மிருகமாய் மேலே பாய்கிறவனிடமிருந்து தப்பித்துவிட்டேனா, இல்லை அவன் கொன்றதால் செத்து விட்டேனா. செத்திருந்தால் வலி எங்கே இருக்கும்? வலியின் உச்ச அவஸ்தை இது. மூச்சை உள்ளே இழுக்கும்போது அமிலத்தில் தோய்த்தெடுத்த கருவேல முட்கிளைகளும் உள்ளே நுழைந்து உடலின் உட்பக்கத்தைக் குதறிக் கிழிக்கின்றன. அமிலத் துளிகள் உள்ளே சுட்டெரித்து அடிவயிற்றிலிருந்து பிறப்பு உறுப்பு வரை கூர்மையாய்க் குத்தி வாட்டுகின்றன. வாய்விட்டு அழுதால், அலறினால் தேவலாம். உதவி கிடைக்குமோ இல்லையோ இந்த வலியின் கொடூரத்துக்கு ஒரு பதில் கூவலாய் அழுது தீர்க்கலாம். அடி வயிற்றில் துவங்கிய அழுகை அங்கேயே நின்றது. வாய்விட்டு அலற விடாது மூளையும் நாக்கும் ஒருங்கிணைய ஒட்டாது கருப்புப் பிசாசு ஒன்று வெறியாட்டமாடியது.

குழந்தை தொலைக்காட்சியில் தொடர்ந்து ஆழ்ந்திருந்தாள். "தாவிக் குதிச்ச மான் குட்டிகள் மலைக்கி மேலேயும் போச்சு. அப்போ ஒரு குகையைப் பாத்ததும் மூணு குட்டி மானும் ஓடிச்சி." மான்கள் துள்ளித் துள்ளி ஓடுவதை 'கிராபிக்ஸ்' அழகாகக் காட்டியது. மறுபடி அம்மாவின் 'மொபைல்' தொடர்ந்து அடித்தது. கையிலெடுத்த பின் அம்மா கைப்பேசியை அணைத்தே வைத்துவிட்டாள்.

"அப்போ பின்னாடியே போன அம்மா மான் காலிலே பல எலும்புகள் இடறிச்சு. எல்லாமே மானு ஆட்டுக்குட்டி மாதிரி சின்னச் சின்ன எலும்புகள் குகைக்குள்ளே. உடனே அம்மா மானுக்கு விளங்கிடிச்சு. அது ஒரு புலியோட குகை.' கதை நின்று தொலைக்காட்சியில் விளம்பரம் வந்தது. "நண்பர்கள் மிரளணுமா? ரப்பர் பல்லி, குட்டிப்பாம்பு, தவளை எது வேண்டு மானாலும் சாக்லேட் வாங்கியதும் இலவசமாகக் கடையில் கேட்டு வாங்குங்கள்." அந்தச் சாக்லேட் பற்றி அம்மாவிடம் பேச நிமிர்ந்தாள். அம்மா அழுதுகொண்டிருந்தாள்.

சந்திரசேகரை அந்தச் செயலி விடுவதாகவே இல்லை. மறுபடி அந்தப் செயலியின் செய்தி கைப்பேசியில் ஒலித்தது. ஆனால் சந்திரசேகர் திறக்கவே இல்லை. அவனது கைப்பேசியில் ஒரு பூனை முப்பது நாற்பது கோழிக்குஞ்சுகளைத் துரத்தித் தாவிப் பிடித்துக் கவ்விக் குதறிக்கொண்டிருந்தது. ஐம்பது குஞ்சுகளைப் பூனை பிடித்ததால் அவனுக்கு அடுத்த கட்ட விளையாட்டு திறந்துகொண்டது.

மருத்துவமனையின் அந்தச் சிறிய அறைக்குள் இருபது முப்பதுக்கும் மேல் மாணவ மாணவிகள். முகம் வீங்கியிருந்த

நோயாளியின் முகத்தின் பெரும்பகுதியை 'ஆக்ஸிஜன் செலுத்தும் கருவி' ஆக்கிரமித்திருந்தது. பேராசிரியர் அவளது கண்களுள் ஒன்றின் இமைகளை இடது கை ஆட்காட்டி விரல் மற்றும் கட்டை விரல் இரண்டையும் பயன்படுத்தி இலாவகமாகத் திறந்தார். கண்மணி மிகவும் மெலிதாக அசைந்ததும் அவர் விரல்களைத் தளர்த்த விழி மூடிக்கொண்டது. "வாட் டூ யூ ஸீ?" வினவினார்.

"ஷீ இஸ் நாட் கான்ஷியஸ்."

"கமான். டாக் லைக் ய மெடிகல் ப்ரொஃபெஷனல்."

"ஷீ இஸ் இன் ட்ராமா."

"நேத்திக்கி நீங்க உடைஞ்ச ரிப்ஸ், வாஜினல் இஞ்சரீஸ், கட்ஸ் ஆன் ஹர் பிஸிக், ஸ்வெல்லிங்க் இதையெல்லாம் பாத்தீங்க... பட் ட்ராமா இஸ் நாட் எக்ஸாட்லி பிஸிகல்."

"வாட்ஸ் ட்ராமா சைக்காலஜிக்கலி?. யூ பீப்பிள் மஸ்ட் அண்டர்ஸ்டாண்ட். திஸ் கண்டிஷன் ஈஸ் டெம்பொரரி பெரலிஸிஸ் ஆஃப் மைண்ட்... நடந்த ட்ராமாவோட தொடர்ச்சியா ஃபைட் – ஃப்ளைட் – ஃப்ரீஸ் அப்படின்னு சைக்காலஜியிலே சொல்ற இனிஷியல் ரெஸ்பான்ஸ் ட்ராமா இன்னும் முடியலையின்னு ஆழ்மனசில பேஷண்ட் நம்பறதால கண்டின்யூ ஆகும். பாரலைஸ்டா. மறுபடி நார்மலுக்கு வராமலே போகலாம். நாளாகி குடும்பத்தோட அக்கறையால மனசு லேசாகி சுயநினைவுக்குத் திரும்பலாம். அது நடக்காமலும் போகலாம். இந்த கேஸ் ஒரு க்ளாஸிக் கேஸ் ஆஃப் சைக்காலஜிகல் இம்பேக்ட் ஆஃப் டிராமா. டேக் நோட்ஸ் அண்ட் யூ பிபில் ஆர் லக்கி டு ஸ்டடி திஸ் கேஸ்."

"வஜினாவெல்லாம் ரணமாகிக் கிழிஞ்சு ரொம்பப் பாவம் சார் இந்த லேடி" சொல்லி முடிக்கும் முன்பே ஒரு மாணவியின் கண்களில் நீர் திரண்டது.

"லுக் பட்டிங்க் டாக்டர். எமோஷனலானா நாம ஒரு பேஷண்ட்டை ஒரு ஆப்ஜெக்ட் ஆப் பாக்காம தடுமாறிடுவோம். ஸ்டெடி யுவர்ஸெல்ஃப் நவ் இட்ஸெல்ஃப்."

தொலைக்காட்சியில் இபோது மான் கதை. "பசங்களா கிளம்புங்க. இது புலியோட குகை" னு அம்மா மான் சொல்லிக்கிட்டிருக்கும்போதே புலியோட உறுமல் சத்தம் கேட்டிச்சி. புலி குகைக்குள்ளே வந்தா என்ன ஆகும்னு தெரியுமில்லே குழந்தைங்களே. புலி அம்மா மான் குட்டி

மான்கள் எல்லோரையும் அடிச்சி சாப்பிட்டிடும் இல்லையா?” திரையில் உறுமியபடி வரும் புலி குகைக்கு வெளியே.

“அப்போ அம்மா மானுக்கு ஒரு யோசனை தோணிச்சு. அது குரலை மாத்திக் கரகரப்பான குரலிலே, “குழந்தைகளே. நாம் புலிக்காகக் காத்திக்கிட்டிருக்கோம். நமக்கு இரையா இன்னிக்கி இரவு உணவாகப் போற புலி வந்திடிச்சி...” என்றது சத்தமாக. பெரிய மானும் குட்டி மான்களும் குகைக்குள்ளே திரையில் தோன்றின. இதைக் கேட்ட புலி ‘என்னை விட வலிமையான ஏதோ ஒரு விலங்கு உள்ளே இருக்கு. நான் தப்பிக்கணும்‘ மின்னு நெனச்சு ஓடியே போச்சு. புலி குகைக்கு எதிர்திசையில் திரையில் ஓடியது.

‘இந்தக் கதை உங்களுக்குப் பிடிச்சிதா. ஏன் பிடிச்சிருக்கு அல்லது பிடிக்கலே அல்லது இந்தக் கதை பத்தி கேள்வி ஏதாவது இருந்தா அதையும் எஸ் எம் எஸ் ல அனுப்புங்க.’ விளம்பரங்கள் தொடர்ந்தன.

குழந்தை அம்மாவிடம் போனாள். “அம்மா இந்த மான் கதையைப் பத்தி ஒரு கேள்வி கேக்கணும். நீ எஸ் எம் எஸ் பண்ணுவியா?”

❍

சாம்பியன்

"நான் இப்போது அனுப்பிய கைபேசி எண், நம் சுமதியின் தோழி தாராவின் அம்மாவுடையது. தாராவின் மூன்றாம் பிறந்த நாள் இரவு ஒன்பது மணி அளவில் முடியும். அதற்குப் பிறகு, சுமதியை அழைத்துக்கொண்டு வீட்டுக்குச் செல்லுங்கள். குழந்தைக்கான பரிசை நான் அவர்கள் வீட்டில் சுமதியை விடும்போதே கொடுத்துவிட்டேன்."

மின் தூக்கி ஆறு மாடிகள் இறங்கும் இடைவெளியிலேயே சித்ரா இந்தச் செய்தியை 'வாட்ஸ் அப்'பில் அனுப்பி முடித்திருந்தாள்.

தரைத்தளம் சென்றடைந்து கதவுகள் திறந்ததும் 'ஓலா ஆப்ஸ்'ஸை அழுத்தினாள். அருகிலேயே ஒரு 'மினி' பத்து நிமிடங்களில் கிடைக்கும் என்பதை அறிந்து முகம் மலர்ந்தாள். கீழ்ப்பக்கம் இரண்டு சிறிய சக்கரங்கள் உள்ள பயணப் பையை அதன் நீண்ட கைப்பிடிகளால் பற்றினாள். இழுத்தபடி பிரதான வாயிலுக்கு வந்தாள். 'செக்யூரிட்டி' ஓடி வந்து நின்றான். "ஓலா டாக்ஸி வந்ததும் கூப்பிடுங்க." அவன் தலையசைத்ததும் இடது கைப்பக்கம் குழந்தைகள் விளையாடும் பகுதி அருகிலிருந்த 'சிமெண்ட் பெஞ்ச்'சில் அமர்ந்தாள். மாலை ஐந்து மணிக்கும் அது சூடாகவே இருந்தது. பையைத் திறந்து 'துவாலை'த் துண்டை வெளியில் எடுத்தாள். அதை அந்த அமர்விடத்தின் மீது போட்டு அதன் மேல் அமர்ந்தாள்.

"நான் ஏன் சுமதியைக் கூட்டி வர வேண்டும்?" கைப்பேசியில் பதில் வந்தது.

“அம்மா மருத்துவமனையில் இருக்கிறார். இன்று இரவு அவருடனிருந்து கவனித்துவிட்டுக் காலையில்தான் வருவேன்.”

“வாரக் கடைசியில் நீ போயிருக்கலாம்.”

“இது பற்றிய முடிவை உங்களிடம் நான் விடவில்லை.” சம்பாஷணையை முடித்தாள்.

சுமதியைவிடச் சற்றே பெரிய குழந்தை. ரோஜாப்பூ நிற ‘ப்ராக்’. உருண்டை விழிகள். கும்மென்ற அழகான கன்னங்கள். தள்ளி நின்று அவளைப் பார்த்தது குழந்தை. சித்ரா ‘வா’ என்று கையால் சைகை செய்து அழைத்தாள். குழந்தை மெதுவாக நகர்ந்து சறுக்கு மரம் அருகே சென்று மறுபடியும் சித்ராவைப் பார்த்தது. எழுந்து அருகே போனால் வந்த வழியிலேயே வீட்டுக்குக் குழந்தை ஓடிவிடுமோ எனத் தயங்கினாள் சித்ரா.

சித்ராவின் கைப்பேசியில் செய்தி வரும் சிணுங்கல். கல்லூரியின் முதல்வர் மூவர்ணக் கொடி, மயில், பாரதத் தாய், காந்தித் தாத்தா ஆகிய நான்கு படங்களை அனுப்பி இருந்தார். கையில் உள்ள பல வண்ணத் துணிகளை மாற்றி ஒரே மாதிரிஅசைத்து வெவ்வேறு பிரம்மாண்ட வடிவங்கள் காட்டும் நிகழ்ச்சியை இரண்டே நாள் பயிற்சியில் சித்ராவும் அவளது குழுவும் மாணவ மாணவிகளைச் செய்ய வைத்தனர். அந்த இரண்டு நாளும் களைப்பையெல்லாம் மீறி அவனுக்கு இரவு உணவு தயார் செய்தாள். இன்று ஒருநாள் விடுப்பு எடுத்து வந்து அந்தச் சாதனையைக் காண அவன் முன்வரவில்லை. அம்மாதான் தொலைபேசியில் உற்சாகப்படுத்தியவர். ஆனால் நேற்று முதல் அவர் சித்ராவின் அழைப்புக்களை ஏற்கவே இல்லை. பக்கத்து வீட்டின் தரைவழி பேசித் தொலைபேசியில் ‘ஆண்ட்டி’ யிடம் பேசியபோதுதான் அம்மா இரத்தக் கொதிப்புக்காக மருத்துவமனையில் அனுமதியானது தெரிய வந்தது. 20 கிமீ தூரமுள்ள மருத்துவமனைக்குப் போகத் தொழிலோ குடும்பமோ அனுமதிக்கவில்லை.

அம்மாவின் உடல் நிலை பற்றியோ தனது பணிச் சுமைகள் பற்றியோ அவனிடம் பேசவே வாய்ப்பிருக்கவில்லை. மடிக்கணினியுடன் அவன் அமர்ந்தால் சுமதியே அவனிடம் போக மாட்டாள். காதலித்த நாட்களிலேயே அவன் அவள் கனவுகளைச் செவி மடுத்ததில்லை. திருமணத்துக்குப் பிறகு ‘ஈவெண்ட் மேனேஜ்மெண்ட்’ என்னும் சுயதொழிலில் அவள் சோபிப்பதை அவன் இரசிக்கவே இல்லை.

கலகலவெனச் சிரித்தபடி ஒரு குழந்தைப் பட்டாளமே வந்தது. இருப்பதிலேயே உயரமான குழந்தை கையில் ஒரு பிரம்பு வைத்திருந்தாள்.

“வரிசையாய் நில்லுங்கள்.” சிறிய குழந்தைகள் அப்படியே செய்தன.

“உட்காருங்கள். எழுந்திருங்கள்.” அவள் கட்டளைகள் பறந்தபடி இருந்தன.

“எப்பப் பாத்தாலும் டீச்சர் விளையாட்டுத்தானா?” என்றான் சுமதியைவிடச் சற்றே பெரியவனான ஒரு சிறுவன்.

“ஓகே. ஒரு காம்பெடிஷன்.”

“என்னக்கா காம்பெடிஷன்?”

“என் கையிலே என்ன இருக்கு?”

“ஸ்டிக்.”

“இது தமிழ்ல என்ன?”

“பேம்பூ” என்றான் மற்றொரு குழந்தை.

அக்காக் குழந்தை அவன் தலையில் குட்டினாள். “ஸ்டிக் இங்கிலீஷ் வர்ட். தமிழ் வர்ட் என்ன?”

“நான் சொல்லட்டாக்கா?”

“யெஸ்.”

“மூங்கில்.”

“குட்… இந்தா… ஒரு சிறிய சாக்லெட்டைத் தன் ‘ஜுன்ஸ் பேண்ட்’ ‘பாக்கெட்’டிலிருந்து எடுத்துக் கொடுத்தாள் பெரிய குழந்தை. “அடுத்த க்வெஸ்ட்சன். இதுக்கு என்னென்ன யூஸ்? புது யூஸ் சொல்ற ஒவ்வொருத்தரும் ஒரு சாக்லெட் வின் பண்ணலாம்.”

“டீச்சருக்குப் பசங்களை அடிக்க.“

“இது புது யூஸ் கிடையாது. இப்போதானே நானே டீச்சர் கேம் ட்ரை பண்ணினேன்.”

“போலீஸுக்கு யூஸ் ஆகும்.”

“குட்.” ஒரு சாக்லெட் கை மாறியது.

“நெக்ஸ்ட்… யாரு?” பதிலே இல்லை. நிசப்தம். “கமான்” துரிதப்படுத்தினாள்.

“துணி காயப் போடலாம்.”

“மாடு மேய்க்கலாம்.”

“குரங்கை விரட்டலாம்.”

"நீளமா இருந்தா கொம்புச் சண்டை போடுவாங்க."

"ஒலிம்பிக்ஸ்ல பெரிய மூங்கிலை வெச்சு 'போல்வால்ட்'டுனு தாண்டுவாங்க."

"உறி அடிப்பாங்க" இப்படியாக நிறைய குழந்தைகள் சாக்லெட் வென்றனர்.

"இதையெல்லாம்விட ஒரு முக்கியமான யூஸ் இருக்கு... அதைச் சொல்றவங்க சாம்பியன்..."

பல நொடிகள் குழந்தைகள் மௌனமானார்கள். "யாருக்குமே தெரியலியா?" பெரிய குழந்தை அறிவிப்புத் தொனியில் கேட்டாள். "ஓகே. நானே சொல்றேன்."

"புல்லாங்குழல்... இங்கிலீஷ்ல ப்ளூட்... இதுதான் இந்த மூங்கிலோட பெஸ்ட் யூஸ்..." என்றவள் ஒரு நொடி நிறுத்தி, "நான்தான் சாம்பியன்," என்றாள்.

குழந்தைகள் கைத்தட்டினர்.

காவலாளி விரைந்து வந்தார். "அம்மா... டாக்ஸி வந்திடுச்சு"

"இஸபெல் ஆஸ்பிடல் மைலாப்பூர்."

"ட்ராப் மட்டும்தானா மேடம்?"

"ஆமாம்."

பழைய மகாபலிபுரம் சாலை மாலை நேரத்து வாகன நெரிசலில் திணறிக்கொண்டிருந்தது. விடியற்காலை முதல் பம்பரமாகச் சுழன்ற சித்ரா மெல்ல ஊர்ந்த வாகனத்துக்குள் கண்ணயர்ந்தாள்.

"மேடம்... ஆஸ்பிடல் வந்தாச்சு." ஓட்டுநரின் குரல் அவளை எழுப்பியது. பயணப் பையை இழுத்தபடி மருத்துவமனையின் வரவேற்பு அலுவலகத்தை அடைந்தாள்.

"கற்பகம் நீலகண்டனா?" கணிப்பொறியில் வரவேற்பாளர் தேடினார். "மத்தியானமே டிஸ்சார்ஜ் ஆயிட்டாங்க."

அம்மாவின் கைப்பேசிக்கு முயன்றாள். 'அணைத்து வைக்கப்பட்டிருக்கிறது' என்று ஒரு உலோகக் குரல் பதிலளித்தது.

அம்மா தனது வேலைப்பளுவை முன்னிட்டுத் தன்னைத் தவிர்க்கிறாரா? என்னதான் ஆயிருக்கும் அவருக்கு?

நுழைவாயில்வரை வரும்போதுதான் அப்பா ஊரிலில்லா விட்டாலும் அவருக்கு அம்மாவின் விவரங்கள் தெரிந்திருக்கும் என்று பட்டது. அவரது எண்ணுக்கு முயன்றாள். பதிலில்லை.

ஆட்டோ ஓட்டுநரிடம் "கற்பகம் கார்டன்ஸ்" என்றாள்.

"உங்களுக்கு வழி தெரியுமாம்மா?"

"மந்தைவெளிக்குப் போங்க. அப்புறம் சொல்றேன்."

அவளுடைய பள்ளிக்கூடத்தைக் கடந்து வாகனம் விரைந்த போது அம்மா தனது சிறிய சிறிய பிரச்சினை அல்லது சாதனைக் கெல்லாம் அந்தப் பள்ளிக்குத் தன்னுடன் வந்து போனது நினைவில் கொப்பளித்தது.

முதல் மாடியில்தான் அந்தத் தொகைக் குடியிருப்பில் அவர்களது வீடு. மூச்சிறைக்கப் படிகளில் பயணப் பையைத் தூக்கியபடி விரைந்தாள்.

அழைப்பு மணியை இரண்டாவது முறை அழுத்தியும் பதிலில்லை. மயக்கமாக இருக்கிறாரோ? கண்களில் நீர் திரண்டது.

மூன்றாவது முறை அழுத்தியவுடன் கதவு திறந்தது. அப்பா! எப்போது ஊரிலிருந்து வந்தார்?

"வாட் எ ஸர்ப்ரைஸ் சித்ரா கண்ணு? சுமதி எங்கே?" அணைத்துத் தலையில் முத்தமிட்டபடியே கேட்டார்.

"அம்மா எப்படிப்பா இருக்காங்க? ஏன் நீங்க போனையே எடுக்கலை?"

"டிவி சத்தத்திலே கேக்கலேம்மா."

அம்மாவின் அறைக்கு விரைந்தாள். அம்மா இல்லை. "அப்பா . . . அம்மா எங்கே? ஹாஸ்பிடல்லே டிஸ்சார்ஜ் ஆயிட்டாங்கன்னாங்களே."

"சொல்றேன் கண்ணு . . . ரெப்ரெஷ் ஆயிட்டு வா . . . காபி போடறேன்."

அப்பாவின் அமர்த்தலான பதில் எரிச்சல் ஊட்டியது. படபடப்பை அதிகப்படுத்தியது. ஆனால் அவரிடம் வாதாட தொலைக்காட்சியின் பேரொலியோடு போட்டிப் போடும் தெம்பில்லை.

முகம் கழுவி அவள் ஹாலுக்கு வந்தபோது உணவு மேஜையில் அவள் வழக்கமாக உபயோகிக்கும் 'மிக்கி மவுஸ்' போட்ட பீங்கான் கிண்ணத்தின் மீது சிறிய மூடி போட்டு அப்பா வைத்திருந்தார்.

அப்பா சோபாவில் அமர்ந்தபடி தொலைக்காட்சியில் ஆழ்ந்திருந்தார். ஒரு கையில் தனது கோப்பையுடன் அவருகே சென்ற சித்ரா மறு கையால் அந்த 'முட்டாள் பெட்டி'யின் ஒலியை நிறுத்தி "அம்மா . . . எங்கேப்பா?" என்று சத்தமாகக் கேட்டாள்.

“டிவியிலே உங்கம்மாவைப் பாரு. பர்ஸ்ட் மியூட்டை ரிலீஸ் பண்ணு. ரிசல்ட் அனவுன்ஸ் பண்ற நேரம்.”

தொலைக்காட்சியில் கையில்லாத ரவிக்கை போன்ற மேலுடுப்பும் நீண்ட ‘கவுண்’ போன்ற கீழுடுப்பும் அணிந்த இளம் பெண் தோன்றினாள்.

“நாம் எல்லோரும் ரொம்ப ஆவலா எதிர்பார்த் துக்கிட்டே இருக்கிற ‘சீனியர் மிஸஸ் சென்னை’ யாரு அப்படிங்கற சஸ்பென்ஸ் இப்போ முடியப் போவுது… டிரெஸ் ஸென்ஸ்… ஸ்லிம் லுக்… தலைக்கி ‘டை’ போடாத தன்னம்பிக்கை, இதையெல்லாம் தாண்டி ஜட்ஜஸ் கேட்ட கேள்விக்கெல்லாம் ஹ்யூமெரஸ் அண்ட் கரெக்ட்டான பதில்களைச் சொன்ன மிஸஸ் கற்பகம் நீலகண்டன் ஈஸ் திஸ் இயர்ஸ் ‘சீனியர் மிஸஸ் சென்னை’. ஐ ரெக்வெஸ்ட் ஹர் டு கம் டு த டயாஸ்.”

அடர் நீல வண்ணப் பட்டுப் புடவை. அதில் மிகச் சிறிய தங்க ஜரிகைப் பூக்கள். நிறைய ஜரிகைகள் கைப்பக்கமிருக்கும் அதே துணியிலான ரவிக்கை. தலை நிறைய மல்லிகைப் பூ. அளவான லிப்ஸ்டிக். ‘பேசியல்’ செய்ததால் பளிச்சென்றிருந்த முகம். ‘மைக்’கை இளம் பெண் அம்மாவிடம் கொடுத்தாள்.

“வயதால் மட்டுமே வித்தியாசப்படும் சகோதரிகளே …” அம்மா பேசத் துவங்கினார் . “இந்தப் போட்டியில் நான் கலந்து கொள்வது எனக்கும் என் குடும்பத்துக்கும் மிகவும் ஆச்சரியமான விஷயம். மூன்று நாட்களாக மருத்துவமனையில் இருந்து நான் இன்று தெய்வாதீனமாக உங்கள் முன்னே நிற்கிறேன். வயது என்பது மனது சம்பந்தப்பட்டது மட்டுமே. இதை எல்லாப் பெண்களும் நினைவில் வைத்துக்கொள்ள வேண்டும். சாதிக்க நினைக்கும் துடிப்புக்கும், போட்டியிடும் மனத்தெம்புக்கும் வயதே கிடையாது. ஒரு பெண்ணின் வாழ்க்கையில் அமையும் அரிய தருணம் பெண் சமூகமே அவளைப் பாராட்டும் அந்த நொடிதான். இந்த நொடி உங்கள் அன்பிலும் பாராட்டிலும் நான் நெகிழும் அரிய நொடி. இந்தத் தொலைக்காட்சிக்கும் திரளாய் வந்திருக்கும் உங்கள் அனைவருக்கும் என் நன்றிகள்.”

கரகோஷம் அடங்கும் முன் ‘மைக்’ இளம் பெண் கைக்கு மாறியது. “மேடம் கிரீடம் சூட்டிக்கிறத்துக்கு முன்னாடி ஒரு சின்ன கமர்ஷியல் பிரேக்.”

தோலின் நிறத்தைச் சிவப்பாக மாற்றும் ‘கிரீம்’ பற்றிய விளம்பரம் திரையை நிறைத்தது.

❍

சிவப்புத் துளசி

கிமு 337

மழை அப்போதுதான் நின்றிருந்தது. அடமாகத் தொடங்கி, மெதுவாகப் பெரிய பிடிவாதம் பிடித்து விட்டுப் பின்னர் எதுவுமே நடக்காதது போல விளையாடும் குழந்தையின் மலந்த சிரிப்பாக சூரியன் தனது ஒளியால் மலையெங்கும் பளீரென்று பரவி ஒளிர்ந்தது.

கோரைப்புற்களால் மிகவும் திறமையாகப் பின்னப்பட்ட கூரை. வலுவான பெரிய மூங்கில் அடி மரங்கள் மூன்றடி உயரத்துக்கு இருநூறு சதுர அடி இருக்கும் அந்தக் குடிலைத் தாங்கி நின்றன. மெல்லிய மரத் துண்டுகள் மீது மூங்கில் மற்றும் மரப்பட்டைகள் சன்னமாய் வேயப்பட்ட தளத்தின் மீது புலித்தோல் ஒன்றில் தியானத்தில் இருந்தார் வனரிஷி. மழை நின்றுவிட்டது. பறவைகளின் ஒலி. பூச்சிகளின் ரீங்காரம் தவிர, குடிலுக்குள் அமைதி தவழ்ந்தது.

வனரிஷி கண் திறக்கக் காத்திருந்தார் கசாரி. நேற்று வந்தபோதும் அவர் தியானத்தில்தான் இருந்தார். தனது காலின் அதிர்வால் ரிஷி சற்றும் பாதிக்கப்படவே இல்லை என்பது கசாரிக்கு ஒவ்வொரு முறையும் வியப்பாகத்தான் இருக்கிறது. வனத்தின் தலைவன் குடும்பமும் மற்றும் சமவெளி சென்று வரும் சில வசதியான வேடுவர்களும் மட்டுமே அணியும் சணலால் ஆன உடை கசாரியுடையது. இடது தோளின் வழிப் பின்னால்

சென்று இடுப்பில் உள்ள தோல் பட்டியின் இறுக்கத்துக்குள் மாட்டப்பட்டிருக்கும் உடை அவரது மார்பு முதல் முழங்கால் வரை இருந்தது. கத்திரிப்பூ நிறம் புழக்கத்தில் வெளிரி இருந்தது.

கடந்த சில மாதங்களாகவே மன்னர் ராணாவின் கவனம் வனத்தின் மீது திரும்பியிருந்தது. பக்கத்து நாட்டு மன்னர் தாகூர் ஆளும் பகுதிகளுக்கும் ராணாவின் ராஜ்ஜியத்துக்கும் இடைப்பட்ட வனம் தனது முழுக் கட்டுப்பாட்டுக்கு வர வேண்டும் என்று மன்னர் விரும்பினார். இரண்டு முறை படைகளின் சிறு குழுக்கள் ஒரு தலைவனோடு வந்து மன்னரின் படையோடு வனத்தின் காவலாளிகள் இணைந்து செயற்பட வேண்டும் என்று நிர்ப்பந்தித்துவிட்டுப் போயிருக்கிறார்கள். வனத்தில் பாதை மட்டுமல்ல வனவாசிகளின் கூர் அம்புகளையும் எதிர் கொள்ள அவர்களால் முடியாது என்பது அவர்களுக்கு நன்றாகத் தெரியும். அதனால்தான் இன்னும் மன்னரின் கொடி இங்கே உயரவில்லை. அவர்களிடம் சைகை மொழியில் தான் பேசியவற்றையும் மற்றும் அவர்கள் என்னென்ன யூகம் வகுப்பார்கள் என்பதையும் வனரிஷியிடம் கேட்க வேண்டும்.

கிபி 2015 மே மாதம்

டார்ஜிலிங்கில் ஒரு விடுதி.

"அந்த புத்த பிட்சுக்கிட்டே அப்பிடி என்னதான் பேசின ரவி?" எனக் கேட்டாள் கவிதா.

"நம்ப காதலப் பத்திப் பேசி, உன்னை எப்படி எல்லாம் இம்ப்ரெஸ் பண்ணனும்னு கேட்டேன்..."

"ஃபன்டாஸ்டிக்... என்ன சொன்னாரு? கிஃப்ட்ஸ், போயம் ஆன் மீ?"

அவனது முகம் தன்னையும் மீறிக் கோணுவதைப் பார்த்துச் சுதாரித்துக் கொண்டாள். "கிண்டலா? உன்னைவிடக் கொஞ்சம் அட்வான்ஸ்ட் கலர்லெஸ் ஆளு... அதுவும் சாமியாருகிட்டே கேட்டேன்னு கதை உடரியா? எப்பிடியும் உனக்குப் போயம் வராது? கெமிகல் ரிசர்ச் மட்டும் என்ன லட்சணம்? நீதான் போராடற... என்னமோ ரெட் ரெட்டுனு பேசிக்கிட்டிருந்தீங்களே... அவங்க சாமியார் காஸ்டியும் பத்தியா?"

"நோ. நோ. சிவப்புத் துளசி பத்தி..."

"எனக்கு ஒண்ணுமே தெரியாதுனு நெனச்சியா? எங்கம்மா ரொம்பவே ரெலிஜியஸ் தெரிஞ்சுக்கோ... பச்சைத் துளசி, கருப்புப் பச்சைத் துளசி ரெண்டுதான் உண்டு... சிவப்புத் துளசினு சொல்லி எங்கிட்டே அளக்காதே"

“நீதான் பேச்சை எடுத்தே’

“லவ்வரோட ஹில் ஸ்டேஷன் வந்துட்டு சாமியார் சிவப்புத் துளசின்னு பேசறியே ...” அவன் மடிக்கணினியில் கவனமாக இருந்தான்.

கிபி 2015 ஆகஸ்ட் மாதம் சான் பிரான்ஸிஸ்கோ அமெரிக்கா

கமலக்கண்ணன் மின்னஞ்சலைத் தொடர்ந்தான். “அன்புள்ள கைலாஷ். ஏன் இத்தனை கோபம்? என் முந்தைய மின்னஞ்சலில் உள்ள செய்தி உன் கோபத்தால் மாறப் போவதே இல்லை. ஆராய்ச்சியின் கவனத்தைச் சர்ச்சைகள் சிதைக்கும். அரசியல்வாதிகள் அதுவும் இப்போது இருக்கும் அரசு ஒரு விஞ்ஞான மாநாட்டையே நடத்தி, பழமைவாதத்தை முன் வைக்க முற்பட்டிருக்கிறது. அதன் செல்லப் பிராணியான கட்டுரைகள் நம் போன்ற ஐஐடியன்களைப் புன்னகைக்க மட்டுமே வைக்க வேண்டும். அவர்களோடு போராடுவது நம் பாதைக்கு முரணானது அல்ல என்பதை ஒப்புக் கொள்கிறேன். ஆனால் தவிர்க்கக் கூடியது. நம் நேரம் மற்றும் நமது பித்தான விஞ்ஞான ஆராய்ச்சியைப் பாதிக்கத் தகுதியில்லாத அளவு அற்பமானது. உன் கண்டனக் கட்டுரைக்கு எத்தனை எதிர்ப்பு – எத்தனை பதில்கள் நீ சொல்ல வேண்டி இருந்திருக்கும். என்னால் யூகிக்க முடியும்.

உனக்குத் தெரியுமா கைலாஷ்? ஒரு கப்பல் பயணத்தில் காந்திஜியைக் கிண்டல் செய்து ஓர் ஆங்கிலேய இளைஞன் நிறைய பக்கங்கள் எழுதி, அதை ஒரு குண்டூசியால் இணைத்து அவரிடம் கொடுத்தான். ஒரு மணி நேரம் கழித்து அவரிடம் போய், “படித்தீர்களா? உங்களுக்குப் பயனுள்ளது நிறையவே இருந்திருக்குமே,” என்றான். பதிலுக்குக் காந்திஜி, “நீ கொடுத்ததில் உபயோகமானதை எடுத்து வைத்திருக்கிறேன். பயன்படும்” என்று குண்டூசியைக் காட்டினார்.

அந்தப் பழமைவாதக் கட்டுரைகளில் ஒன்று ‘சிவப்புத் துளசி’ பற்றிப் பேசுகிறது. அது உனது வங்காளத்தில் இருந்தது என்றும் கூறுகிறது. அதில் கொஞ்சம் அடிப்படை இருப்பதாகவே எனக்குத் தோன்றுகிறது. மறுபடியும் சொல்கிறேன் மை டியர் கைலாஷ். நம் கவனம் நம் பித்தான ஆராய்ச்சி மட்டுமே. அன்பு கமலக்கண்ணன்.”

கிமு 337 டார்ஜிலிங் வனப்பகுதி

கசாரியின் சைகை மொழியை வனரிஷி கூர்ந்து கவனித்தார். வெளியே வந்த அவரைக் கசாரி பின்தொடர்ந்தார். ஒரு

ருத்திராட்ச மரத்தின் துளிர் இலையைப் பறித்து அதைக் கிள்ளி முகர்ந்து பார்த்தார். "இந்த முறை பனி நிறைய விழும்" என்று கையை உயர்த்தி, அலைபோலக் கையைப் பின் அசைத்து, பின்னர் பனி கீழே விழுவது போலக் கையை மேலிருந்து கீழாகக் காட்டினார். சமவெளி என்பதாகக் கீழே கையை நீட்டினார். 'அவர்களால் ஒன்றும் செய்ய முடியாது' என்று கையை உதறுவது போல அசைத்தார். கசாரியின் கவலை ரேகை மறையவில்லை. அவனது தோளில் தட்டி, தனது தலையின் மீது ஒரே ஒரு விரலை வைத்து யோசிக்கிறேன் என்பது போலச் சைகை செய்தார்.

2017 ஜனவரி ஹைதராபாத்

அன்பு மாலதி, வாட்ஸ் அப்பில் நீ என்னைக் கேட்டிருக்கும் கேள்வி மிகவும் முக்கியமானது. வழக்கம் போல அல்லது எனது இயல்பைப் போல நான் நேர்மையாக மட்டுமே பதில் கூற முடியும். ரவியை விட என் ஆராய்ச்சி மற்றும் அறிவுக்கு நிகரானவன் யாரும் இல்லை. உண்மைதான். ஆனால் அவன் எப்போதுமே என்னைவிட ஆராய்ச்சிக்கும் அறிவுத் தேடலுக்கும் முக்கியத்துவம் தருபவன். ஒரு பெண் என்பவள் தனது ஆணிடம் தன் மீது சமரசமில்லாத ஈடுபாடு காட்ட வேண்டும் என்று எதிர்பார்ப்பது இயல்பே. அந்த எதிர்பார்ப்பை ஏற்கனவே அவன் நிராகரித்துவிட்டான். நாங்கள் நண்பர்களாகவே பிரிந்து விட்டோம். அவன் கவனமெல்லாம் இல்லாத ஒரு சிவப்புத் துளசி மீதுதான்.

கிமு 336 டார்ஜிலிங் வனப்பகுதி

வனரிஷி கசாரியுடன் காட்டில் வெகுதூரம் நடந்தார். சிவப்பான துளசிச் செடியைக் கண்டதும் நின்றார். ஒரு கொத்தை அவனிடம் பறித்துக் காட்டினார். பின்னர் தமது குடிலுக்குத் திரும்பினார். குடிலில் ஹோம குண்டத்தில் இன்னும் சில சுள்ளிகள் எரிந்து கொண்டிருந்தன. அமர்ந்த ரிஷி தமது கமண்டலத்தில் இருந்த நீரைக் காட்டினார். பின்னர் ஒரு உள்ளங்கை நிறைய நீரை எடுத்து அதை இரண்டு உள்ளங்கைகளிலும் பிரித்து நிரப்பினார். என்ன என்பது போலக் கசாரியைப் பார்த்துத் தலையை ஆட்ட அவர் அவதானித்தபடியே இருந்தார். சுட்டு விரலால் தமது மூக்கைச் சுட்டிய ரிஷி மூச்சுக் காற்றை இழுத்து இழுத்து வெளிவிட்டார். பின்னர் மறுபக்கம் நெருப்பைக் காட்டினார். கமண்டலத்தில் இருந்த தண்ணீரைத் தொட்டுக் காட்டி மூச்சுக் காற்றையும் நெருப்பையும் ஒருமுறை சுட்டிக் காட்டி, இரண்டு கைகளையும் ஒன்று சேர்த்தார். எப்படி என்பது போலக் கசாரி

கையால் வினவினார். ஒரு மண்ணாலான கலயத்தைக் கையில் எடுத்தார் ரிஷி. தண்ணீரை அதில் ஊற்றியவர் ஒரு கொத்து சிவப்புத் துளசியை எடுத்துப் போட்டார்.

2017 செப்டம்பர் எம்ஐடி பல்கலைக்கழகம் அமெரிக்கா

மிஸ்டர் சாவந்த். வாழ்த்துக்கள். சிவப்புத் துளசியில் நீங்கள் செய்த ஆய்வின் முடிவைப் பல்கலைக்கழகம் ஏற்கிறது. இது மாற்று எரிபொருள் தொழில் நுட்பத்தில் பெரிய புரட்சி செய்யப் போகிறது. இதைத் தாவரவியல் தோட்டங்களில் வளர்க்கத் தேவையான கண்டுபிடிப்புக்கான உரிமை உங்களுக்கு உறுதி செய்யப்படும். அன்புடன் பேராசிரியர் வில்லியம்ஸ்.

கிமு 335 ஜல்பைகுரி மேற்கு வங்காளம்

ராணாவின் படைகளின் நூற்றுக்கணக்கான கூடாரங்கள். இரவின் இருளில் தீப்பந்த வெளிச்சம் தாண்டிய எதுவுமே தென்படவில்லை. வேடுவர்கள் கூடாரங்களிலிருந்து ஐம்பது அடித் தொலைவில் பெரிய கலயங்களை நூற்றுக் கணக்கில் வைத்தார்கள். ஒவ்வொரு சட்டியின் உள்ளே அடிமட்டத்தில் அசைந்தால் மட்டுமே லேசாகத் தென்படும் நிறமேயில்லாத ஒரு திரவம் இருந்தது.

நான்காம் சாமத்தில் எரியும் எண்ணெய்த் துணியை நுனியில் சுமந்து நூற்றுக்கும் மேற்பட்ட அம்புகள் வேடுவர்களால் மரங்களில் இருந்து கலயங்கள் மீது எய்யப்பட்டன. சில மட்டுமே குறி தவறாமல் சட்டிகளின் மீதே விழுந்தன. பற்றி எரிந்த அந்தக் கலயங்கள் வெடித்து அனைத்துக் கலயங்களும் ஒன்றாய்ப் பற்றி எரிந்து பெரிதாய் வெடித்தன. முப்பது நாற்பது அடி உயரம் எழுந்தன தீக்கங்குகள். கூடாரங்கள் முற்றிலும் எரிந்து அழிந்தன. மொத்தப் படையும்தான்.

கசாரி வன தேவதைக்குச் சிவப்புத் துளசி மாலை அணிவித்து வணங்கினார்.

◯

ஒற்றைச் சிலம்பு

அவன் தன் வீட்டின் பின்பக்கம் வழியே தப்பி ஓடிக்கொண்டிருந்தான். அப்போது ஓரிரு குதிரைகள் மட்டுமே அவனைத் துரத்தின. ஆனால் தொடர்ந்து குளம்புச் சத்தம் எண்ணிக்கையில் கூடிக்கொண்டேபோய் நெஞ்சும் தொண்டையும் காய்ந்துபோனது. மூச்சு வாங்குவது மிகவும் அதிகரித்தது. ஓடுவது மிகப் பெரிய போராட்டமாக இருந்தது. ஆனால் நிற்கவும் முடியவில்லை. 'மடக்குங்கடா,' குதிரை வீரர்களுள் ஒருவனின் குரல் மிக அருகே கேட்டது. கெஞ்சும் பின்னங் கால்களை விரட்டி இன்னும் வேகம் எடுக்க முயன்றான். அப்போது சிறிய கல் தடுக்கிவிடக் குப்புற அடித்துக் கீழே விழுந்த அவன் தோள்மீதும் முகத்தின் மீதும் குதிரைகளின் குளம்படிகள் பட்டு வலியில் உயிரே போனது. ரத்தம் முகத்தில், முதுகில் உடலின் மேற்பகுதி முழுவதும் வழிந்தது.

தன் உடலின் மேற்பகுதியை நடுங்கும் விரல் களால் துடைத்துக்கொண்டான் அனந்த ரூபன். அவன் பயன்படுத்திய விரிப்பு முழுவதுமே வியர்வை யால் நனைந்திருந்தது. நல்ல வேளை, வியர்வைதான்; ரத்தமில்லை.

அறையை விட்டு வெளியே வந்து முற்றத்தில் எட்டிப் பார்த்தான். மேற்குப் பக்கம் சூரியன் இறங்கிவிட்டிருந்தது. பொழுது சாய இன்னும் ஒரு சாம நேரம் இருக்கும்.

பின்கட்டுக்குச் சென்றான். சமையலறையைக் கடக்கும்போது, பெரியம்மா வழித் தங்கை வைத்து விட்டுப்போன சாப்பாட்டுப் பாத்திரங்களை அப்பா திறக்கவே இல்லை என்பது தெரிந்தது. மங்கள தேவி

தன் பிறந்தவீட்டுக்குப் போய்விட்டாள். அம்மா உயிரோடு இருந்திருந்தால் அப்பா உணவைப் புறக்கணித்து நகை வேலையில் ஆழும்போது கண்டித்திருப்பார். கிணற்றடியிலிருந்த துவைக்கும் கல்மீது அமர்ந்தான்; வெயிலின் சூடு இன்னும் அதில் இருந்தது. மங்களாவின் தாய்மையைக் கொண்டாடி இருப்பார் அம்மா. அவளது பிறந்த வீட்டுக்கே அனுப்பியிருக்க மாட்டார்.

அரைத் தூக்கத்தில் எழுந்தது தலை நோவை விட்டுச் சென்றிருந்தது. இரவுத் தூக்கம் போய் ஒரு மாதமாகிறது. அரண்மனையில் பொற்கொல்லர் செய்ய தங்கமோ வெள்ளியோ ஏதேனும் ஒரு வேலை இருந்துகொண்டுதான் இருக்கும். அப்பா அந்தக் கூட்டத்தில் சேரவே இல்லை; அனந்தன் போகும்போது தடுக்கவும் இல்லை.

அன்றாடம் போலத்தான் ஒரு மாதம் முன்பும் அவன் போயிருந்தான். அபூர்வமாகத் தென்படும் மூத்த பொற்கொல்லர் ஆசான் விஷ்வ வல்லபர் தானே நேரில் வந்திருந்தார். அரண்மனைப் பல்லக்கில் அவர் வந்து இறங்கியபோதுதான் ராஜ குடும்பத்தில் யாரோ அழைத்திருக்கிறார்கள் என்பது தெளிவானது. சற்று நேரத்திலேயே மகாராணி கோப்பெருந்தேவிதான் அழைப்பை அனுப்பினார் என்பதும் தெரிய வந்தது.

அன்று அனந்தனுக்கு வேலை எதுவும் இருக்கவில்லை. வல்லபரின் பாதம் பணிந்தான். “கைலாச நாதனோட மகனா நீ? என்கிட்டே வேலை கத்துக்கிட்டவங்க நடுவிலே நான் சொல்லிப் பெருமைப்பட்டுக்கிற மாதிரி இருக்கிற ரெண்டு மூணு பேருல அவரும் ஒருத்தர்,” என்றவர். “நல்லா இருப்பா,” என ஆசியும் வழங்கினார். “வர்றேன் ஆச்சாரியாரே,” என்று அவன் கிளம்ப யத்தனித்தபோது, “இரு. உன்னாலே எனக்கு ஓர் உதவி ஆகணும்,” என்றார். “என்னங்கய்யா . . . உத்தரவு போடுங்க,” என பதிலளித்தான் அனந்தன்.

அவர் தமக்கு வழங்கப்பட்ட பெரிய ஆசனத்தில் அமர அவன் இளைஞர்களுக்கென சுவரோரம் வைக்கப்பட்டிருந்த வரிசையான இருக்கைகள் ஒன்றுள் அமர்ந்தான். சற்று நேரத்தில் கோப்பெருந்தேவியாரின் முக்கியத் தாதியான கலாவதி வந்து மெல்லிய குரலில் வணக்கம் என்று கூறித் தலைகுனிந்து அவர் எதிரே நின்று வணங்கியபோது அவர் பக்கவாட்டில் பார்த்தபடி, “நல்லா இரு,” என்றார். அவருக்குப் பார்வை மங்கல் என்பது அப்போதுதான் அவனுக்குப் பிடிபட்டது. தொலைவிலிருந்து அவர்கள் பேசியது அவனுக்குக் கேட்கவில்லை.

சற்று நேரத்தில் அவர் சத்தமாக, “கைலாசம் மகனே, எங்கே இருக்கே?” என்று இங்கும் அங்கும் திரும்பினார். அவர்

பார்வைக்கு அவன் தென்படவே இல்லை. "வந்துட்டேன் ஐயா," என்று அவன் அருகில் சென்றான். "என்னை உள்ளே அழைத்துக் கொண்டு போ," என்று அவன் கையைப் பிடித்துக்கொண்டார்.

பல படிகள் கடந்து ஒரு பெரிய நடையைத் தாண்டி இறுதியாக அந்தப்புரத்தின் முக்கியக் கதவை அடைந்தார்கள். அவ்வளவு உள்ளே அவன் போனதே இல்லை. பணிப்பெண்கள் அவருக்கு வணக்கம் சொல்லிக் கதவுகளைத் திறந்தார்கள்.

உள்ளே மறுபடி ஒரு நடை. அதன் இடப் பக்கம் ஒரு பெரிய கூடம். அதன் கதவுகள் மூடியிருந்தன. வலப்பக்கம் பல அறைகள் இருந்தன. ஒரே ஓர் அறையின் வாயிலில் மட்டும் ஒரு பணிப்பெண் இவர்களுக்காகவே காத்திருந்ததுபோல நின்றிருந்தாள். "வாருங்கள்," என்றவள் அறைக் கதவைத் திறந்து விட்டு வெளியே நின்றாள்.

அந்த அறைக்குள் அவரைக் கையைப் பிடித்து அழைத்துச் சென்றான். உள்ளே நுழைந்ததும் அந்த அறையின் அமைப்பு அவனை அயரச் செய்தது. சூரிய வெளிச்சம் மேற்குப் பக்கத்துச் சிறிய சாளரங்கள் வழியே விழுந்துகொண்டிருந்தது. அழகிய வேலைப்பாடு மிகுந்த கண்ணாடிக் குடுவைகளுக்குள் அகல் விளக்குகள் சிறிய மாடங்களிலிருந்து ஒளியை உமிழ அந்த அறை பிரகாசமாக இருந்தது. திரைச் சீலைகள் அரிய வண்ணமும் ஜரிகை நகாசுகளுமாகப் பிரமிக்கவைத்தன.

கலாவதியை அவன் கவனித்தபோது அவள் ஒரு பெரிய மர அலமாரியைத் திறந்தாள். நான்கு மரத் தட்டுகளில் எண்ணற்ற தங்க நகைகள் விதம்விதமாகத் தென்பட்டன. இத்தனை தங்கத்தை அவன் பார்த்ததே இல்லை. "ஐயா ... மகாராணிக்கு அது எந்த ஒட்டியாணம் என்பது மறந்துவிட்டது. தாங்கள் இவற்றுள் திருகாணியில்லாத ஒட்டியாணத்தைக் கண்டுபிடித்து சரி செய்ய வேண்டும்," என்றாள் பணிவாக.

"ஓர் இருக்கையை அலமாரி அருகே போடுங்கள்," என்றார் ஆசான்.

"தம்பி ஒட்டியாணங்கள் எல்லாவற்றையும் அதன் நீளத்தை யொட்டி ஒப்பிட்டு, இருப்பதிலேயே அதிக நீளமானதை எடு," என்றார். வளையத்துள் கொக்கி மாட்டும் ஒட்டியாணங்கள் ஒருவகை. திருகாணியால் இடுப்பைச் சுற்றி மாட்டப்படுவது இன்னொரு வகை. பத்து ஒட்டியாணங்களையேனும் அவன் ஒப்பிட்டிருப்பான். ஒரு தட்டில் பாதி இடம் முழுதும் ஒட்டியாணங்களே. வளையல்கள், நாகொத்துகள், நெற்றிச் சுட்டிகள், தோடுகள், மாலைகள் இருந்தன. கீழ்த் தட்டில் ஒரே

ஒரு ஜோடி காற்சிலம்புகள் தங்கத் தாம்பாளங்கள், கிண்ணங்கள், கரண்டிகளுடன் இருந்தன.

ஒப்பிட்ட ஒட்டியாணங்களுள் இருப்பதிலேயே பெரியதை அவன் அவரிடம் நீட்டியபடி, "ஏன் இருப்பதில் பெரியதைக் கேட்டீர்கள்?" என்றான்.

"பிறகு சொல்கிறேன்," என்றவர் அதன் மையப் பகுதியைக் கை விரல்களால் தடவினார். மறைகளுடன் கூடிய நீண்ட வளையம் மட்டும் இருந்தது; திருகாணி இல்லை.

"இதுதான் அது," என்றார்.

"மகாராணியிடம் காட்டிவிட்டு வருகிறேன்," என்று கலாவதி நகர்ந்ததும்

"ராணியின் இடுப்புப் பெரிதாகிக்கொண்டே வந்தது. அதனால்தான் இத்தனை ஒட்டியாணங்கள்," என்றார் மெல்லிய புன்னகையுடன்.

அப்போது அவரும் அவனும் மட்டுமே அறையில் இருந்தார்கள். கனமாகவும் ஜொலிப்பதாகவும் இருந்த அந்த ஜோடி சிலம்புகளுள் ஒன்றை எடுத்தான். அதன் மீது மிகவும் நுண்ணிய பூ வேலைப்பாடுகள் இருந்தன. சற்றும் தயங்காமல் அதைத் தன் இடுப்பிலிருந்த வேட்டிக் கொசுவத்துக்குள் ஒளித்துக் கொண்டான். அதன் ஜோடிச் சிலம்பை நோக்கி அவன் கை நகரும் நொடியில் கலாவதி உள்ளே நுழைந்தாள்.

"ராணியார் இடுப்பில் அதை மாட்டிப் பார்த்தார். அளவு சரிதான். திருகு மட்டும் போடுங்கள்," என்றாள்.

அன்று அரண்மனையை விட்டு வெளியேறும்போது அவன் அவருடனே பல்லக்கில் வந்துவிட்டான். வீட்டுக்கு வந்து அதைப் பத்திரப்படுத்தியபோது, சில நாட்களில் அது தன்னை இப்படித் தொல்லை செய்யும் என்று தோன்றவே இல்லை.

"அனந்தா," தந்தையின் குரல் அருகிலேயே கேட்கவே திடுக்கிட்டான். "என்னப்பா ஆச்சு உனக்கு? இது என்ன திடீர் பகல் தூக்கம்?" என்றார். அவர் முகத்தையே உற்றுப் பார்த்தவன் ஒரு வேகத்தில், "உங்ககிட்டே பேச வேண்டியவை இருக்கு அப்பா," என்றான்.

"முதலில் நீ ஒற்றர் தலைவர் சொக்கநாதரைப் பார்த்து இதைக் கொடு," என்றார். மீன லச்சினை பொதித்த தங்க மோதிரம் அது.

இரண்டு தெருக்களே தள்ளியிருந்தது ஒற்றர் தலைவர் வீடு. அந்தணர், வைசியர் தெருக்களைத் தாண்டிச்சென்று

அவன் அந்த மோதிரத்தைக் கொடுத்துவிட்டுத் திரும்புகையில், வீட்டு வாயிலில் நல்ல மர வேலைப்பாடுள்ள மாட்டு வண்டி நின்றுகொண்டிருந்தது.

வீட்டில் நுழையும்போதே ஒரு பக்கம் பெரிய திண்ணை, மறுபக்கம் அப்பாவும் அவனும் பயன்படுத்தும் சிறிய நெருப்புக் குழி இருந்தது அனேகமாக அதில் சிறு கரித்துண்டு கனன்று கொண்டே நீறு பூத்திருக்கும். வீணையின் குடம் போன்ற ஒன்றுக்குள் சிறு மரச் சக்கரத்தின் ஒவ்வோர் ஆரத்தின் மீதும் சிறு முக்கோண வடிவ மரத் துண்டுகளை அப்பா பிசின் வைத்து ஒட்டி வைத்திருந்தார். கை வாட்டமான நீண்ட குச்சியை அவர் அசைக்க அது குடத்தின் முன்பக்கமுள்ள மற்றொரு குச்சியை முன்னும் பின்னும் அசைக்கும். அந்த அசைவில் சக்கரம் முன்னும் பின்னும் சுற்றும். சக்கரத்தின் மேலுள்ள சிறிய ஓட்டை வழி உட்செல்லும் காற்று, விசிறிபோல சுழலும் சக்கரத்தின் வீச்சால், சக்கரத்தின் பின்னே பூமிவழி சென்று நெருப்புக்குழியிலுள்ள கரியை கனன்று எரிய வைக்கும். இடது கையால் அதை அசைத்த படியே அவருடன் பேசிக்கொண்டிருந்தார் அப்பா. நெருப்பில் ஒரு சிறிய துண்டு தங்கம் உருகிக்கொண்டிருந்தது. பட்டு வேட்டியும் பட்டு அங்க வஸ்திரமும் பூணூலுமாக அந்த அந்தணர் பெரிய பணக்காரர் என்பது தெளிவாகத் தெரிந்தது.

வந்தவருக்கு அவனை அவர் அறிமுகம் செய்யவில்லை. வீட்டுக்குள் சென்றவன் கால் கழுவி மாலை நேரப் பிரார்த்தனைக்கு விஸ்வகர்மாவின் சிறு விக்கிரகம் முன்னே விளக்கையேற்றி வணங்கினான். மனம் குவியவில்லை. ஒவ்வொரு நொடியும் அச்சத்தின் பிடி இறுகிக்கொண்டே போனது.

வெளியே செல்ல எண்ணி அவன் திண்ணையைத் தாண்டித் தெருவில் இறங்கியபோதும் இருவரும் பேசிக்கொண்டே இருந்தார்கள். குடியானவர்கள் தெருவைத் தாண்டி வைகை ஆற்றங் கரையை அடைந்தான். சூரியன் அஸ்தமித்தவாறு இருந்தது. பறவைகள் அலை அலையாய் ஒன்றாய்ச் சிறகடித்து மரங்களுக்குத் திரும்பியவாறிருந்தன. மாலை வந்தனம் முடித்துப் பல அந்தணர்கள் வீடு திரும்பிக்கொண்டிருந்தார்கள். மீனாட்சி அம்மன் கோயில் மாலை ஆரத்திக்கான மணியை ஒலித்தது.

ஒற்றர் தலைவர் சொக்கநாதர் கூறியவை அவனை உள்ளே அமிலமாய்க் குதறின. “பொற்கொல்லர்களில் ஒருவர்தான் எடுத்திருக்க வேண்டும். ஆனால் பெரியவர் வல்லப ஆச்சாரியாரைத் தவிர யாருக்கும் அந்தப்புரத்துக்குள் அனுமதியில்லை. யார் திருடியிருந்தாலும் அது பொற்கொல்லர்களிடம் வந்திருக்கும். ஏனெனில் அது ஒற்றைச் சிலம்பு. மேலும் அதைச் சிலம்பாக அணியும் அந்தஸ்துள்ள பெண்கள் இந்த நாட்டில் வேறு யாரும்

கிடையாது. எல்லா பொற்கொல்லர்களையுமே விஸ்வகர்மா சன்னதியில் தம் குழந்தை மீது சத்தியம் செய்யச் சொல்லப் போகிறோம். உன் அப்பா கைலாசம், வல்லபர் போன்ற பெரியவர்களை இதிலெல்லாம் இழுக்க மாட்டோம்."

பிறக்கும் முன்பே தன் குழந்தைமீதுதான் பொய் சத்தியம் செய்ய வேண்டுமா? அதன் பின் குலம் விளங்குமா? அந்த ஒரு கணம் ஏன் என் மனம் தடுமாறியது? இன்று ஏன் இந்தச் சித்திரவதை? கவியும் இருளால் அவன் குலுங்கிக் குலுங்கி அழுவதை யாரும் கவனிக்கவில்லை. வைகையில் குதித்து உயிரை மாய்த்துக்கொள்வதே ஒரே வழி. இந்தப் போராட்டம், இந்த வேதனை, இந்தக் குற்ற உணர்வு எல்லாம் அழியும்.

சட்டென எழுந்து ஓடி வைகையில் குதித்தான். முதல்முறை நீர் தூக்கிவிட்டபோது அவனுக்கு மிகவும் வருத்தமாக இருந்தது. மறுபடி மூழ்கும்போது இனி விடுதலை என மனம் ஆறுதலும் கொண்டது. சட்டென ஓர் உருவம் தன்மீது மோதி, வலிமையான ஒரு கரம் தனது குடுமியைப் பற்றுவதை உணர்ந்தான்.

சில நொடிகளில் அவனைக் கரை சேர்த்த ஆஜானுபாகுவான ஒரு குடியானவர் அவனைக் குப்புறப் படுக்கவைத்து முதுகில் வலுவாக நான்குமுறை தட்டினார். அவன் வாய் வழியே அவன் குடித்த வைகை ஆற்று நீர் வெளியேறியது.

"என்ன தம்பி இது? நீ அந்தணனா? நீச்சல் தெரியாதா? ஏன் இந்த தற்கொலை முயற்சி?"

மெல்லிய குரலில், "நான் பொற்கொல்லன்," என்றான்.

"உன்னைக் காப்பாற்றவே உன்னைத் தொட்டேன். உன் வீட்டுக்கு நீ தனியே செல். நீ போகும்வரை நான் கண்காணிப்பேன்," என்றார் அவர். தலையை அசைத்துவிட்டு அவன் ஈர உடையும் காலெல்லாம் மண்ணுமாகத் தன் வீட்டுக்கு நடந்தான்.

அவன் உள்ளே போய் உடை மாற்றும்வரை பொறுமை காத்த அப்பா, "என்ன நிகழ்ந்தது?" என்றார். எல்லாவற்றையும் அவரிடம் கொட்டி, அவர் காலைப் பற்றி மன்னிப்புக் கேட்டான். பின் தரையில் புரண்டு புரண்டு, குலுங்கிக் குலுங்கி அழுதான். அப்பா அறையை விட்டு நீங்கி வீட்டிலிருந்தும் கிளம்பி எங்கேயோ போனார். எங்கே போயிருப்பார் என்னும் கவலையுடன் அவன் திண்ணையில் காத்திருந்தான்.

சிறிது நேரத்தில் அவர் தீப்பந்தத்துடன் பெரியம்மாவுக்குத் துணையாக வந்தார். பெரியம்மா இருவருக்கும் உணவளிக்க, மீண்டும் அவரை அவர் வீட்டில் கொண்டுபோய் விட்டுவிட்டு வந்தார் அப்பா. தனது வேலையில் கல் விளக்கு வெளிச்சத்தில் அவர் மூழ்கிவிட்டார்.

நள்ளிரவில் திடீரென அவன் அறைக்கு வந்தவர், "நாளைக் காலையில் மேல மாசி வீதியில் உள்ள நந்தவனத்துக்குப் போ. அங்கேயிருந்து பல கூடைப் பூக்கள் அந்தப்புரம் செல்கின்றன. ஏதேனும் ஒரு கூடைக்குள் சிலம்பைப் போட்டுவிடு. காலையில் சூரியன் உதித்து ஓரிரு நாழிகைக்குள் அங்கே நீ இருக்க வேண்டும். தற்கொலை அளவு போன நீ ஒருக்காலும் மறுபடி இதைச் செய்ய மாட்டாய். நம் குலத்தின் நம் தொழிலின் பெயருக்குக் களங்கம் செய்ய ஒருக்காலும் முயலாதே," என்றவர் தன் அறைக்குப் போய்விட்டார்.

விதி அவன் பக்கம் இல்லை. காலையில் மேல மாசி வீதியில் மக்கள் இரு பக்கமும் நின்று கொற்றவை விழாவுக்குப் போகும் ராஜ குடும்பத்தைக் காண வரிசையாக நின்றிருந்தார்கள். நந்தவனத்தைச் சுற்றியும் ஒரே கும்பல்.

வாடிய முகத்துடன் வீடு திரும்பியவன் அவர் முன் அமர்ந்து அழுதான். அவனது முகத்தை இரு கரங்களால் பற்றியவர் அவன் கண்களுள் கூர்ந்து பார்த்து, "நீ உயிர் வாழ விரும்பு. உன் உயிரை நீ காத்துக்கொள்ள இந்தப் பழியிலிருந்து நீ தப்ப வேண்டும். அதை முடிக்காமல் வீடு திரும்ப மாட்டேன் என்னும் உறுதியுடன் கிளம்பு. முதலில் தன் உயிரைக் காத்துக்கொள்ளும் திடமான உறுதி உனக்குள் இருக்க வேண்டும். எல்லா உயிர்களுக்கும் இயல்பானது இது. கிளம்பு," என்றார்.

உச்சி வெய்யில் வரை அரண்மனை செல்லும் வழியில் சுற்றித் திரிந்துகொண்டிருந்தான். நூறு பொற்கொல்லர்கள் தினம்போல அரண்மனைக்கு அணிவகுத்தபோது, துணிந்து அவர்களுடன் உள்ளே போய் எப்படியும் சிலம்பை எங்கேயாவது போட்டுவிட எண்ணினான். ஆனால் கால் பின்னியது. நடுக்கமாக இருந்தது. கையும் களவுமாகப் பிடிபடாமல் வேறு வழி எதுவுமே இருக்காதா? பிற பொற் கொல்லர்கள் மேலே செல்லச் செல்ல அவன் கடைசி ஆளாக மிகவும் தயங்கி நடந்துகொண்டிருந்தான்.

நல்ல உயரம், நிறத்துடன் ஓர் இளைஞன் அவன் அருகே வந்து, "ஐயா, என் பெயர் கோவலன். நான் வாணிகன். எனக்கு இப்போது பணம் தேவைப்படுகிறது. மகாராணி மட்டுமே அணிய வல்ல இந்தச் சிலம்பின் பொன் மிகவும் அரிய தரமுள்ளது. தங்களால் இந்த ஒற்றைச் சிலம்பை விற்றுத் தர இயலுமா?" என்றான்.

அனந்தன் கண்கள் அதிசயத்தால் விரிந்தன. அப்படியே மகாராணியின் சிலம்பின் அதே வேலைப்பாடுகளுடன் இருந்தது அந்த ஒற்றைச் சிலம்பு.

பாண்டி

சின்னஞ் சிறிய மாரியம்மன் கோயில். கோபுரமெல்லாம் கிடையாது. ஓர் அறை மட்டுமே இருக்கும் வீடு போலதான் தூரத்திலிருந்து தெரியும். வெளியே நிற்கும், பட்டை பட்டையாகக் குங்குமம் இட்ட வேலை வைத்துதான் அதைக் கோயில் என்றே நாம் தெரிந்துகொள்வோம். கோயிலுக்கு முன்புறம் ஒரு மைதானம், ஒரு பக்கம் காய்ந்துகிடக்கும் ஓர் ஓடை, மறுபக்கம் ஒரு மண்சாலை நடுவே இருந்தது. மண்சாலையிலிருந்து சிதறிச் சிதறி ஒவ்வொன்று என மண் குடிசைகள். அவற்றையும் தாண்டி சில சிமெண்ட் வீடுகள். சிறிய ஊர். மைதானம் வட்ட வடிவமானதல்ல. மிகவும் நீண்டது. கோயிலை யொட்டிய பகுதியில் சூடிதார், பாவாடை, 'ப்ராக்' என வெவ்வேறு வயது சிறுமிகள் விளையாடிக் கொண்டிருந்தார்கள். தொலைவில் பையன்கள் கிரிக்கெட் விளையாடிக்கொண்டிருந்தார்கள்.

அரச மரத்தின் மேலேயிருந்து பாரிஜாதம் முதலில் பார்த்தது சில கட்டங்களைத்தான். பெண் குழந்தைகள் அந்தக் கட்டங்களுள் என்ன செய்கிறார்கள்? அருகில் போவது ஒரு நொடியில் சாத்தியம். ஆனால் பாரிஜாதத்துக்குத் தயக்கமாக இருந்தது. அந்தப் பெண் குழந்தைகள் எல்லோருமே தன்னைவிட நிறத்தில், சதைப் பிடிப்பில் நன்றாகவே இருக்கிறார்கள். அவர்கள் வயதிலோ அல்லது இப்போதோ, தான் ஒன்றும் சுமார் நிறமாகவோ அல்லது பூசிய கன்னங்களோடோ இருந்ததில்லை தான். ஆனால் அந்தக் கட்டம் போட்டு விளையாடும் விளையாட்டைத் தெரிந்துகொண்டே தீர வேண்டும்.

அவளின் தயக்கம் மெல்லமெல்லக் கலையும் முன், மாலை வெயில் வேகமாக மங்கிக்கொண்டிருந்தது. குழந்தைகள் வீடு திரும்பிவிட்டார்கள்.

மேலெழும்பிப் பறந்தாள். சாரிசாரியாய்க் கூடு திரும்பும் பறவைகள் அவளை உரசிச் சென்றன. புள்ளிப் புள்ளியாய் விளக்குகள் கொண்ட வீடுகள். நடுவே, சாலையில் வெளிச்சத்தை முன் செலுத்தி விரையும் வாகனங்கள், இருள் கவியக்கவிய காட்சிப் பட்டன. தொகை வீடுகளாலான பெரிய வளாகம் ஒன்றின் மொட்டை மாடிமீது வெகுநேரம் அமர்ந்தாள். தொடர்ந்து பறந்தபோது, தான் உயிரோடிருந்த காலத்தில் தன்னைக் கடைசியாய் வைத்திருந்த சென்னைதான் அது என்பது மெல்ல மெல்லப் பிடிபட்டது.

திருவான்மியூரில் நள்ளிரவில் விளக்கெரியும் அறை தென்பட்டது. தரையில் இறங்கி அறையை நெருங்கிக் கதவைத் தொட்டாள். கதவு திறந்துகொண்டது.

தனது அறைக் கதவு திறந்ததை மட்டுமா சித்ரா கவனிக்க வில்லை? எதிரே இளைய ராஜா பாடல்கள் மெலிதாய் ஓடிக் கொண்டிருந்த தொலைக்காட்சிப் பெட்டியையும் கவனிக்க வில்லை. இரண்டு நாட்களில் நிறையவே நிகழ்ந்திருந்தது. அவள் ஆழ்ந்து அசைபோட்டுக்கொண்டிருந்தாள்.

முதல்நாள் கடை முதலாளி என்னென்ன 'சப்ளை'க்கு இன்னும் பணம் வரவில்லை, யாரேனும் வங்கியில் கட்டி இருக்கிறார்களா என சரி பார்க்கச் சொல்லிக்கொண்டிருந்தார். சிலரிடம் அவள் ஆங்கிலத்தில் பேசிப் பணத்தை வசூலிக்க முயன்றுகொண்டிருந்தபோது, நல்ல சிவப்பு நிறமான அந்த டாக்டர் வீட்டம்மா வந்தாள். அவள் கையில் ஒரு சிறு சீட்டைத் திணித்து, 'இந்த நம்பர்ல என்னைக் கூப்பிடு' என்று சொல்லி விட்டுப் போய்விட்டாள். மதிய உணவின்போது, "என்னாடி சித்ரா, அந்தப் பணக்கார அம்மா உன்னை அக்கவுட்ண்ட்ஸ் ரூமுக்குள்ளே எட்டிப் பாத்தாங்க?" என்றாள் கனகா. "ஒரு நம்பரைக் கொடுத்து போன் பண்ணுன்னாங்க."

"பண்ணுடி."

"எதுக்கு?"

"என்னடி சித்ரா, படிச்சவங்க எதாவது சொன்னா நல்லா யோசிச்சுதான் சொல்வாங்க. உனக்குதான் இங்கிலீஷு நல்லா வருதே... எதோ பிளான் போட்றாங்க அந்த அம்மா?"

கடைக்கு வெளியேபோய்ப் பேசலாம் என நகர்ந்தபோது, காய்கறி 'லோடை' சரி பார்த்துக்கொண்டிருந்த சூப்பர்வைசர் முறைத்தான். உரையாடலை முடித்துவிட்டபின் அவன் அச்சுறுத்துபவனாக இல்லை. சற்றே தயக்கமாக இருந்தபோது கனகா, "உன் கலருக்கு ரிசெப்ஷனிஸ்ட் வேலை கிடைக்காது. ஆனா உன் இங்கிலீஷுக்கு ரிசெப்ஷனிஸ்ட் வேலை பொருத்தம். சான்ஸை விடாதே," என்று உற்சாகப்படுத்தினாள்.

15000 சம்பளம் – சாப்பாடு டாக்டர் வீட்டிலேயே, பகலில் நோயாளிகள் வராதபோது படுத்துக்கொள்ள ஒரு சிறிய பெஞ்சு. இன்று வேலை சுளுவாகத்தான் இருந்தது. காய்கறிக் கடையில் ஹாஸ்டல் செலவு போக ஒரு ஆயிரம் கூட மிஞ்சாது. இனி ஐயாயிரம் மிஞ்சும். மகிழ்ச்சியாலேயே தூக்கம் வரவில்லை.

"ரொம்ப சந்தோஷமா இருக்க போல," என்ற பாரிஜாதம் குரல் கேட்டுத் திடுக்கிட்டாள் சித்ரா.

"என்னாச்சு?" அருகில் சென்று அவள் தோளைத் தொட்டாள் பாரிஜாதம்.

"ஒண்ணுமில்லே. நீ தொடும்போது ஏன் அது என் மேலே படவே இல்ல. தொட்ட மாதிரியே இல்லயே?"

"என்னை நீ பாக்க முடியும். என்னோட பேச முடியும். ஆனா தொட முடியாது. சும்மா அன்பாத் தொட்டேன்."

"அப்போ நான் உனக்கு என்னதான் செய்ய முடியும்?"

"எதுக்காக வந்தேன்னு கேக்கறியா? பொம்பளப்புள்ளைங்க கட்டம்போட்டு விளையாடறாங்களே, அது என்ன விளையாட்டு?"

"வீட்டுக்கு உள்ளையேவா வெளியிலேயா?"

"வெளியிலே ... மைதானத்திலே."

"அதுக்குப் பேரு பாண்டி. இரு நா உனக்குக் கட்டம் போட்டுக் காட்றேன். ஆனா சாக்பீஸு வேணுமே, எங்கிட்டே இல்லியே."

"துவைக்கிற சோப்ப வச்சிக் கோடு போட்டுக் காமியேன்."

"நல்ல ஐடியா." சித்ரா குளியலறையிலிருந்து துவைக்கும் நீலநிற சோப்பை எடுத்து வந்தாள். இரு வரிசையாக இணையாக, ஒவ்வொரு பக்கமும் நான்கு நான்கு என எட்டுச் சதுரங்கள் வரும்படிக் கோடுகள் இட்டாள். "நல்லா கவனி."

முதல் இரண்டு கட்டங்களில் இரு கால்களை வைத்தவள், அப்படியே இரு கால்களையும் உயர்த்திக் குதித்து அடுத்த

இரண்டு, பின் அடுத்த இரண்டு என நான்கு வரிசையையும் கடந்தாள். அதன்பின் மெல்ல மெல்லக் கட்டத்துக்கு உள்ளேயே பாதங்களைக் கோணம் மாற்றித் திருப்பிக்கொண்டு ஒரு வட்டமடித்துத் திரும்பினாள். பழைய மாதிரியே ஒவ்வொரு வரிசையாகத் தாண்டி, கடைசி வரிசைக்கு வந்தாள்.

"இதில என்ன கவனிச்ச?"

"என்ன கவனிக்கணும்?'

"உனக்கு எதுவுமே சூட்சுமமாப் புரியாதா? கட்டங்களுக்கு நடுவுல இருக்கற கோட்டை மிதிக்காம இருக்கணும். அவ்ளோ தான்."

பாரிஜாதத்தின் முகம் மலர்ந்தது. "தேங்க்ஸ். போறேன். தொல்லை கொடுத்துட்டேன்."

"ஏனோ எனக்கு அப்பிடித் தோணலை." சித்ரா சொல்லி முடிக்கும் முன் பாரிஜாதம் காணாமற் போயிருந்தாள்.

பாரிஜாதத்துக்கு உற்சாகம் குறையவில்லை. மற்றொரு பெண்கள் விடுதியில் ப்ரியாவின் அறைக்குள் நுழைந்தாள். "யாரு நீ?" பிரியா எரிந்துவிழுந்தாள். பாரிஜாதம் தான் யாரென்று விளக்கி, "உனக்குப் பிடிக்கலன்னா போயிடுவேன்," என்றாள்.

பதிலெதுவும் சொல்லவில்லை. குலுங்கிக் குலுங்கி அழுதாள் பிரியா. 'டாக்டர்கிட்டே ரிசெப்ஷனிஸ்டா இருந்தேன். மொபைலைக் கையில எடுக்கவே மத்யானம் ஆயிடும். மறுபடியும் நாலு மணி நேரத்திலே பேஷண்ட்ஸ் வருவாங்க. அந்த நேரம் அவனுக்கு மீட்டிங் இருக்கும். அதனால அவன் சாட் அல்லது வாய்ஸ் கால்லே வந்தான்னா என்னாலே பதில் சொல்ல முடியல. அவன் அதையே பெரிய பிரச்சனையா ஆக்கி என்னை ஏசிக்கிட்டே இருந்தான். இப்போ அதுக்காவே நான் பியூட்டி பார்லர்லே வேலைக்கி வந்திட்டேன். கொஞ்சம் ஃப்ரீ டைம் இருக்கு. ஆனா அவன் முறுக்கிக்கிட்டு என்னைக் கைகழுவிட்டான்," கட்டுக் கடங்காமல் அழுதாள்.

"முதல்லே நீ அழுது முடி. என்னாலே ஒரு உதவி செய்ய முடியும்."

"என்ன?"

"உன் எதிர்காலம் பத்தி உனக்கு எந்த அளவு சொல்லலாமோ அதைச் சொல்ல முடியும்."

மிகவும் ஆவலுடன் பாரிஜாதத்தைப் பார்த்த பிரியா, "சொல்லேன் சீக்கிரம்."

“அந்தப் பையன் வேற ஒரு பெண்ணோட செட் ஆயிட்டான். இந்த நொடி அவன் அவளோட சாட்ல இருக்கான். உனக்குத் தன்மானம் அதிகம். அவன நீ மறந்துட்டு நிமிர்ந்து நிப்பே.”

பதிலே சொல்லாமல் பிரியா தொடர்ந்து அழுதாள். ‘பியூட்டி பார்லர் கோர்ஸ் படிச்சு இந்த வேலையை நான் பிடிச்சதே அவனுக்காகதான். அலங்காரத்துக்கு நிறைய காஸ்மெடிக்ஸ் போட்டு இடைவெளி விட்டுதான் அடுத்தது. கண்டிப்பா அவனோட சாட் பண்ண முடியும். பாரேன், எவ்வளவு எளப்பமாப் போயிட்டேன் நா.”

“உன்னை மதிக்கிற ஒரு நல்ல புருஷன் குழந்தைங்க எல்லாம் உனக்கு விதியிலே இருக்கு,” என்றாள் பாரிஜாதம்.

“நிஜமாவா?”

“நீ முதல்லே அழுவறதை நிறுத்து. நான் கிளம்பறேன்.”

“அய்யோ, கிளம்பாதே. எவ்வளவு நல்லதெல்லாம் சொல்லி யிருக்கே. நான் உனக்கு எதாவது செய்யணும்.”

“சரி. பாண்டி விளையாட்டிலே உனக்கு என்ன தெரியும்?”

பிரியா அழகு சாதன ரசாயனக் கட்டி ஒன்றை வைத்துக் கோடுகள் வரைந்தாள். சித்ரா கூறியதை விடவும் இவள் கூறிய ஆட்டம் இன்னும் சிக்கலானது. தலைக்கு மேலே ஒரு மண் சில்லை வைத்துக்கொண்டே கட்டங்களைத் தாண்டிக் குதித்துத் திரும்ப வேண்டும். சில் கீழே விழுந்து விடவே கூடாது.

ஒரு வீட்டின் மாடியில் ஓர்அறை. அதையொட்டி மொட்டை மாடி. மாலதி அந்த அறையில் பெரிய பெட்டியில்லிருந்து துணிகளை எடுத்து மர அலமாரிக்குள் வைத்தபடி இருந்தாள். பாரிஜாதம் தன்னை அறிமுகப்படுத்திக்கொண்டதும், “என்ன வேணும் என்கிட்டே இருந்து?”

“ஏற்கனவே ரெண்டு பொண்ணுங்களைப் பாத்தேன். அவங்களை விட நீதான் சிவப்பா இருக்கே.”

“குண்டா இருக்கேன்கிறதையும் சேத்துச் சொல்ல வேண்டியதுதானே. எனக்கு நீ ஐஸ் வைக்காமலேயே உனக்கு வேண்டிய உதவியை நான் செய்வேன்.”

“நான் நிஜத்தைதான் சொன்னேன்,” என்று பாரிஜாதம் தொடங்கியதும் மாலதி இடை மறித்தாள். “ஆனா இந்த சதையும் பருமனும் கல்பனாவுக்கு ஒரு காலத்திலே ரொம்ப பிடிச்சிருந்துது. அங்குல அங்குலமா இதை ரசிச்சவ சுவைச்சவ. இன்னிக்கி அவளுக்கு நா தேவப்படலே.”

"உனக்கு மனசுலே உறுதி இருக்கு," என ஆறுதலாக பாரிஜாதம் எதோ கூற ஆரம்பித்தபோது, "முதல்லே உன்னைப் பத்திச் சொல்லு. இதுக்கு முன்னாடி பாத்த ரெண்டு பொண்ணுங்களைப் பத்திச் சொல்லு," என்றாள்.

பாரிஜாதம் விளக்கியதும், "உனக்கு அடிப்படையிலே தோலோட நிறத்தைப் பத்தித் தாழ்வுணர்ச்சி இருக்கு," என்றாள்.

பாரிஜாதம் பதில் பேசவில்லை.

"நீ மேலே போட்டிருக்கிறியே தலையிலே இருந்து கால்வரைக்கும் ஒரே நீளமாப் பெரிய சூடிதார். அதைக் கழற்று."

"ஐயோ. வெக்கமா இருக்கு... முடியாது," என்று இரு கைகளையும் அசைத்தாள் பாரிஜாதம்.

"உள்ளே போட்ற டிரெஸ் இருக்கில்லே. நான் பொண்ணு தானே என்ன வெக்கம்?"

முடியாது எனத் தலையை அசைத்தாள் பாரிஜாதம். "அப்பிடின்னா நான் பாண்டி சொல்லித் தர மாட்டேன்," என மாலதி மிரட்டியதும் மெதுவாகத் தயங்கித் தயங்கி மேலே போட்டிருந்த பெரிய சூடிதாரை நீக்கி உள்ளாடைகளுடன் நின்றாள். பாரிஜாதத்தின் தோள் கழுத்துக்குக் கீழே இடுப்பு, தொடைகள் என எங்கும் நகக் கீறல் தழும்புகள். ஆழ் காயம் இருந்த தடயமான பிற தழும்புகள்.

எதையோ கேட்கத் தொடங்கிய மாலதி அதை மறந்து, தானும் உள்ளாடைகளில் நின்றாள். "என் இடுப்பைப் பாரு எவ்வளவு ஊளை சதை. என் பின் பக்கத்தைப் பாரு. உன்னுடையதையும் பாரு ஒல்லியா சிக்குனு இருக்கே. மார்பும் சரியான அளவா இருக்கு. இது எல்லாப் பொண்ணுக்கும் அமையாது."

"நிஜமாவா..." பாரிஜாதத்தின் முகம் மலர்ந்தது. "அவ ஏன் தொடர்ந்து உன்னை விரும்பலனு எனக்குத் தெரியும்," எனப் பேசத் துவங்கியதும், "லுக் ரெண்டு மாசத்திலே நான் இதையெல்லாம் முழுங்கிட்டேன். எந்த ஹாஸ்டல் ரூம்ல என்னை அவ அனுபவிச்சாளோ அந்த ரூமையே காலி பண்ணி இன்னிக்கிதான் இங்க வந்தேன். நீ இனிமே எனக்குச் சமாதானம் ஒண்ணும் சொல்லிக் கஷ்டப்படாதே. நான் சொரணை ஜாஸ்தி உள்ளவ. அவ என்னை அழிக்கிற அளவுக்கு ஏங்க மாட்டேன்," என்றாள்.

கண்களில் சற்றே நீர் துளிர்த்திருந்தது. பாரிஜாதம் மீண்டும் பெரிய அங்கியை மாட்டிக்கொண்டாள். மாலதி தன் 'ஹவுஸ்

கோட்'டை. ஒரு கணம் பொறு என்று சைகை காட்டிய மாலதி, நேரே வெளி வாசல் செல்லும் படிக்கட்டின் கதவைத் திறந்து படிகளில் இறங்கிச் சென்று திரும்பி வரும்போது ஒரு சிறிய கிண்ணத்தில் கோல மாவுடன் வந்தாள்.

மொட்டை மாடியின் விளக்கைப் போட்டாள். இரு பக்கம் 12 கட்டம் என்னும் பெரிய இரு வரிசையான 24 கட்டங்களை இட்டாள். தனது தலை முடிக் 'கிளிப்'பைக் காட்டி 'இதைச் 'சில்லு'ன்னு நெனச்சிக்கோ' என்றபடி அதைக் கவனமாக வீசியெறிந்தாள். அது இடது பக்கம் பதினோராவது கட்டத்தில் போய் விழுந்தது. ஒரு காலை நொண்டி நொண்டி அதுவரை போய்ச் சேர்ந்தவள், திரும்பிப் பார்க்காமல் அதைத் தலைக்கு மேல் கவனமாக எறிந்தாள். அது வலது பக்கம் நாலாவது கட்டத்தில் விழுந்தது. நொண்டி யடித்து, நொண்டி யடித்து அந்தக் கட்டத்துக்கும் வந்து சேர்ந்தாள். மூச்சு வாங்கியபடி, "எத்தனை கட்டத்துக் கோட்டு மேலே காலை வைக்காம, அதன் மத்தியிலே வர்றோமோ அவ்ளோ பாயிண்டு," என்றாள். பாரிஜாதம் நன்றியுடன் தலையசைத்தாள்.

"ஒரு முக்கியமான வேல இருக்குஞ் கொஞ்சம் இரு," என்றவள், தனது அறையின் மூலையிலிருந்த ஒரு பிளாஸ்டிக் பையை எடுத்து உள்ளே இருப்பவற்றைப் பரிசோதித்தாள். கல்பனாவின் ரசனைக்கேற்ப அவள் வரும்போது தான் அணிந்திருந்த பத்துப் பதினைந்து உள்ளாடைகள் அதனுள் இருந்தன. படியில் இறங்கித் தெருவிலிருந்த குப்பைத் தொட்டியில் அதைப் போட்டுவிட்டு வந்தாள். பாரிஜாதத்தைத் தேடினாள்.

அவள் போயிருந்தாள்.

அடுத்த நகர்வு

அந்த வீடு தெருவில் நுழையும்போது இடது பக்கத்தில் முதல் வீடு. பின்னிரவு நேரத்தில் அந்தத் தெருவின் இரண்டு வீடுகளில் மின் விளக்குகள் எரிந்துகொண்டிருந்தன. விளக்கு எரிகிறது என்றால் முழுவீட்டின் எல்லா விளக்குகளும் அல்ல. கும்மிருட்டான தெருவில் ஒரு வீட்டின் ஓர் அறையில் விளக்கெரிந்தாலும் அது பளிச்செனத் தென்படுகிறது இல்லையா? ஆனால் அந்த இரண்டு வீடுகளுக்குள் இது ஒன்றல்ல. இருந்தும் இந்த வீட்டுக்குள் ஒரு 'கைபேசியின் டார்ச்' ஒளி இங்குமங்கும் அலைந்துகொண்டிருந்தது.

திருடன் கையில் இருந்தது சாதாரணமான லேசான கைபேசி. ஆனால் அதன் 'டார்ச்' ஒளி, அவன் தேடலுக்கு மிகவும் உறுதுணையாக இருந்தது. பல நாட்களாகவே அவன் பகலில் வந்து நோட்டம் பார்த்த இடம்தான் அது. விலையுயர்ந்த இரு கார்கள், ஒரு மோட்டார் சைக்கிள் 'போர்ட்டிகோ'வில் இருந்தன. இரண்டு டிரைவர்கள், பல வேலையாட்கள் எனப் பெரிய இடம்தான். தரைத் தளத்தில் வரவேற்பறை தவிர இரண்டு அறைகள், ஒரு பொதுக் குளியலறை, சமையலறை. இரு அறைகளிலுமே பெரிய பெரிய சுவர் அலமாரிகள் மூன்று இருந்தன. தரைத் தளத்தில் மொத்தம் ஆறு தேடல்கள் வரலாம். இவற்றுள் எவையெவை பூட்டப்பட்டவை? முதலில் இடது புறமிருந்த அறைக் கதவைத் திறக்க முயற்சிசெய்தான். கதவே பூட்டப்பட்டிருந்தது. சமையலறையில் ஒரு

பாத்திரம் விழும் சத்தம் கேட்டது. அனிச்சையாக சரேலென்று சோபாவின் பின்புறம் ஒளிந்துகொண்டான்.

அதே வரிசையில் தெருவின் நட்ட நடுவில் ஒரு வீடு. மாடி அறையில் விளக்கெரிந்துகொண்டிருந்தது. 'குடிக்கறதிலேயே கவனமா இரு'. அவன் ஆவனைப் பார்த்துக் குளறும் குரலில் கூறினான்.

'கட்சிக்கு விசுவாசமா இருக்கிறேங்கிற இமேஜ் உனக்கு இருக்கு. இப்போதைக்கு அதக் காப்பாத்திக்கிறதை மட்டும்தான் நீ செய்ய முடியும்' என்றான் ஆவன். சொல்லிமுடித்த கையோடு அடுத்த மடக்கு மதுவை விழுங்கினான்.

'அப்போ நேத்திக்கி வந்தவன்லாம் 'நெட்' லே தலைவர் பத்தித் தொடரா எளுதி இன்னிக்கிப் பெரிய ஆளாயிட்டான். அவனைத்தான் செய்தித் தொடர்பாளராப் போடப் போறாங்கிளாம்.'

'சண்முகத்தைப் பத்தித்தானே சொல்றே? படிச்சவன்,' என்றான் ஆவன்.

'நான் இன்னா கை நாட்டா?' அவன் கொதித்தெழுந்தான்.

'நான் அப்டிச் சொன்னனா? நாம் அந்த வழியில போவ முடியாது. வேற மாதிரிதான் காயை நவுத்தணும்.'

'உடனடியாத் தலைவர் கவனத்தைக் கவர்ற மாதிரி ஒண்ணு சொல்லு.'

'நீ வெத்து வேட்டு இல்லே.'

'அப்டீன்னா?'

'நீ தென்சென்னை மாவட்டச் செயலாளர்.'

'அதனால?'

'சாணக்கியத்தனமா நீ ஒண்ணு செய்ய முடியும்,' என்ற ஆவன் அடுத்த மடக்கையும் விழுங்கி முந்திரிப் பருப்புகளைக் கொரித்தான்.

எதிர் வரிசை முட்டு சந்துத் தெருவின் கோடியில் இருந்த வீடுதான் விளக்கெரிந்த இரண்டாவது வீடு. அதன் வாசலில் ஒரு நிறைமாதச் சினை பசு நின்றிருந்தது. அதன் வாயில் இருந்து பிசின்போல எச்சில் ஒழுகிக்கொண்டிருந்தது. அந்த வீட்டின் வரவேற்பறையில் இவன், ஈவன் இருவருக்கும் இடையே சதுரங்கப் பலகை ஒன்று இருந்தது. இவன் இருந்த பக்கம், அதன் வெள்ளைக் காய்கள் சம்பிரதாய வரிசையில் வைக்கப்பட்டிருந்தன. ஆனால் கருப்புக் காய்களுள் ராஜா மட்டும், ஈவன் இருந்த பக்கம், இறுதி வரிசைக் கட்டங்களின் மத்தியில் இருந்தது.

பூனை அடியெடுத்து நகர்வதை மோப்பத்தால் அறிந்த எலி, வேகமாய் நகர்ந்து காஸ் அடுப்புக்கு அடியில் பதுங்க விரைந்தபோது ஒரு சிறிய பாத்திரத்தைத் தட்டிவிட்டது. அதன்பின் வீடு மீண்டும் அமைதியாகிவிட்டது. திருடனுக்கும் போன மூச்சு திரும்பி வந்தது. அவன் துணிவாகச் சமையலறையில் வெளிச்சம் அடித்த உடன் பூனை 'வாஷ் பேசின்' அடியில் பதுங்கிக்கொண்டது. ஏதோ நினைவு வந்தவனாய் அவன் மாடிக்கு விரைந்தான். அங்கே பெரிய கூடம், அதன் நடுவே ஊஞ்சல்; இரண்டு பெரிய அறைகளும் ஒரு பெரிய பால்கனியும் இருந்தன. அடுத்த மாடிப் படிகளைக் கண்டுபிடித்து மொட்டை மாடிக் கதவைத் திறந்தான். பின்பக்கம் இறங்கக் குழாய் மரம் என இரண்டுக்குள் ஒன்றைத் தேர்ந்தெடுத்துக்கொள்ளலாம். மாடியில் ஓர் அறையிலிருந்த மர அலமாரியில் 'ஜாக்கி' உள்ளாடைகள், 'நைக்கி', 'மோடா ராப்பிடோ', 'ட்யூக்' 'டீ ஷர்ட்'டுகளுடன் மது பாட்டில்கள் அதிகம் கைக்கெட்டாத இடத்தில் இருந்தன. மற்றோர் அறையில் 'மார்க்ஸ் அண்ட் ஸ்பென்ஸர்'. 'வான் ஹுஸன்' என்னும் பெண்களுக்கான மேற்சட்டை, கால்சராய், சூடிதார், சல்வார் கமீஸ், கையில்லாத ரவிக்கைகள், ஏகப்பட்ட உள்ளாடைகள் என அலமாரிகள் வழிந்தன; எதாவது அகப்படுமானால் அது தரைத்தளத்தில்தான் இருக்க வேண்டும்.

'உன்னோட இந்த ஒத்தைக் கருப்பு ராஜாவுக்கு எல்லா காயினோட எல்லா பவர்ஸும் உண்டு. எந்தப் பக்கம் வேண்டு மானாலும் முன்னாலேயோ பின்னாலேயோ நகரலாம்,' என்றான் இவன் ஈவனைப் பார்த்து 'ஆயிரம் ரூபா பெட்டு. அதை மறந்துடாதே.'

இவன் முதலில் தன் வெள்ளைக் குதிரைகளுள் ஒன்றை வெளியே எடுத்தான். ஈவன் ஒரு கட்டம் தன் ராஜாவை முன்னகர்த்தினான். இவன் அடுத்த குதிரையை முன்னெடுத்தான். ஈவன் ராஜாவை அப்போதைக்கு என ஒரு கட்டம் முன், ஒரு கட்டம் பின் என நகர்த்தி வந்தான். இருவரின் ஐந்தாறு நகர்வுகளில் வெள்ளைக் காய்களுள் குறுக்கே நகரும் மந்திரிகள், தாவி வந்து தாக்கும் குதிரை, நேரே நிறையவே நகரும் யானை, எந்தப் பக்கமும் நகரும் ராணி என எல்லாக் காய்களுமே பாதிக் கட்டங்களைத் தாண்டி நிறையவே முன்னேறியிருந்தன.

'சென்னையிலேயே பெரிய கல்யாண மண்டபத்துக்கு டோக்கன் அட்வான்ஸ் கொடுத்து, தலைவரோட மாவட்டம் வாரியான சாதனைகள் அவர் ஆட்சிக் காலத்திலே என்னென்னன்னு நீ ஒரு கண்காட்சியை அறிவிக்கிறே,' என்று தொடர்ந்தான் ஆவன்.

'கட்சியிலே என் மேலே ஒழுங்கு நடவடிக்கை ஒண்ணுதான் பாக்கி. இதால அந்தக் குறையும் போயிடும். என்னடா ஐடியா இது?' எனப் புலம்பினான் அவன்.

'மொத்தம் ஆயிரம் போட்டோவை இண்டெர் நெட், கட்சியோட பத்திரிக்கை இதிலே இருந்து தேத்திடலாம்.'

'கலியாண மண்டபம், ஸ்டால் வைக்கிற செலவு இதெல்லாம் எனக்குத் தாளாது.'

'நான் உன்னை போட்டோ மட்டும்தான் தேடி எடுத்து வெச்சுக்கச் சொன்னேன். டோக்கன் அட்வான்ஸ்தான் கொடுக்கச் சொன்னேன்,'

'அப்டீன்னா?'

'உன் மேலே ஒழுங்கு நடவடிக்கையும் நடக்காது. அந்த எக்ஸிபிஷனும் நடக்காது.'

'அதை எப்படி உறுதியாச் சொல்லுறே?'

அதே எலியா மற்றொன்றா என்று தெரியவில்லை. கூடத்தில் ஒரு எலி ஓடுவதை உணர்ந்த பூனை மெல்ல மெல்ல கூடத்துக்கு நகர்ந்தது. சோபாவை நெருங்கி அதன் கீழ்ப்பக்கம் நீண்ட கருப்பான வால் தெரிவதைக் கண்டது. மெல்ல சோபாவின் முன்பக்கம் சென்றது. அது முன் பக்கம் தென்பட்டதும் எலி வேகமாகக் கூடத்தின் மூலையினலிருந்த வாஷ் பேசினுக்கு அடியில் இருந்த குப்பைக் கூடைக்குப் பின்னே ஒளிந்துகொண்டது.

தரைத் தளத்திலிருந்த இரு அறைகளுக்கும் எதிர்ப் பக்கம் ஒரு பூஜை அறை இருந்தது. நேரம் கடந்துகொண்டே இருப்பதை உணர்ந்த திருடன் அந்த இரு அறைகளுள் புடவைகளும் ரவிக்கைகளுமுள்ள சுவர் அலமாரியில் தேடினான். ஏகப்பட்ட பட்டுப்புடவைகள் வெள்ளிப் பாத்திரங்களே இருந்தன. நகைகள் எங்கே?

தெருவின் அந்தக் கோடியில் நின்றிருந்த சினை மாடு மெல்ல மெல்ல, முன்னே முன்னே, மிகச் சிறு அடிகள் வைத்து, சுமக்க முடியாத சுமையைச் சமாளித்தபடி, ஆடி அசைந்து நகர்ந்துகொண்டிருந்தது.

'நீயா அறிவிக்கிற புகைப்படக் கண்காட்சி தலைவரோட பிறந்த நாள் அன்னிக்கி. உன் மேலே எந்த அடிப்படையிலே ஒழுங்கு நடவடிக்கை எடுப்பாங்க? எதாவது சொல்லு,' என்று ஆவன் உருளைக் கிழங்கு வறுவலில் கொஞ்சம் கொறித்து மேலும் ஒரு மடக்கு விழுங்கினான்.

'கட்சித் தலைமையைக் கலந்துக்காம செஞ்சயின்னு என்னைத் தனிமைப் படுத்துவாங்க. இது அங்கீகாரமில்லாத கண்காட்சின்னு அறிவிப்பாங்க.'

திடீரென ஆவன் கடகடவெனச் சிரித்தான். 'நீ பேசாம சரக்கடிக்கறதை விட்டுட்டு, பால் பாட்டில உறிஞ்சலாம்.'

பதில் பேசாமல் ஆவனை முறைத்தான் அவன்.

'பின்ன என்னப்பா இப்போ ஆட்சியிலே இல்லே, சென்னைலே கட்சிக்குள்ள ஏற்கெனவே சலசலப்பு அதிகம். உன்னையும் கிளப்பிவிட வேண்டாமின்னு... உன்னக் கூப்பிட்டுப் பேசுவாங்க, அன்னிக்கிக் கட்சி நடத்துற கொண்டாட்டத்திலே சின்னதா உன்னையும் கண்காட்சி வைக்க இடம் தர்றோம்பாங்க.'

'நெசமாவா?'

'நீ அதிரடியா எதுவும் பண்ணலன்னா சுத்தமா ஓரங்கட்டிருவாங்க... இப்பிடித் திமிறி நீ எதாவது செய்யறதத் தலைவர் ரசிப்பாரு, அடுத்த முறை டிக்கெட் தர்ற வாய்ப்பு அதிகம்.'

ஈவன் தனது ஒற்றை ராஜாவின் எதிரே திரண்டிருக்கும் அத்தனை படைகளையும் சமாளிக்க ஒரே ஒரு வழிதான் இருக்கிறது என்று நினைத்தான். எப்படியும் பக்கத்துக் காய் அல்லது மேல் கீழே நகரும் சுற்றுக் காய் அல்லது குறுக்காவே நகரும் காய் என எதன் கையிலும் மாட்டாமல் முதல் வெட்டைத் துவக்க வேண்டியதுதான். ஒரு யானை அப்படி தென்பட்டது. அதை வெட்டினான். வெள்ளை ராணியை முன்னே நகர்த்தி இவன் 'செக்' என்றான். சில கணங்கள் பார்த்து, பின்பக்கம் துணிந்து நகர்ந்தால் ஒரு குதிரையை வெட்டலாம் என்றறிந்து அதை வெட்டினான் ஈவன்.

நகைகள் இல்லாதது வியப்பளிக்கவில்லை திருடனுக்கு. ஆனால் காலி நகைப் பெட்டிகள் இருந்துதானே தீர வேண்டும். சுவர் அலமாரி தவிர ஏதோ இருக்க வேண்டும். அறையைச் சுற்றி ஒளியை அலையவிட்டான்.

தெருவின் முனைக்கு வந்த மாடு இனிமேல் முடியாது என்பதுபோல நின்றது. அதன் வாயிலிருந்து வழிந்த திரவம் இன்னும் அதிகமானது. முதலில் முன்னங்கால்களை மடக்கிய பசு, பின்னங்கால்களையும் மெல்ல மெல்ல மடக்கிக் கீழே முதலில் அமர்ந்தது. பின்னர் அப்படியே சரிந்தது.

ஒப்பனைக் கண்ணாடி, அதன் கீழே சிறிய மேஜை அருகிலிருந்த ஜன்னலுக்குப் பொருத்தமில்லாமல் அதன் நீளத்தைத் தாண்டி, பக்கத்துச் சுவரையும் சேர்த்து மறைத்து ஒரு திரைச்சீலை இருந்தது. அந்தத் திரையை ஒவ்வொரு பக்கமாக இழுத்து மத்திக்குக் கொண்டு வந்தான். சுவரோடு சுவராக இருந்தது இரும்புப் பெட்டகம். அதன் கைப்பிடிக்குக் கீழே சாவித் துவாரமில்லை. ஒரு சதுர வடிவ இரும்புப் பட்டி இருந்தது.

அதற்குள்ளே தொலைபேசியின் மத்தியில் இருப்பதுபோல, ஒன்று முதல் ஒன்பது மும்மூன்றாக மூன்று வரிசையிலும் அவற்றுக்குக் கீழே 0 அதன் ஒரு பக்கம் # மறுபக்கம் * குறிகள் இருந்தன. அவன் கூடத்துக்குப் போய்த் தன் முதுகுப் பையை எடுத்து வந்தான். அதிலிருந்து எரிவாயுவைப் பற்றவைத்து உலோகம் உருக்கும் கருவியை எடுத்து வந்து, மின்சாரத்துக்கான 'பிளக்'கில் அதன் 'ஒயரை'ச் சொருகினான்.

கூடத்தின் மூலையிலிருந்த எலி மீது இரண்டடி தூரத்திலிருந்த பூனை பாய்ந்தது. எலி மீது அதன் நகம் அழுந்தி அதை அழுத்தும் நொடியில் எலி உடலைத் தலைகீழாக வளைத்துக் கவிந்து கொண்டது. அடுத்த காலை பூனை உயர்த்தி நசுக்கும் முன் தப்பித்து வாயிற் பக்கம் ஓடியது. பூனை துரத்தியது. அதே கணம் அந்த வீட்டின் பெட்டகத்திலிருந்து அபாயச் சங்கொலி பெரிதாக அலறி நள்ளிரவின் துல்லிய அமைதியைக் கிழித்தது. வெள்ளிப் பாத்திரங்கள், பட்டுப் புடவைகளை வைத்துத் தான் கட்டியிருந்த மூட்டையுடன் திருடன் மொட்டை மாடியை நோக்கி ஓடினான். பல வீடுகளில் அபாய ஒலி கேட்டு விளக்குகள் எரிந்தன. பலரும் ஜன்னல் வழியே பார்க்க முயன்றார்கள். யாரும் வெளியே வரவில்லை. பக்கத்துத் தெரு முனையில் நின்றிருந்த காவல் துறை வாகனத்தின் முகப்பு விளக்குகள் எரிந்தன. அந்த வண்டி இந்தத் தெருவை நோக்கி விரைந்து வந்தது. மாட்டின் மீது வெளிச்சம் பட்டதும் திடீர் 'பிரேக்' அடித்து நின்றது. காவலர்கள் இறங்கி மாட்டை நகர்த்த முயன்றனர். அதன் கண்கள் வாகன ஒளியில் நீலமாக மிளிறின. அவற்றிலிருந்து கண்ணீர் பெருகிக்கொண்டிருந்தது. மூன்று காவலர்கள் வந்திருந்தார்கள். அதை நகர்த்தக் கூட முடியவில்லை. நாலு ரோடு ஜங்ஷன் இது. 'இங்கேயே நிப்பாட்டினா ஆக்ஸிடெண்ட் ஆவும். ரிவர்ஸ் எடுத்து ஓரங்கட்டு. திருடனை ஒவ்வொருத்தர் ஒவ்வொரு பக்கமாப் போய் மடக்குவோம்.' ஆய்வாளர் ஆணைப்படி இருவருள் ஒருவர் வீட்டின் முன்பக்கமும் மற்றொருவர் பின்பக்கமும் விரைய, மூன்றாமவர் வண்டியைப் பின்னே நகர்த்தி நகர்த்தி ஓரங்கட்டி னார். ஆய்வாளர் விரைந்து ஓடி, மாட்டைத் தாண்டிக் குதித்து, திருடன் நுழைந்த பக்கத்து வீட்டின் முன்புறக் கிராதிக் கதவின் கம்பிகளில் காலை வைத்து அதன் மீது ஏறிக் குதித்து அந்த வீட்டின் அழைப்பு மணியை அழுத்திய பின் அதன் அருகே இருந்த 'ச்விட்ச்'களை இயக்கி வாயிற் பக்க விளக்குகளை ஒளி பெறச் செய்தார்.

சதுரங்கத்தில் ஒற்றைக் கருப்புக் காயும் பல வெள்ளைக் காய்களும் முன் பின் நகர்ந்துகொண்டிருந்தன.

❍

தாயம்

"உன்னை விவாகரத்துப் பண்ணிட்டுத் தாண்டி அவனைத் தேடணும். நாட்பூரா நான் சேல்ஸ் டார்கெட்டுனு அலைஞ்சிட்டு இத்துப்போயி ராத்திரிதான் வர்றேன். வூட்டுலேயே குந்திக்கினு டிவி பாத்துக்கினு இன்னாடி கவனிச்சே கார்த்திக்கை? சனியனே."

ஒற்றை அறை மற்றும் கூடம் மட்டும் சமையல் பொந்து, ஒரு குளியலறை / கழிப்பறை என அந்தச் சின்னஞ்சிறு குடியிருப்பில் ஒருவர் பெருமூச்சு விட்டாலே பக்கத்து ஒண்டுக் குடித்தனத்துக்கே கேட்டுவிடும். கூடத்தில் அமர்ந்திருக்கும் தனது நாத்தனார் மனத்தில் இந்தப் பேச்சு பாலை வார்த்திருக்கும் என நினைத்துக்கொண்டார் (குடும்பத்) தலைவி. அழுது அழுது அவரது முகம் வீங்கியிருந்தது. தூங்காததால் கண்களைச் சுற்றிக் கருவளையம். உண்ணாததால் அதுவும் இரண்டு நாட்களாக உண்ணாததால், எழுந்து நடமாட முடியவில்லை. காவல்துறையிடம் போகவேண்டாம் என (குடும்பத்) தலைவன் முடிவெடுத்துவிட்டார். கார்த்திக்கு ஒரே ஒரு மாமன்தான். அவனும் 'கல்ஃப்' வேலைக்குப் போய் இரண்டு வருடங்களாகிறது. அப்பா அம்மாவிடம் சொல்வதைத் தள்ளிப்போடும் அளவு அவர்கள் சிலநாட்கள் நிம்மதியாக இருக்கட்டும்.

"என்னடி அஞ்சு நிமிசத்துக்கு ஒருதபா நீ மொபைல எடுத்துப் பாத்துக்கினே இருப்பே, இப்போ கம்முனு இருக்க?" என்றாள் தோழி மாணவியிடம். மாணவியின் கண்கள் கலங்கியிருந்ததைக் கவனித்தாள்.

“கார்த்திக் பதில் போட்டானா?” ஆம் எனத் தலையை அசைத்தாள் மாணவி.

“எங்கே இருக்கானாம்?” பதிலுக்கு மாணவி உதட்டைப் பிதுக்கினாள். முக்கியமான கேள்வியைக் கேட்கத் தனிமை வாய்க்கவில்லை. மாலையில் இருவரும் சைக்கிள்களை எடுக்கும் போது யாரும் இல்லை. மெல்லிய குரலில் “ஏண்டி ரொம்ப ஒருமாதிரி இருக்க? எதாவது செஞ்சிட்டானா?” என்றாள் தோழி.

“அப்படீனா?”

“அப்டீனா? தொட்டானானு கேட்டேன்.”

“நீ எவன் கூடவாவது படுக்கறியா?” வெடித்தாள். தோழி திடுக்கிட்டாள்.

“அப்பறம் ஏண்டி என்ன மட்டும் கேக்குறே? நா அவன் இருக்குற இடம் தெரியாம தவிச்சுக்கிட்டு இருக்கேன்.”

தலைவனின் அண்ணன், தலைவன் இருவருக்கும் பொதுவாக ‘பிளாஸ்டிக் கப்’ இரண்டு மது நிறைந்து இருந்தன. “நீ வேற எந்த சொந்தக்காரங்களையும் தேடிப் போகாதே. நானே உனக்காக எல்லாருக்கிட்டேயும் பேசிட்டேன்.” தலைவன் கண்கள் பனித்தன.

“என்ன குறை வெச்சேன்? ஏன் ஓடிப் போனான்?”

“நீ போலீஸுக்கு ஏன் போகல? யாராவது கடத்தி இருந்தா?”

“ஏழை பாழைப் பையன யாரு கடத்துவா?”

“உனக்குத் தெரியல. கிட்னி திருடவங்களா இருக்கலாம்.”

“எனக்குப் போலீஸ் எதுவும் செய்வாங்கங்கிற நம்பிக்கை இல்ல.”

சீர்காழி போய் வர தலைவன் சிதம்பரத்தில் அறை எடுத்த போதோ அல்லது அன்று இரவில் அவரது நெருக்கத்தின்போதோ தோழி அவரைப் பேசவிட்டுக் கேட்டுக்கொண்டிருந்தாள். அவளுடைய கணவன் – குழந்தைகள் அவளை 24 மணிநேரமும் தேடுவார்கள் என்பதால் அவசரமாகத் தன்னைக் கேட்கக்கூடாது என்னும் புரிந்துணர்வை அவரோடு தோழி ஏற்படுத்தியவர்தான். இந்தமுறை அதற்கு விதிவிலக்கு தந்திருந்தார்.

நாடி ஜோசியரைப் பார்க்கப்போனபோது தலைவனும் உடன்வா என வலியுறுத்தவில்லை. இவரும் முன்வரவில்லை. அறையின் தனிமை ஒருவிதத்தில் இனிமையாகவே இருந்தது. தனிமை என்பது வாய்த்தால்தான். உண்மையில் தலைவனும் இல்லாமல் இதே அறையில் இன்னும் இரண்டுநாள் தங்க இயன்றால்கூட நிம்மதியாகத்தான் இருக்கும். ஜோசியரைப்

பார்த்தபின் தலைவன் முகம் இன்னுமே கலக்கமாக ஆகிவிட்டது. "உயிரோடு இருக்கான்னாரு; எங்கே இருக்கான்னோ அல்லது திரும்பி வருவானான்னோ சொல்ல முடியலை அவராலே," என்றார்.

"ஒன் ப்ளஸ் 6 போனோட வருவேன்னான். அதான் ஓடியே போய்ட்டான்," என்றான் கார்த்திக்கின் பள்ளித்தோழன் 1.

"வெறும் நூறு ரூபாதான் பெட்கட்டி இருந்தான்," என்றான் 2.

"அவன் போனப்புறம் யாருடாக் 'கட்டிங்' வாங்கித்தர்றான்," என்றான் 3.

"எப்பிடியும் நீ ஓசிதான். யாரு வாங்கிக்கொடுத்தா உனக் கென்னடா?" என்றான் 4. அவன் ஸ்கூலுக்குக் கட்அடிச்சி காசு சேத்தாண்டா உன்னால ஸ்கூல் பையையே தூக்க முடியலே," என்றான்.

இரவு மணி எட்டு. பள்ளிக்கூடக் காவலாளி வழிமேல் விழிவைத்துக் காத்திருந்தார். ஒரு மோட்டார் சைக்கிளைக் கண்டதும் அவரது கண்கள் பிரகாசித்தன. அது தள்ளிப்போய்ப் பக்கத்திலுள்ள முட்டுச்சந்தில் நின்றது. காவலாளி கொண்டுவந்த புகைப்படத்தைத் தன் கைப்பேசியில் புகைப்படம் எடுத்துக் கொண்டார் இருசக்கரவாகன ஓட்டுநர். அவரிடமிருந்து தனக்குப் பணம் கைமாறியதும் காவலாளி முகம் இன்னும் மலர்ந்தது.

'உயர்நிலைப்பள்ளியிலிருந்து மாயமான மாணவன்' என்று பெட்டிச் செய்தியின் தலைப்பு தொடங்கியது. அரசு உயர்நிலைப் பள்ளியின் பன்னிரண்டாம் வகுப்பு மாணவர் கார்த்திக்கைக் காணவில்லை. பள்ளி நிர்வாகமும் காவல்துறையும் கண்டுகொள்ளவில்லை. இரு சக்கரவாகனம் பழுதுபார்க்கும் வேலை செய்து பணம் சேர்த்த கார்த்திக் போனதெங்கே?

தினசரியைத் தலைமை ஆசிரியருக்கும் கல்வித்துறை அதிகாரிக்குமிடையே இருந்த மேஜை மீது வைத்துச்சுட்டிக் காட்டினார் காவல்துறை உதவி ஆணையர். "சார், உங்க பள்ளிக் கூடத்துல ஒருபையன் வர்றானா வரதில்லையா என்ன விஷயம் என்ன காரணம் எதையுமே நீங்க கவனிக்கிறதில்லையா?" என்றார் தலைமை ஆசிரியரைப் பார்த்து. கல்விஅதிகாரி, "என்ன பதில் சொல்லப் போறீங்க?' என்றார்.

ஓரிரு நொடிகள் மௌனம் காத்தபின் தலைமை ஆசிரியர், "டிஈஓ சாருக்குத் தெரியாதது ஒண்ணுமில்லை. கவர்மெண்ட் ஸ்கூல்ல பசங்களோட பேரண்ட்ஸுக்கு எஸ்எம்எஸ் கொடுக்கவோ அல்லது ஆட்களை வெச்சுத் தேடவோ எந்தவசதியும் கிடையாது. இந்தப் பையன் எப்பவுமே ரெகுலரே வர்றது இல்லை. ஆதி

திராவிடர் விடுதிப்பையன்கள் விஷயத்துலே எக்ஸ்ட்ரா கேர் எடுத்துக்கிறோம். இவன் டே ஸ்காலர் சார்."

"பசங்களுக்கு எப்படி எடுக்கிறீங்களோ தெரியாது, எனக்கு நல்லாப் பாடம் எடுக்கறீங்க. மீடியாவுக்கு நியூஸ் போனப்பறம்தான் நமக்கே தெரியவருது. நீங்க என்கிட்டே பேசற மாதிரி நான் சீயீஓக் கிட்டே பதில் சொல்ல முடியாது. சட்டசபையிலே இது கேள்வியா மாறும். அப்போ உங்க மேலே நடவடிக்கை எடுக்க வேண்டிக் கூடவர்றலாம்."

"பசங்களை ரொம்பக் கஷ்டப்பட்டுத்தான் மேனேஜ் பண்ரோம். ஆச்ஷன்னா எல்லா ஊர் ஹெச்எம் மேலேயும்எடுக்க வேண்டி வரும்."

"கார்த்திக் எங்கே இருக்கான்?"

"எனக்கு எப்படி சார் தெரியும்?"

"என்னடா. உன்கிட்டே வேலை செஞ்சவன் காணாப் போயிருக்கான். எதிர்க் கேள்வி போடுற?"

"முதல்லே டா போட்டு பேசறத நிறுத்துங்க. கம்யூனிஸ்ட் கட்சி மெம்பர் நானு."

"சரீங்கண்ணே. கார்த்திக் எங்கேன்னு சொல்லிட்டுப் போங்கண்ணே."

"அவன் என் மெக்கானிஷாப்புல எப்பவாவதுதான் வேலைக்கி வருவான். அவன தினமும் நான் வரச் சொன்னதுமில்ல. என்கிட்ட வேல பாக்குறவன் அவனுக்கு நண்பன். அவன் சொல்லித் தான் இவனுக்கு நான் எப்பவாச்சும் டெம்பொரரியா வேலை கொடுத்தது."

"சின்னப் பையனை வேலைக்கி வைக்கிறது குத்தம் தெரியுமா உனக்கு?"

"ஒரு சின்ன மெக்கானிஷாப் சார் என்னுது. நான் மட்டும் தான் தினமும் வேலை பாக்குறவன். வேற யாருமே எனக்கு ஆர்டர் கிடைச்சா அப்பப்போ வந்துட் டுப் போறவங்க. நிறைய விசாரணை செஞ்சு வேலைக்கி வைக்கிற அளவு பெரிய கம்பெனி ஒண்ணும் இல்லை."

தலைமை ஆசிரியர் அறையில் கார்த்திக்கின் 1,2,3,4,5 வரிசைப்படுத்தப் பட்டார்கள். "படிக்கிற பசங்க நீங்க . . . குழந்தைப் பசங்க இல்லேன்னா நாங்க விசாரிக்கிற விதமே வேறே தெரியுமில்ல?'

"பதில் சொல்லுங்கப்பா," என்றார் தலைமை. "தெரியும் சார்," என்றான் 1.

மற்ற நால்வரும் தலையை அசைத்தனர்.

"எங்க தண்ணி அடிப்பீங்க?"

மௌனம்.

அவர் தலைமை ஆசிரியரைப் பார்த்து, "கொஞ்சம் வெளியிலே இருங்க சார். மைல்ட் பீட்டிங் தரணும்," என்றார்.

"வேண்டாம் சார்," என்றான் 2.

"நாங்க ராத்திரி தெப்பக்குளக் குட்டிச் சுவத்து மேலே வெச்சுக் கொஞ்சமாக் குடிப்போம்," என்றான்.

"பணப் பிரச்சனையா? கொலை பண்ணிட்டீங்களா?"

"ஐயோ," என்று அலறினான் 5.

"அம்மா மேலே சத்தியம் சார். அவனை நாங்க எதுவும் பண்ணலை. அவன் வேலைக்கிப் போயி புதுபோன் வாங்கினான். எப்பவாச்சும் குடிக்க செலவு பண்ணுவான் சார்."

"அவன் போன் நம்பரக் கொடுங்க. நாளைக்கிப் பின்னே அவனோட பாடி எங்கேயாவது தென்பட்டது தொலைஞ்சீங்க," என்றதும் 4 ஒருசீட்டில் கைப்பேசி எண்ணை எழுதிக் கொடுத்தான்.

அவர்கள் சென்றதும் தலைமை, "அவன் போன் நம்பரை நீங்க பேரண்ட்ஸ்கிட்டேயே வாங்கி இருக்கலாமே, சார்," என்றார்.

"சார் ... அவங்களுக்கு அவன் போன் வெச்சிருந்ததே தெரியாது. அப்பா ரொம்ப ஸ்டிரிக்ட் ... அதான் அவன் அவங்களுக்குத் தெரியாமலேயே மறைச்சிருக்கான்."

சாதாரணமான புடவை அணிந்திருந்த பெண் போலீஸ், ஆசிரியைகள் அறையில் மாணவியிடம் "கார்த்திக் உன்கிட்டே கூடச் சொல்லலியா?" இல்லை எனத் தலையை அசைத்தாள் அவள் கண்ணீருடன்.

"ரொம்பவே லவ் போல," என்ற போலீஸின் உதிர்ப்பு அவள் கண்ணீரை இன்னும் அதிகப் படுத்தியது.

"அப்பா அல்லது அம்மா யாருக்காச்சும் தெரியுமா?"

"இல்லை."

"படிக்கிற வயசுக்கு இது அதிகம். அவன் போன் பண்ணினான்னா எங்ககிட்டே சொல்லு. எதையும் மறைச்சே யூனிபார்ம்ல உன்வீட்டுக்கே வருவேன்." கட்டுக்கடங்காமல் அழுதாள் மாணவி.

தலைவிரி கோலமாகத் தரையில் புரண்டு அழும் சகுனி மனைவியின் தனிமைத் தேவை கருதி தாதிகள் வெளியேற்றப் பட்டனர். கைத் தாங்கலாக ஒரு தாதி அழைத்துவர அந்த

அறைக்குள் நுழைந்த காந்தாரியின் காலில் சிறிய மரத்துண்டு உரசி நகர்ந்து விழுந்தது.

“என்னஅது?” என்றார் காந்தாரி.

“பகடைக்காய்கள் இரண்டுள் ஒன்று அம்மா,” என்றாள் பணிப்பெண்.

சகுனியின் மனைவி அருகே சென்ற காந்தாரி, “அண்ணன் வீரமரணம் அடைந்ததால் நான் என் ரத்த உறவுகளில் மூத்தவரை இழந்தேன். அவர் இல்லாமல் நான் அனாதை,” என்றார்.

“அவருடன் வாழ்ந்த நாட்களில் அச்சம் தினசரி கொஞ்சம் கொஞ்சமாகக் கொன்றுகொண்டிருந்தது. இன்று துக்கம் என்னையே விழுங்கிக்கொண்டிருக்கிறது.” விம்மலுடன் சொற்கள் உதிரியாக வந்தன.

“சோகத்தைப் பங்கு போட்டுக்கொள்ள முடியாது. அதுவே நம்மை அடித்து ஓயும். அஸ்தினாபுரத்தின் சோகம் ஓயும்போது யாருமே எஞ்சி இருக்க மாட்டோம்.”

மீரட் நகரிலிருந்து புதுடெல்லி செல்லும் நெடுஞ்சாலை ஓரம் ஓர் அரைவட்டவடிவ கனரக வாகனம் நிறுத்தும் இடத்தில் இரண்டு, மூன்று லாரிகள் நின்றுகொண்டிருந்தன. ஒன்றின் அடியே படுத்து எதையோ முடுக்கிக்கொண்டிருந்தான் கார்த்திக். அவனுக்கு இணையாக எண்ணெய்க் கறை பட்டகால்சராய் மேற்சட்டை அணிந்த ஒருவன் லாரிக்குக் கீழே குனிந்து அவனை அழைத்தான். வெளியில் வந்தபோது வெய்யிலின் வெளிச்சம் கண்களைக் கூசச் செய்தது.

“கைசேஹோ? படியா?” என்றான் கார்த்திக்.

“ஹிந்தி ஓரளவு பேசுகிறாய்,” என்ற மற்றவன், “உனக்கு ஒன்றை காட்ட வேண்டும்,” என்றான்.

“என்ன?” கருப்பாய் நாற்பக்கமும் சதுரமான ஒருமரத் துண்டு. சின்னஞ்சிறியது. அதிகம் ஹிந்தி பேசாமல் என்ன இதில் விசேஷம் என சைகையால் கேட்டான் கார்த்திக்.

“மீரட் மெட்ரோ ரயில் வேலையில் என் அப்பா கூலி. அவர் தோண்டும்போது பழைய செப்புக்காசுகளுடன் இதுவும் கிடைத்தது. அஸ்தினாபுரத்துடையது என்கிறார் அப்பா,” என்றவன் சாலையோரத்தில் அதன் ஒரு பக்கத்தை மெல்லிய உரசலாகப் பல தடவை உரசி கார்த்திக்கிடம் காட்டினான்.

தாயம் என்பதைக் குறிக்கும் ஒற்றைப்புள்ளி ஆழமாய்.

“சொக்கட்டான் காய்போல,” என்றான் நண்பன்.

❍

மேகங்களில் நகரும் குதிரை

கிபி 896 ஐப்பசி மாதம்

அபராஜிதவர்மரின் அரண்மனையில் பாணர்கள் யாழ் இசைக்க, கூத்தர்கள் நடனமாட அந்தப்புரம் களை கட்டியிருந்தது. முதற்சாமம்.

மந்திராலோசனையில் படைத் தலைவர் பேசுவதைக் குறுக்கிடாமல் கேட்டுக்கொண்டிருந்தார் அபராஜிதர்.

"மாமன்னரே! ஆதித்திய சோழர் கவனம் கொங்குநாட்டின் மீதுதான் குவிந்துள்ளது. சேரர் களுடன் அவர் நட்பாகவே இருக்க விரும்புகிறார். பாண்டியர்கள் கொங்குநாட்டை ஒருக்காலும் எளிதாய் விட்டுவிட மாட்டார்கள். பஞ்சாங்கப்படி இந்த மாரிக் காலம் இன்னும் கடுமையான புயல், வெள்ளங்களைக் காணப் போகிறது. அடுத்த வருடம் வைகாசி, ஆனி மாதங்களில் கொங்குநாடே மூழ்கும் அளவு மழை உண்டு. எனவே அவர் கவனம் இப்போதைக்குப் பல்லவ நாட்டின் மீது திரும்பாது."

அபராஜிதரின் எதிர்வினைக்காகக் கூட்டத்தில் அனைவரும் கூர்ந்த எதிர்பார்ப்புடன் இருந்தனர். ஒற்றர் தலைவர், ராஜகுரு, அமைச்சர்கள் யாருமே வாய் திறக்கவில்லை.

அபராஜிதர் மௌனமாகவே இருந்தார். அவரது உடைவாள் அவரது சிம்மாசனத்துக்கருகே இருந்த யானை முக முன்புற வேலைப் பாடமைந்த மூன்றடி உயர மரப் பேழைமீது வைக்கப்பட்டிருந்தது.

சாமரம் வீசுவோர், பரிசாரகர் எவரும் அனுமதிக்கப்படவில்லை என்பதால் வண்டுகள், விட்டில் பூச்சிகள் சுதந்திரமாகத் தீப்பந்தங் களைச் சுற்றிச் சுற்றிப் பறந்தன.

“வேளாண்மையோ வரிவசூலிப்போ குறைதீர்ப்போ ஆலயங்களைப் பராமரிப்பதோ உங்கள் அதிகாரத்தில் நடந்து விடும். போர் வந்தால் அப்போது மாமல்லமோ, காஞ்சியோ, திருப்பதியோ என எல்லையிலிருக்கும் நகரங்களை நீங்கள் பிடிவிடாமல் நிலைநிறுத்துங்கள். அவர்களது பெரும்படை சூழும் போரில் நானே முன்நிற்பேன். என் தந்தையின் கப்பல்கள் எரிக்கப்பட்டது சதி என நாம் சமாதானம் சொல்லிக் கொள்ளலாம். ஒரு பஞ்சம் வந்துபோனதுமே நம் படைகள் மெலிந்தன. காவல் இல்லாத கப்பல்களை எதிரிகள் எரித்தழித்து மகிழ்ந்தார்கள். சோழர் கவனம் நம்மீது திரும்ப அதிகநாள் ஆகாது. போரில் நாம் எத்தனை மண்டலங்களைக் காக்க முடியும் எனும் சரியான ஆலோசனையைக் கார்த்திகை மாதம் என்னிடம் ஒவ்வொருவரும் தன்கருத்தாகக் கூறுங்கள். சபை கலையலாம்,” என்று மன்னர் எழுந்ததும் அனைவரும் எழுந்து நின்று பணிந்து வணங்கினர்.

‘பறைகொள் பாணியர் பிறைகொள் சென்னியர் பட்டினத் துறை பல்லவனீச்சரத் திறைவராயிருப்பார் இவர் தன்மை யறிவாரார். வானமாள்வதற் கூனமொன்றிலை மாதர் பல்லவனீச் சரத்தானை ஞானசம்பந்தன் நற்றமிழ் சொல்லவல்லவர் நல்லரே’

மதுரை மேலமாசி வீதியில் பூபாள ராகத்தில் பிற பாணர் களுடன் சேர்ந்து வைரவன் சுருதி சுத்தமாகப் பாடியபடி நடந்தான். குடுமியும் அங்கவத்திரமும் வேட்டியுமாக இருந்த அவனருகே பச்சை நூல் புடவையில் அவன் மனைவி கயல்விழி. மக்கள் தரும் அரிசி, பணம், காய்கனிகளைத் தன் முந்தானையில் வாங்கி, பின்னர் தெருமுனை வந்ததும் அவன் முதுகிலிருக்கும் துணி முடிச்சை அவிழ்த்து அதற்குள் சேமித்தாள். ஒரு சத்திர வாயிலில் சற்றே இளைப்பாறும்போது அவன் காதருகே, ‘உங்க இசை பாணர்களுக்கே உரியது. யாருக்குமே சந்தேகம் வராது,’ என்றாள்.

அவன் முகம் வாடியது. “கயல். உனக்கு ஏன் இன்னும் நான் வேறு குலம் என்றே நினைவில் இருக்கு,” என்றான். அவன் கண்கள் லேசாகக் கலங்கின.

இரண்டாம் சாமம். ஆதித்திய சோழன் தனது அரண்மனை மாடத்தில் அமர்ந்திருக்க ஒற்றர் தலைவர் கையை வாய்மீது வைத்தபடி மெல்லிய குரலில் வெகுநேரம் ஏதோ சொல்லிக் கொண்டிருந்தார்.

மன்னர், "யாரங்கே?" என்றதும் தள்ளி நின்றிருந்த ஒரு சேவகர் ஓடி வந்தார். மன்னரின் ஆணையை ஏற்றார். சிறிது நேரத்தில் சிறிய மேஜையும் அதன் மீது ஒரு வெண்பருத்தித் துணியும் கரித்துண்டும் வந்தன.

மன்னர் சைகை செய்ததும் அவர்கள் இருவர் தவிர பிறராய் இருந்த காவலாளிகள், சேவகர் யாவரும் அகன்றனர். ஒற்றர் தலைவர் காஞ்சி, தஞ்சை, சிதம்பரம், திருமுல்லைப்பாடி, திருவொற்றியூர், மாமல்லபுரம் என பலப் நகரங்களைப் புள்ளிகள் அருகே எழுதி, வரைபடம் ஒன்றைத் தீட்டி விளக்கிக்கொண்டே போனார்.

இறுதியாக மன்னர், "கொங்கின் மீதுதான் முதலில் படையெடுக்கப் போகிறோம் என்னும் செய்தி பல்லவ நாட்டில் பரவியதா என அறியுங்கள். சோழ நாட்டில் அது முக்கியமானதல்ல," என்றார். "அப்படியே மாமன்னரே," என வணங்கியவர் கிளம்ப முனைந்தபோது, "இந்தத் துணியை நீங்களே எரித்துவிடுங்கள்," என்றார் மன்னர்.

மதுராந்தகம் ஏரிக்கரையோர கிராமம் வல்லப்புதூர். பெருநிலக்கிழார் எதிரே கைகட்டி நின்றிருந்தார் தலையாரி.

"என்னைத் தவிர இங்கே பசுக்களும் நிலமும் உள்ளவர் யாருமே இல்லை. இடையர்கள் தவிர்த்து எல்லோருமே இடங்கைக் குலத்தோரே. அப்படியிருக்க அவர்களிடமுள்ள ஆடுமாடுகள் களவுபோவது எனக்குப் பிரச்சினையாகிறது. நீ என்னதான் செய்கிறாய் தலையாரி?"

"உங்க சமூகத்துக்குத் தெரியாதது என்ன இந்த ஏழை சொல்லப் போறேன்? காவலர்களையெல்லாம் பாடிகளுக்கு வரச் சொல்லிப் பயிற்சி தரத் துவங்கினாங்க. போனவங்க யாரும் இன்னும் வண்டிப் பாதைக் காவலோ இல்லை சந்தைக் காவலோ செய்யத் திரும்பி வரவே இல்லை. நான் ஒருத்தன் மட்டும்தான் பேருக்குத் தலையாரியாச் சுத்தி வர்றேன்."

கிழார் சிந்தனையில் ஆழ்ந்தார். நமக்கு அச்சுறுத்தலே சோழர் நாடுதான். அவர்களும் கொங்கின் மீதே கண்ணாயிருக்கிறார்கள். என்ன புதிர் இது? இரண்டு வருடம் முன்வந்த பஞ்சத்தில் படியளக்கவில்லை என்றே பல காவலர்கள் தங்கள் ஊர்களுக்குத் திரும்பிவிட்டார்கள். எஞ்சியவர்கள் சோழர்களை எப்படி எதிர் கொள்ள முடியும்?

மதுராந்தகம் ஏரியின் மறுகரை. நான்காம் சாமம் முடிந்து, பொழுது புலரும் வேளை. மேகமூட்டத்தால் அரை இருட்டு.

தனது குடிசையிலிருந்து வெளியே வந்த செங்கோடன் ஒருகலயத்துடன் முண்டாசை இறுக்கிக் கட்டி, மதுராந்தக நகர் நோக்கி நடந்தார். வயல்வெளிகள் தாண்டி, நகருக்குள் நுழையும் தெருமுனையிலிருந்த சத்திரத்தில் நேற்றிரவு ஒளியூட்டிய பல தீப்பந்தங்கள் அணைந்துவிட்டதில் திண்ணை இருளாயிருந்தது.

அவர் காண விரும்பியவர் உள்ளே முதல் கட்டில் இருப்பார். காற்றின் பாதிப்பில்லாததால் கூடத்தில் பல தீப்பந்தங்கள், கல்விளக்குகள் இன்னும் ஒளிபாய்ச்சிக்கொண்டிருந்தன.

முதல்நாள் இருந்த கூட்டம் இப்போது இல்லை. ஒருமூலையில் இரு சிவனடியார்கள் இன்னும் உறக்கத்தில் இருந்தார்கள்.

எதிர்மூலையில் ஒருவர் பாய்மீது படுத்திருந்தார். புதிய பச்சைக்கரை போட்ட வெள்ளைவேட்டி, கொசுவம் கலைந்து அவர் காலுக்கும் கீழே ஒருபகுதி நீண்டிருந்தது. அங்கவத்திரத்தின் மீது நேற்று செங்கோடன் போர்த்திவிட்ட போர்வை கலைந்து இடுப்புவரை சரிந்திருந்தது.

கலயத்தை இரண்டு அடிதள்ளி சுவரோரம் கவிழாமல் சாத்திவைத்தவர் பாயருகே அமர்ந்தார். படுத்திருந்தவர் நெற்றி யில் விபூதி கலைந்து இருந்தது. ஈரமாய்ப் பூசப்பட்ட பெரிய பட்டை திப்பித் திப்பியாக மீதம் இருந்தது.

கண்களைத் திறந்தவர் களைப்புடன் இவரைப் பார்த்தார். "நேற்றிரவு நீங்க அனத்திக்கிட்டுப் படுத்துட்டீங்க. நான் பாணர்களைப் பார்க்கத்தான் வந்திருந்தேன். சற்றே ஜுரம் உங்களுக்கு. விபூதிப்பத்து போட்டா சளி இறங்கிடுமினுதான் போட்டுவிட்டேன். பல் விளக்கிட்டு வாங்க. கஞ்சி கொண்டு வந்திருக்கேன்."

அவரிடமிருந்து பதிலில்லை. கூரையைப் பார்ப்பவர்போல வெறித்தபடிப் படுத்திருந்தார். சற்றுப் பொறுத்து, "நான் பரதர் குலத்தவன். நீங்க சத்திரியன்னு தெரியும்," என்று செங்கோடன் தொடரும் முன் எழுந்தமர்ந்த அந்த ஆள் சுற்றும் முற்றும் கலக்கமாகப் பார்த்தார்.

தோல் சுருக்குப் பை, பட்டியுடன் கண்ணில் பட்டபின்தான் சகஜமானார்.

"அதுக்குள்ளே கத்தி இருந்ததாலே யூகிச்சேன். நான் பரதவர் குலம். ஆபத்துக்குப் பாவமில்லேனு இந்தக் கஞ்சியைக் குடிக்கலாம்," என்றார். எழுந்து நின்ற அந்த ஆள் பின்கட்டுக்குச் சென்று வந்தார்.

சத்யானந்தன்

தானே கலயத்தை எடுத்து முழுதும் பருகினார். வேட்டிக் கொசுவத்தைச் சரி செய்தார்.

"என் பேரைச் சொல்லவே மறந்துட்டேன். என் பெயர் செங்கோடன்" மேலே பேசலாமா, கிளம்பிவிடலாமா என்று குழம்பியவர் எழுந்திருக்க யத்தனிக்கும்போது, "உங்களுக்கு அவசரமா?" எனக் கேட்டார் ஒரு வழியாக.

மற்றவர், "என் பெயர் வீரபாகு. அதற்கு மேல எதையும் என்னால சொல்ல இயலவில்லே."

மேலே என்ன பேசுவது? நலம் வேண்டிச் சிலவற்றைச் சொல்லலாம் என மனத்தில் உள்ளதை அப்படியே பேசத் தொடங்கினார்.

"உங்க பையிலே விலைமதிப்பானது இருந்தா பத்திரப்படுத்த எண்ணிதான் திறந்தேன். நீங்க நிறையவே சொல்ல இயலாதுங்கும் போதே ஒற்றர்தான்னு தெரியுது. எந்த நாட்டுக்குனுகூட கேட்க மாட்டேன். ஒரு சத்திரியரு ஏன் இந்த அளவு சோர்ந்திருக்கீங்க? உங்க முகம் அதிக வாட்டமா இருக்கு."

"மதியூகம் மிகுந்தவரு நீங்க," என்ற வீரபாகு, "எனக்கு இரண்டு மகள்கள். அவங்க இருவருமே நான் ஊரிலிருக்கும்போது அத்தனை விஷயங்கள் பேசுவாங்க. சமீபகாலமா என் வேலைகள் அதிகம். அவங்க நினைப்பு என்னை வாட்டுது. இன்னும் சிலமாதம் நான் ஊருக்கே போக முடியாது."

"நீங்க சத்திரியர். குடும்பம் இரண்டாம்பட்சம்தான் உங்க தொழிலுக்கு. நான் பரதவனா இருந்தாலும் தொழில் சம்பந்த மில்லாத சிலதைச் சொல்லலாமா?"

"கண்டிப்பாச் சொல்லுங்க," என்றார் வீரபாகு.

"பைரவன் என்னோட ஒரே மகன். வேறு குழந்தை யாரும் தங்கலே. அவளும் அவன் போனபிறகு படுத்த படுக்கை யாயிட்டா?"

"போன பிறகுன்னா?" வீரபாகு பதற்றமாகக் கேட்டார்.

"ஓ... அப்படி இல்லே. சிவனருளாலே அவன் உயிரோடுதான் இருக்கான். ஆனா பாண்டி நாட்டுக்குப் போயிட்டான். மதுராந்தகம் வந்த ஒரு பாணர் கூட்டத்திலே ஒரு பொண்ணும் அவனும் காதல் வயப்பட்டாங்க. அம்மாகிட்டே மட்டும் சொல்லிட்டுப் போயிட்டான். அவனுக்கு சிறுவயது முதலே என்னைப்போல படகோட்டி ஆக விருப்பமில்லே. கோயிலிலே

ஓதுவார் தேவாரம் பாடும்போதெல்லாம் கேட்டு ரசிப்பான். இசைமேலே அவனுக்கு ஈர்ப்பு."

"அந்தத் திருமணம் எப்படி சாத்தியம்?" என்றார் வீரபாகு.

"பெண்ணைப் பெத்தவங்க தன் இனத்துக்கிட்டே அவனைப் பாணன், பெற்றோரைத் தவறவிட்டு மதுராந்தகம் கோயிலிலே தங்கிட்டான்னு சொல்லி அவனைக் கூடக் கூட்டிக்கிட்டுப் போயிட்டாங்க," என்று பதிலளித்தார் செங்கோடன்.

"என் மகள்கள் விரைவிலேயே புஷ்பவதி ஆகிடுவாங்க. நான் சீக்கிரமே அவங்களுக்குத் திருமணம் செய்வேன். பிறகு எப்பப் பார்ப்பேனோ?'

"இரண்டு வருடம் முன்னே பஞ்சம் வந்தப்போ ஏரியிலே தண்ணீர் நிறையவே வத்திடுச்சு. அப்போ திருவொற்றியூர்கிட்டே இருக்கிற நுலையர் இனத்தோட மீன்பிடிக்கப் போனேன். உப்புக்காத்து, இரண்டு மூன்று நாட்கள் கரையைப் பார்க்காம வேலை செய்யிறது எல்லாமே பாத்தபிறகு என் மதுராந்தகம் அமைதியும் எளிமையுமானதுன்னு பட்டுது. மிதக்கிற இடம் முக்கியம் படகுக்கு. ஒருவேளை அதுவேதான் என்மகனுக்கும் பொருத்தமோன்னு தோணுது."

வீரபாகு, "ஒற்றனுக்குத் தன் நாட்டுக்காகப் பிற நாட்டில் வாழும் விதி. நீங்க படகுன்னவுடனே நினைவுக்கு வருது. ஒரு குதிரை தள்ளி ஓர் இடத்தில் கட்டியிருக்கு. என்னால இப்போ குதிரை சவாரி செய்ய முடியாது. ஏரிக்கு மறுபுறம் விட்டுடுங்க. அங்கே ஒருநாள் தங்கிட்டு மேலே போகணும்," என்றார்.

படகு நகர்ந்தது. குதிரையின் பிம்பம் தண்ணீரில் விழும்போது அதன் மேற்பகுதி மட்டும் தெரிந்தது. மேகங்களின் பிம்பத்தின் நடுவே தேவலோகக் குதிரையாக அது நகர்ந்தது.

◉

விசாரணை

காலை பத்து மணிக்குக் கும்மிடிப்பூண்டியில் கொளுத்தும் வெய்யிலின் வெப்பம் அந்தத் தொழிற்சாலையின் உட்பக்கம் இன்னும் உக்கிர மாகத் தகித்தது. வியர்வையைத் துடைக்க அவகாச மில்லாதபடி பழைய உலோகத்துண்டுகளும் தகடு களுமான ஒரு பெட்டியிலிருந்து ஒவ்வொன்றாக வெளியில் எடுத்துத் தன் கையிலிருக்கும் துப்பாக்கி வடிவ 'லேசர்' கருவியால் ஒவ்வொரு தொழிலாளியும் அதன் மீது ஒளி பாய்ச்சுவர். இரும்பாக இருந்தால் அது 'பீப்' என ஒலிக்கும், துத்தநாகம் என்றால் இரு முறை, அலுமினியம் என்றால் மிக நீண்ட ஒலி; ஒலியே இல்லையென்றால் அது இவற்றுள் வராதது. இரும்பு, துத்தநாகம், அலுமினியம் இன்ன பிற என நான்கு பெட்டிகள் அவர் எதிரே. கவனம் சிதறாமல் சரியான பெட்டியில் இட வேண்டும். சூப்பர்வைசர் தன் துப்பாக்கியால் அவ்வப்போது சோதனை செய்வார். இடம் மாறியிருந்தால் காதால் கேட்க முடியாத வசவு விழும். பழைய உலோகம் பிரிக்கும் பகுதிக்கும் அவற்றை உருக்கித் தகடாக்கும் பகுதிக்கும் இடைப்பட்ட தகரச் சுவர் உருக்கும் உஷ்ணத்தையும் அந்த இயந்திரச் சத்தத்தையும் தடுக்கக் கூடியதாக இல்லை.

"ரீசெண்டா வேலைய விட்டு நின்ன ஓர்கர்ஸ் அட்ரஸ் மொபைல் நம்பர் ரெண்டையுமே தாங்க," என்றார் இன்ஸ்பெக்டர். "ஷ்யூர் சார்," என்று பதிலளித்தார் ஹெச் ஆர் மேனேஜர். அந்த அறையின் குளிர்ப்பதனம் பத்து நிமிடத்தில் விரல்கள் உறையும் அளவில் இருந்தது.

"ரகுராம் ஹியர்" கச்சிதமான ஒருவித கேள்வித் தொனியுடன் முகமன்.

"ஐ ஆம் இன்ஸ்பெக்டர் பால்ராஜ். உங்க கம்ப்ளயிண்ட் பத்திப் பேசணும். உங்க ஃபாக்டரிக்கு வரீங்களா?"

"ஐ ஆம் இன் பாரிஸ் நௌ."

"பாரிஸ் கார்னர்லேயிருந்து கும்மிடிப்பூண்டிக்கி ஒன் அவர்லே வரலாமே"

"இன்ஸ்பெக்டர் நான் பிரான்ஸ்லே இருக்கேன். 'ஸ்கிராப் மெடல்' டீல் ஒண்ணு ஃபினிஷ் ஆக ரெண்டு நாள் ஆகும். உங்க க்வெசின்ஸ போன்லேயே கேக்க முடியுமா?"

"கேம்கார்டர் கேமரா உங்க வீட்ல காணாப்போன அன்னிக்கி நீங்க வீட்லே இருந்தீங்களா?"

"இல்ல சார். பெங்களூர்லே இருக்கிற பங்களாலே இருந்தேன்"

"அன்னிக்கி சென்னைல அந்த வீட்ல இருந்தது யாரு?"

"என் சன் இருந்திருக்கலாம். அவன் லேட் நைட் பார்ட்டீ எதையோ முடிச்சிட்டு எர்லி மார்னிங்தான் வந்தான்."

"சிசிடிவிய அவர் ஆஃப் பண்ணியிருக்கலாமா?"

மறுமுனையில் பதிலில்லை.

"மிஸ்டர் ரகுராம். ஆர் யு ஆன் த லைன்?"

"யா. ஆக்சுவல்லி இங்கே எர்லி மார்னிங்க். ஐ ஆம் நாட் ஏபிள் டு ஆன்ஸர் டூ மெனி க்வெஸ்ஷன்ஸ்."

"லுக் மிஸ்டர் ரகுராம். ஃபைவ் லாக்ஸ் வொர்த் காமிரா அதுனு உங்க பிஏ கம்ப்ளயிண்ட் தந்தாரு. உங்க ஒயிஃப், சன் ரெண்டு பேருமே பேச மாட்டேங்கிறாங்க. நவ், ஷல் ஐ க்ளோஸ் த கேஸ்?"

"கம் ஆன் இன்ஸ்பெக்டர். ஐ ஆம் பிஸி. ஐ வில் டூ த நீட்ஃபுல் பை ஃப்ரைடே வென் ஐ ரிடர்ன்."

"நான் என் என்குவெயிரியைக் கண்டின்யூ பண்ணுவேன். இஃப் யூ டோண்ட் கோ ஆபரேட் அண்ட் பிளேம் மீ லேடர் நோ யூஸ்."

"ஐ வில் கோ ஆபரேட் . லெட் மீ கம் பேக் டு இண்டியா."

"ஓகே," தொலைபேசி அழைப்பு முடிந்தது.

புழல் சிறையில் மதிய உணவு நேரம். "சேகருக்கு என்னாச்சினு விசாரிச்சீங்களா அண்ணே," என்றான் ரவி தில்லி பாபுவிடம். "டேய் இங்கே எப்பையாவது கிடைக்கிற மொபைல் ஃபோனை நாம இந்த மாதிரி வேலைக்கெல்லாம் யூஸ் பண்ணக் கூடாது. பேமிலியோட பேசிட்டு வெக்கணும்."

"சேகருக்கு என்னதான் ஆயிருக்கும் அண்ணே?"

"டேய் கும்மிடிப் பூண்டி ஃபேக்டரியிலே தன்னோட வேலையிலேயே அவன் சேர்ந்துக்கலாமினும் மீனா அவன் கிட்டேயே நேரிலே சொன்னா."

"எப்போ?"

"அவன் விடுதலையாகிறத்துக்கு முன்னாடி என்னைப் பார்க்க வந்தப்போ."

"அதனால?"

"அவன் அந்த வேலையிலே சேர்ந்து இன்னேரம் ஒரு மாசம் ஆயிருக்கும். நாலு பேர் போல டீசெண்டா வாழுவான். அக்யூஸ்ட் அப்பிடின்னு போலீஸ் இனிமே அவனைத் தேடாது."

"நம்பள மாதிரி பழைய ஆளுங்களுக்கு அவன் போன் பண்ணும்போது அவனை சந்தேகத்துலே புடிக்க மாட்டங்களா?"

"அவனை எப்பவுமே பப்ளிக் பூத்திலேயிருந்துதான் ஃபோன் பண்ணச் சொல்லியிருக்கேன்."

தனது உணவு சம்படத்தைத் திறந்தபடியே சித்ரா, "என்னடி, சேகருன்னு யாரையோ பத்திக் கேக்கறாங்க?"

"ஜெண்ட்ஸுக்கே அவனப் பத்தித் தெர்ல. கழுத்து ஒடிய ஒரு நிமிஷம் கூட ப்ரீ இல்லாம வேலை பாக்கும்போது புதுசா யாரு வந்தா என்ன தெரியப்போவுது? ஒரு வாரம் இங்கே வேல பாத்திருக்கான். ரெண்டு வாரம் முதலாளி வீட்டிலே டிரைவரா வேல பாத்திருக்கான்."

"இதை உனக்கு யாரு சொன்னா?"

"செக்யூரிட்டி."

❍

மாலை கவியும் நேரம். குடிசை மாற்று வாரியத்தின் நெருப்புப் பெட்டிகளை அடுக்கியது போன்ற தொகை வீட்டுக் குடியிருப்பு களுள் ஒன்று. மணி அடித்தது கேட்டு மீனா கதவைத் திறந்து

விருந்தாளியைப் பார்த்ததும் முகம் மலர்ந்தாள். “வா சித்ரா ... உன்னைப் பாத்து ஒரு வருஷம் இருக்கும்.”

“உன் பையன் எங்க?” என்றபடி சித்ரா ‘பிஸ்கட் பாக்கெட்’டை அவளிடம் நீட்டினாள்.

“சதீஷா, பக்கத்து வீட்டுப் பொண்ணு வந்து கோயிலுக்கு வாடான்னா உடனே அவ கூட ஓடிட்டான்.”

“உன்ன போலீஸ்காரங்க எதுக்காச்சும் தேடினாங்களா?”

“எதுக்கு?”

“முதலாளி வீட்டிலே விலை ஜாஸ்தியான ஒரு காமிரா காணாப் போச்சாம்.”

“அவரு வீட்டுக்குப்போக நமக்கு என்னா தேவை?”

“வெளிநாட்டிலே இருந்து குப்பைச் சரக்கு வரலேட்டானா? நிறைய பேரை அவங்க வீட்டுக்கு வேலை செய்ய அனுப்புவாங்க.”

“நா வேலை பாத்தப்ப எனக்கு அப்படி எதுவும் வேலை கொடுக்கலே.”

“சேகர் உன்னப் பாக்க வந்தாரா?’

பட்டென்று சித்ரா கேட்டுவிட்டாள். மீனாவுக்கு அவள் வந்தபோது இருந்த மலர்ச்சி மறைந்து பதற்றம் அதிகமானது. சித்ராவிடம் சேகரின் பெயரை மீனா சொன்னதே இல்லை. தனது கணவன் ராஜாவின் நண்பன் திருட்டைவிட்டுத் திருந்த ஒப்புக்கொண்டான் என்று மட்டும்தான் கூறியிருந்தாள். ராஜாவுக்கும் அதே பின்னணி இருந்த்தால் சித்ராவிடம் ஏன் சொன்னோம் என்று வருத்தமாக இருந்தது.

“நீயே போலீஸ்காரங்க மாதிரி பேசறியே சித்ரா?”

“மீனா, பன்னெண்டு மணி நேரம் வேலை பாத்துட்டு வீட்டுக்குப் போறதை விட்டுட்டு உன்னை எதுக்காகப் பார்க்க வந்திருக்கேன் தெரியுமா?”

“சொல்லு”

“சேகரை எப்படியாச்சும் கண்டுபிடிக்கத் தீவிரமா இருக்கு போலீஸ். உனக்கு அவர் போன் பண்ணியிருந்தாலும் உனக்கு ரிஸ்க்.”

“அவரு எனக்கு போன் பண்ணல. ஒருநாள் நேர்ல வந்திருந்தாரு. ஆனா என்னக் கல்யாணம் செஞ்சிக்கிற அபிப்ராயமே அவருக்கு இல்ல.”

“ நீ அவருகிட்டே உன் விருப்பத்தை சொல்லவே இல்லையா?”

“ நேரடியா எப்படி சொல்ல முடியும்? அவரோட ஜெயிலிலே இருந்த தில்லி பாபுங்கிற அண்ணன்கிட்டே சொல்லியிருந்தேன்,” குலுங்கிக் குலுங்கி அழுதாள்.

மூன்று நட்சத்திர விடுதியில் இருந்த தன் அறையிலிருந்து வெளியே வந்த சேகர், ‘லிஃப்ட்’ பிடித்து வரவேற்புப்பகுதிக்கு வந்தான். நல்ல உடை, புதிய ஷூ அவனை மூன்று நட்சத்திரத்துடன் அண்மைப்படுத்திக்கொண்டிருந்தன.

வெளியே வந்தவன் சாலையைக் கடந்து பல வளாகங்களைத் தாண்டி ஒரு சிறிய சந்தில் நுழைந்தான். சிறிய தேநீர்க் கடையில் ஒரு கோப்பைத் தேநீரை வாங்கி உறிஞ்சும்போது வெள்ளைச் சட்டை அணிந்த ஒருவன் அவனருகில் வந்து, “வணக்கம் சார்” என்றான். என்ன என்பது போல் பதிலுக்கு ஒரு பார்வையைத் தந்தான் சேகர். “நேத்திக்கி நான் உங்களுக்கு கார் ஓட்டினேன் சார்?”

“அதுக்கென்னா?”

“நீங்க நூறு ரூபா டிப்ஸ் கொடுத்தீங்க. ரொம்ப தேங்ஸ். உங்க போன் நம்பர் வாங்கிக்காம போயிட்டன் சார்.”

“எதுக்கு?”

“உங்கள காண்டாக்ட் பண்ணி எப்பவானும் சவாரி வேணுன்னா ஓட்டத்தான்”

“ரிசெப்ஷன்ல சொல்லி புக் பண்ணிப்பேன். நீ கௌம்பு.”

தயங்கிப் பார்த்தபடி அந்த ஓட்டுநர் கிளம்பினான். தேநீர் முடிந்து அறைக்குத் திரும்பியதும் வரவேற்பில் ஒரு வாகனத்துக்கு ஏற்பாடு செய்யச் சொன்ன சேகர், தன் அறையைக் காலிசெய்துகொண்டு கிளம்பினான்.

கலிபோர்னியா கரடி

'ஹ ¬ன்ம்ம்ம்ம்ம்ர்ம்ம்ம் . . . ஹ ூஊம்ர் ம்ம்ம்ன்ன்ம்ம்ம் . . . ஹாஆஆஆ . . . ம்ஹ்ம்ம்ம்ம்ம்'

ஓர் ஆள் விடும் மூச்சு சத்தத்தை நூறு மடங்கு பெரியதாக்கியதுபோல கரடி உறுமியது. விடியற் காலை மூன்று மணிக்கு முதலில் ஏதோ குறட்டைச் சத்தம்போல மெலிதாகத் தொடங்கியது. ஆழ்ந்த, பலமான சத்தமாக ஓர் அனத்தலோடு கேட்டுக் கொண்டே இருந்தது.

மூன்று நாட்களுக்கு முன்னர் இருபத்திரண்டு மணி நேரப் பயணத்தில் பதினெட்டு மணி நேரம் விழித்திருந்து சான் பிரான்ஸிஸ்கோ வந்ததிலிருந்து நேற்று இரவுதான் பகல் – இரவு மாற்றத்தை நடைமுறைப் படுத்திப் படுத்தார்.

கரடி உறுமியது என்னவோ சில நிமிடங்கள்தான். ஆனால் கரடியின் சத்தம்தான் அது என்பது தனக்கு எப்படி விளங்கியது? காவ்யா குழந்தையாயிருந்தபோது பலமுறை மிருகக்காட்சிச்சாலைக்கு அவளுடன் போயிருக்கிறார். அவள் வளர வளர அது தானே நின்றுவிட்டது. கரடி சத்தம் கேட்டுப் பல காலமாகி யிருக்க வேண்டும்.

காலை ஐந்து மணியும் ஆகிவிட்டது. நேரம் பார்க்கவென்று கைபேசியைத் திறந்தபோது 'வாட்ஸ் அப்'பில் பல செய்திகள் தென்பட்டன. மில்பிரே நகரில் விடியலின் வெளிச்சம் தென்படவே ஆறு மணி ஆகும், குளிர்காலமானால் இன்னும் நேரமாகும் என காவ்யா சொல்லி இருக்கிறாள்.

படுக்கை மிக உயரமானது. மெத்தையின் உயரமே காரணம். திரைச்சீலையை விலக்கி இறங்கியவர் வளாக முற்றத்தைப் பார்த்தார். சதுர வடிவமான பல மரச் சட்டங்களாலான கண்ணாடிச் சாளரங்கள். நடுவிலுள்ள மூன்று மட்டுமே திறக்கும். ஒரு பக்கடச் சுவரின் மையப் பகுதி முழுக்க அந்தச் சாளரங்கள். அந்தத் தொகை வீட்டு வளாகத்தின் நான்கு தளங்களிலுள்ள நூற்றுக்கும் மேற்பட்ட வீடுகளில் ஒன்றிரண்டில்தான் வெளிச்சம் இருந்தது. சாலையைக் கடந்தாலே பார்ட் மெட்ரோ ரயில் நிலையம்; அதனால் மெதுவாக எழுந்திருக்கிறார்கள்.

குளிரைக்கூட குளியலறையின் சூடான நீர் சமன் செய்து விடும். ஆனால் காகிதங்களை மட்டுமே பயன்படுத்தும் கட்டாயம் கழிப்பறை நேரத்தைச் சிக்கலாக்கியது. பல் தேய்க்கத் தண்ணீரை அனுமதிப்பது மட்டும் ஒரே ஒரு தாராளம்.

'ஓவர் கோட்' டை எடுத்து அணியப்போனவருக்கு இன்று 'ஸ்டார் பக்ஸ்'சில் காபி குடிக்கத் தேவையில்லை, வீட்டிலேயே குடிக்கலாமே என்று பட்டது. திங்கள், செவ்வாயும் விடுமுறை வந்ததால் சில மாதங்களாக 'பிராஜக்ட்'டில் நியூயார்க்கிலேயே தங்கிவிட்ட கணவனைப் பார்க்கக் காவ்யா நேற்றே கிளம்பி விட்டாள். அவள் இருந்தால் வீட்டில் காபி தயாரிக்கும் சத்தம் காலை ஆறு மணிக்கே தன்னை எழுப்பிவிட்டது என்று புகார் செய்வாள்.

வாட்ஸ் அப்பில் நிறையவே சேர்ந்திருந்தன. இருபதுக்கும் மேற்பட்டவர்களிடமிருந்து செய்திகள் காத்துக்கிடந்தன; மொத்தம் அறுபது எழுபது இருக்கலாம். ஆளை வைத்து வரிசைப் படுத்தித் திறப்பதே சிறந்தது.

"மாமா உங்கள் பயணம் எப்படி இருந்தது? அமெரிக்காவுக்கு நல்வரவு. எப்போது சிகாகோ வருகிறீர்கள்?" சிகாகோ மைத்துனன். அவனுக்குத் தர வேண்டிய காபிப் பொடி, மிக்சிக்கான 'ஜார்', குக்கருக்கான 'காஸ்கெட்', சாம்பார் பொடி, வடகம், ஊறுகா யெல்லாம் பெரிய பெட்டியில் பாதி நிறைந்திருந்தன.

"நீலகண்டா, என்னிடம் ஒரு வார்த்தை சொல்லாமல் ஏன் நீ அமெரிக்கா கிளம்பினாய்? கிருஷ்ண கான சபா செக்ரெட்டரி உன்னைப் பார்க்க விரும்பினார்," இது வாட்ஸ் அப்பைத் தாமதமாகப் பார்த்த சிவராமன். இரண்டாவது நாடகத்தைப் பாதி எழுதியாகிவிட்டது. விரைவில் ரிகர்சலுக்கே தயாராகிவிடும் என்றபோது அவன் கதை என்ன என்று கூடக் கேட்கவில்லை. தனது மகனின் திருமண ஏற்பாட்டில் இருந்தான்.

மைதிலி கிளாஸ்மேட்டிடமிருந்தும் ஒரு செய்தி. மைதிலி மறக்காமல் புது வருட வாழ்த்துப் போடுவதோடு சரி. இப்போது என்ன திடீரென்று?

'மைக்ரோ வேவ்' ஒலித்தது. அதன் கதவைத் திறந்து கையில்லெடுத்து வெளியே வைப்பதற்குள் பீங்கான் சுட்டுவிட குழாய்த் தண்ணீரைத் திறந்து விரல்களைக் காட்டினார். காவ்யா பார்த்திருந்தால் கடிந்திருப்பாள். கையுறை பக்கத்திலேயே இல்லையா, ஏன் இப்படி செய்கிறாய் என்று தொடங்கி, உன் கிராமப்புறப் பின்னணி உன்னைச் சுற்றுகிறது என்று முடித்திருப்பாள்.

காபிக் கோப்பையுடன் உணவு மேஜையில் கைப்பேசியைத் திறந்தார். "அன்பு நீலகண்டன், எப்படி இருக்கிறாய்? காவ்யாவிட மிருந்து சுபச் செய்தி எதாவது உண்டா? சுந்தரி என்னை நேரில் சந்தித்து ஒரு விஷயத்தைக் கூறினாள். அவள் மீண்டும் உனது குழுவில் நடிக்கத் தயார். அவளது மகள் திருமணத்துக்கும் நீ போகவில்லை. உன் கைப்பேசி எண்ணையும் பகிரவில்லை என்று அவள் வருந்தினாள். உங்கள் இருவரின் தனிப்பட்ட இடத்துக்குள் நான் மூக்கை நுழைக்கிறேன் என நினைக்காதே. அவள் என்னை நேரில் சந்தித்து வெகுநேரம் பேசினாள். அவள் கண்ணீர் உன் மனத்தை மாற்ற வேண்டும். உங்கள் இருவரின் தோழி என்னும் உரிமையில் இதைக் கூறுகிறேன். அடுத்த செய்தியில் சுந்தரியின் கைப்பேசி எண்ணையும் மின்னஞ்சலை பகிர்கிறேன். அன்பு மைதிலி."

ஓவர் கோட்டை அணிந்துகொண்டார். இப்போது வெளியே காலையின் மெல்லிய வெளிச்சம் பரவத் தொடங்கியிருந்தது. கால்சராயில் கைப்பேசியை வைத்துக்கொண்டு வீட்டைப் பூட்டி வெளியே கிளம்பினார்.

பழக்கப்பட்ட கால்கள் சிக்னலைக் கடந்து லக்கி ஸ்டோர்ஸைத் தாண்டி அடுத்த சிக்னலைக் கடந்து 'ஸ்டார் பக்ஸ்' அருகே வந்தன. வழக்கமாக நிறைந்திருக்கும் கார் நிறுத்தும் மைதானம் பெரிதும் காலியாக இருந்தது. வீடற்ற ஒரு கருப்பு நிற ஆள் பல்பொருள் அங்காடியில் தேர்ந்தெடுத்த பொருள்களைப் போடும் வண்டியொன்றில் ஏகப்பட்ட துணி, நிறைய செய்தித் தாள்கள், 'டிஷ்யூ சுருட்டுகள்' இவற்றுடன் நடந்துகொண்டிருந்தான்.

ஒலிக்காமல் கைப்பேசி கால்சராய்க்குள் அதிர்ந்தது. காவ்யா தான். "என்னப்பா இவ்ளோ நேரமா எடுக்க மாட்டேங்கற?"

“ராத்திரி சைலெண்ட்ல போட்டதுடா. நீ எப்படியிருக்கே, மாப்பிள்ளை எப்பிடி இருக்காரு?”

“அவனுக்கென்ன நல்லா சோம்பேறியா வீட்டையே குப்பையா வெச்சிருக்கான். எனக்குத்தான் கிளீன் பண்ணி ஒரே தும்மல்,” குரல் சற்றே கனமாயிருந்தது.

“மருந்து எடுத்துக்கிட்டியா?”

“அதெல்லாம் எடுத்துக்கிட்டேன். அம்மாவுக்கு என்ன ஆச்சின்னு உனக்குத் தெரியுமா? கற்பகம்னு போட்ட வாட்ஸ் அப் வந்தாலே டெலிட் பண்றியா?”

“இல்லடாக் கண்ணு. நிறைய மெஸேஜ் இனிமேதான் பாக்கணும்.”

“அம்மா நேத்திக்கி நம்ப பிளாட் லிஃப்ட்டிலே ஹாங்க் ஆகி அவர் தனியா மாட்டிக்கிட்டா.”

“ஐயோ என்ன ஆச்சு?”

“லிப்ட் மேல் பக்கம் இருக்கிற வீல் ஸ்டக் அப் ஆயிடுச்சு. ஃபையர் சர்வீஸ் வந்து வெளியிலே கொண்டுவந்திருக்காங்க. அம்மாவோட வாட்ஸ் அப் காலையும் நீ பாக்கலே.”

“ஸாரிடா. நாட் இண்டென்ஷனல்.”

“உடனே அம்மா கிட்டே பேசு.”

“சரி காவ்யா. ஹெல்த்தைப் பாத்துக்கோ.”

“இன்னிக்கி கேதார்னு ஒரு பையன் உன்னை காஸ்ட்கோ வுக்குக் கூட்டிக்கிட்டுப் போவான். போயி நான் வாட்ஸ் அப் பண்ணுவேன். அந்த லிஸ்ட்ல இருக்கிறதை வாங்கிடு. உன் கால் எப்படி இருக்கு?”

“வீக்கம் கிட்டடத்தட்ட போயிடுச்சு.”

“ஏர் போர்ட்டுல இன்னோத்தன் தள்ளுவண்டியை உன் கால்மேலே ஏத்தற வரைக்கும் நீ என்னப்பா பண்ணிக்கிட்டிருந்தே?”

“அவனுக்கு டைம் ஆயிடுச்சு. கியூவைத் தாண்டி வேகமா அவன் வரும்போது நா போன் பேசிட்ருந்தேன்.”

“அம்மாவைத் தவிர போன்ல பேச உனக்கு அவ்ளோ பிரண்ட்ஸ். அப்புறம் கூப்பிடறேன்.”

அந்த வளாகத்தைச் சுற்றிவந்து, சிக்னலைக் கடந்து, மில்பிரே மலையின் மீது செல்லும் ஒரு சாலையில் நுழைந்தார். மில்பிரே மலை முழுதும் வீடுகள். பழனி மலை உயரம்தான் அது.

மதியம் மூன்றுமணி போல கேதார் கைப்பேசியில் வந்தான் "ஹாய் கேதார். எப்படி இருக்கிறாய்? காவ்யா திருமணத்தில் பார்த்தது."

"எப்படியிருக்கிறீர்கள் அங்கிள்? நாங்கள் கீழே எல்காமினோ சாலையில் உங்களுக்காகக் காத்திருக்கிறோம்."

"நான் நான்காம் தளத்தில் இருக்கிறேன் கேதார். உடனே வருகிறேன்."

"மெதுவாக வாருங்கள் அங்கிள்."

குடியிருப்பு வாயிலிலேயே இருந்த சர்வீஸ் ரோட்டில் அவன் காருக்கு வெளியே நின்றிருந்தான். கை கூப்பினான். அருகில் போனதும் அவருடன் கை குலுக்கிப் பின்னிருக்கையைக் காட்டினான்.

கதவைத் திறந்து அமர்ந்ததும் "திஸ் ஈஸ் ரேஷ்மா என் மனைவி. ரேஷ்மா, இது நீலகண்டன் அங்கிள்; காவ்யாவின் அப்பா," என்றான். அந்தப் பெண் வணங்கினாள். அவனருகே முன்னிருக்கையில் இருந்தாள்.

"ஏனம்மா நீங்கள் இருவரும் 'லாங் வீக் எண்ட்'டுக்கு எங்கேயும் போகவில்லையா?"

"நீங்கள் அவளைக் கவனித்துப் பார்க்கவில்லையே அங்கிள்," என்றபடியே சிரித்தான் கேதார்.

"நான் அந்தக் குழந்தையைச் சரியாகத்தானே பார்த்தேன்," என்றவர் சற்றே தலையுடன் முன்பக்கம் நகர்ந்து அவளைப் பார்த்தார். ஏழெட்டு மாதக் கர்ப்பம் போலத் தெரிந்தது. நாணத்துடன் அவள் புன்னகைத்தாள்.

"கன்கிராட்ஸ்," என்று அவள் கையைக் குலுக்கியவர் அவன் காரை ஓட்டிக்கொண்டிருந்ததால் அவன் தோளில் தட்டினார்.

"மில்பிரேவில் கரடி உண்டா கேதார்?"

"இருக்கலாம் அங்கிள். ஆனால் இதுவரை யாரும் பார்த்த தில்லை. இங்கே ஜன நடமாட்டம் அதிகம். அநேகமாக நம் கண்ணில் பட வாய்ப்பில்லை."

காஸ்ட்கோவில் காரை நிறுத்த இடம் கிடைப்பது மிகவும் கடினமான ஒன்று. காவ்யா நீண்ட வரிசையில் நிற்கும் கார்களுக்கு நடுவே நான்கு சந்துகளில் போய்ப்போய் வந்து இறுதியாக ஒன்றைக் கண்டுபிடிப்பாள். அன்று அதிர்ஷ்டம்தான். உடனே நிறுத்துமிடம் கிடைத்துவிட்டது.

பொருட்களை வைத்து நகர்த்தும் தள்ளு வண்டி காஸ்ட்கோவில் மிகவும் பெரிய கூடை, பெரிய சக்கரங்களுடன் இருந்தது. கேதார் முதலில் ஒரு வண்டியை எடுத்துவந்து அவரருகே நிறுத்தினான். பின்னர் தனக்காக ஒன்றைத் தள்ளி வந்தான். வாகனங்கள் இடைப்பட்டுப் பாதசாரி கடக்கும் தடத்தைக் கண்டுபிடித்து வண்டிகளைத் தள்ளினார்கள். கடையினுள்ளே போக ஒரு யானையடிப் பாதை போன்ற கான்கிரீட் தளம் சற்றே செங்குத்தாகச் சென்று திரும்பியது. திருப்பும்போது அவரின் வண்டியின் பின் சக்கரங்கள் சரியாகத் திரும்பாமல் அது நகர மறுத்தது. அதற்குள் கேதாரும் அவன் மனைவியும் மேலே ஏறிவிட்டிருந்தார்கள். அவருக்குப் பின்னே பலரும் காத்திருந்தார்கள். ஓர் ஆஃப்ரோ அமெரிக்கப் பெண் அவருக்குப் பின்னால் இருந்தாள். அவள் ஒரு கையால் தன் வண்டியின் நுனியைப் பிடித்தபடி இவரது வண்டியை மறுகையால் முன்னும் பின்னும் அசைத்தாள். பின்னர் திருப்பினாள். 'மேலே போங்கள்' என்று புன்னகைசெய்தாள்.

காஸ்ட்கோ நுழைவாயிலில் கேதார் காத்திருந்தான். அவனுடைய அங்கத்தினர் அட்டையால்தான் இவரும் உள்ளே போக இயலும். ஐந்து காலன் பால், பத்து கிலோ அரிசி, ஐந்து கிலோ பருப்பு எனப் பலவற்றையும் அவனே தூக்கியெடுத்து வண்டியில் வைக்க வேண்டியிருந்தது. அதை தள்ளுவதில் உள்ளூர்க்காரர்களின் லாவகம் அவருக்கில்லை. சில இடங்களில் பிறர் வண்டியில் மோதி வருத்தம் தெரிவித்தார்.

வீட்டில் அவரை இறக்கிவிடும்போது, "பார்க்கிங்கில் தள்ளு வண்டி இருக்குமா அங்கிள் லிஃப்ட் வரை போக?" என்றான் கேதார்.

"இல்லை கேதார்."

"கவலைப்படாதீர்கள் நான் லிஃப்ட் வரை வருகிறேன்," என்றான். இரண்டு நடையாக அவனே 'லிஃப்ட்' வரை பொருட்களைத் தூக்கினான். மேலே போன பிறகு அதை வீட்டுக்குள் நகர்த்துவது அவருக்குப் பெரிய சவாலாகவே இருந்தது.

குளிர்ப் பெட்டியில் தோசை மாவு இருந்தது; கல்லை அடுப்பில் ஏற்றியவர் கைப்பேசியைத் திறந்தார். மைதிலியின் செய்தி வாட்ஸ் அப்பில் சுந்தரியின் கைப்பேசி எண்ணைக் கொண்டு வந்திருந்தது. சுந்தரியின் எண்ணைத் தொடர்பில் சேர்க்கும் முன் தோசைக்கல் காய்ந்து புகை வந்துவிட்டது. நெருப்புக்கான அலாரம் மணி அலறத் தொடங்கியது; அடுப்பை அணைத்தார். மருமகன் உயரமான ஒரு ஸ்டூலில் ஏறி தலைக்கு

மேல் கூரையிலிருக்கும் அதை அழுத்தி நிறுத்துவான். ஸ்டூலை அவர்கள் படுக்கையறையிலிருந்து கொண்டுவருவதற்குள் பதற்றம் அதிகமானது. வெகு நேரமானால் தீயணைப்புத் துறையே வந்துவிடும். ஸ்டூலில் ஏறும்போது தலைசுற்றுவது போல இருந்தது. அலறும் ஒலி நின்றபோது ஒரு நிம்மதி. மெதுவே இறங்கி சோபாவில் அமர்ந்தார். சுந்தரிக்கு ஒரு செய்தியை எழுதலானார். பின்னர் அதை அழித்துவிட்டு மீண்டும் சமையலறையில் நுழைந்தார். கேதார் 'கால் டிரெயின்' பயன்படுத்தி சன்னிவேல் நகருக்குப் போகும் வழியைச் சொல்லித் தந்திருந்தான். அங்கே காவ்யாவுடன் கோயிலுக்குப் போயிருக்கிறார். நாளைப் பகல் பொழுதை சன்னிவேலில் கழித்தாலென்ன?

"நோ சான்ஸ்'ப்பா," என்றாள். இரவில் அழைத்த காவ்யா நாளைக்கிக் காலையிலே மரியா ஹவுஸ் கிளீனிங்க்கு வர்றா. பத்து மணிக்கு நீ எங்கேயும் போகாதே."

இரண்டு மூன்று நாட்களாகத் தூங்காத களைப்பில் அவர் ஆழ்ந்து உறங்கிவிட்டார். கரடியின் தீனமான கதறலைச் செவி மடுக்காத ஆழ்ந்த நித்திரை.

சரியாகக் காலை பத்துமணிக்கு மரியா தன்னிடமிருந்த சாவியை வைத்து முன்கதவைத் திறக்கும் ஒலி கேட்டு அவர் சுந்தரிக்கு எழுதிக்கொண்டிருந்த மின்னஞ்சலை நிறுத்தி விட்டுக் கூடத்துக்குள் வந்ததும் "காலை வணக்கம். கற்பகம் எப்படியிருக்கிறார்?" என்று கை குலுக்கினாள். காவ்யாவின் அம்மா பெயரை எப்படி இவ்வளவு சரியாக மரியா நினைவில் வைத்திருக்கிறாள்? அவள் சிறு தள்ளுவண்டி நிறைய விதவிதமான பிரஷ்கள் துடைக்கும் துணிகள், சுத்தம் செய்யும் திரவங்கள் நிறைந்த குப்பிகள், அவளுடைய கைப்பை ஆகியவற்றை வைத்திருந்தாள்.

பன்னிரண்டு மணிக்கு அவள் குளியலறைகள், தரை, சமையல் மேடையைச் சுத்தம் செய்து முடித்து, "இந்த நாள் நலமாயிருக்கட்டும்," என்றதும் மீண்டும் தன் அறையிலிருந்து வெளியே வந்தவர் "காபி குடியேன்," என உபசரித்தார்.

"கண்டிப்பாக."

உணவுமேஜையின் மீது காபிக் கோப்பையையும் காவ்யா குறிப்பிட்டிருந்த தொகையையும் வைத்தவுடன் "நன்றி சார்," என்றவள் முதல் மிடக்கை உறிஞ்சியதும், "காவ்யாவை விட உங்கள் தயாரிப்பில் காபியின் மணமும் சுவையும் 'ஆசம்' ஆக இருக்கின்றன," என்றாள்.

தனது கோப்பையை உறிஞ்சியபடியே, “இங்கே கரடி நடமாட்டம் உண்டா மரியா?” என்றார்.

“கரடியா? தவறி இங்கே வந்தாலும் வீடில்லாமல் சுற்றுவோரைப் பார்த்து ஓடிவிடும் சார்,” எனச் சிரித்தாள். பலநாட்கள் வெயிலில் பணியாற்றியது போன்ற சருமம். இவளைப் போன்ற பல மெக்ஸிகர்கள் கடைகளில் பணிசெய்வதை காவ்யாவுடன் போகும்போது பார்த்திருக்கிறார்.

“சார், எங்கள் நாட்டின் ஒரு நீதிக் கதைதான் நினைவுக்கு வருகிறது. சொல்லட்டுமா?”

“சொல்லேன்.”

ஒரு காட்டுவாசிக்கு மூன்று இளம் மகள்கள். மூவரும் திருமணம் ஆகாதவர்கள். ஒருநாள் அவன் காட்டில் மரம் வெட்டப் போனான். அப்போது ஒரு கருப்பான கரடி அவன் எதிரே வந்து அவனை வளைத்துப் பிடித்து, “என் மரங்களை வெட்ட நீ யார்? உன்னைக் கொல்லப்போகிறேன்,” என்றது. எட்டடி உயரக் கரடியின் இறுக்கமான பிடியில் அவனுக்கோ மூச்சே முட்டியது. “இனிமேல் வெட்டவில்லை. என்னை ஒன்றும் செய்து விடாதே,” என்றான். “ஒரே ஒரு கைம்மாறு நீ செய்தால் உன்னை விட்டுவிடுவேன்,” என்றது கரடி. “செய்கிறேன். என்ன செய்ய வேண்டும்?”

“உன்னோடு நான் உன் வீடுவரை வருவேன். அங்கே வெளியே காத்திருப்பேன். நீ உன் மகள்களுள் ஒருவரை எனக்குத் திருமணம் செய்து தர வேண்டும். திருமணம் முடியும்வரை நான் அருகிலுள்ள மரங்களில் ஒளிந்திருப்பேன். நீ என்னை ஏமாற்ற நினைத்தால் உன்னுடன் உன் மகள்களையும் சேர்த்துக் கொன்றுவிடுவேன்.”

கரடி வெளியே காத்திருக்க அவன் தன் மகள்களிடம் வீட்டுக்குள் எல்லாவற்றையும் கூறி அழுதான். முதல் இரண்டு மகள்களும், “கரடிக்கு வாழ்க்கைப் படுவதற்கு பதிலாகச் சாவதே மேல்,” என்றார்கள். மூன்றாம் மகள் சற்றே யோசித்துத் தனக்குச் சம்மதம் என்றாள். மூன்று நாட்கள் வீட்டுக்குப் பின்னே வனத்தில் ஒளிந்து இரவெல்லாம் ஒலியெழுப்பியபடி இருந்தது கரடி. நான்காம் நாள் வனத்தின் முறைப்படித் திருமணம் முடிந்தது. தனது மனைவியை ஒரு குகைக்கு இட்டுச்சென்ற கரடி உள்ளே நுழைந்ததும், “இந்தக் கரடி உடம்பெல்லாம் முடியாய் அசிங்கமாய் இருக்கிறான், அச்சுறுத்தும்படி இருக்கிறான். இவனைக் கவர்ச்சி மிகுந்த இளவரசனாய் மாற்று,” என்றது கரடி. உடனே அந்தக் கரடி மிகவும் கம்பீரமான இளவரசனாக மாறியது. அந்தப்

பெண்ணின் மகிழ்ச்சிக்கு அளவேயில்லை. மறுநாள் காலை கரடி, "இளவரசன் அழகாயிருக்கிறான். கம்பீரமாயிருக்கிறான். அவன் முடி மிகுந்து பயங்கரமானவனாக மாறட்டும்," என்றது. உடனே அவன் மீண்டும் கரடியாகி, காட்டுக்குள் உணவு தேடிப் போனான். தினமும் இப்படி அவன் இரவில் மட்டும் இளவரசனாக மாறிவிடுவான். மகிழ்ச்சியாய் வாழ்ந்த அவள் ஒருநாள் தனக்குத் தன் சகோதரிகளையும் தந்தையையும் பார்க்க ஏக்கமாயிருக்கிறது என்று அழுதாள். ஒரு நிபந்தனையின் பேரில் அவளை அனுப்ப அவன் ஒப்புக்கொண்டான். "அந்த மாயத்தின் ரகசியத்தை அவள் காக்க வேண்டும். தவறி யாரிடமும் கூறினால் மந்திரம் வேலை செய்யாது," என்பதே அந்த நிபந்தனை. அவள் அவனுக்கு வாக்குக் கொடுத்துக் கிளம்பினாள்.

இதுவரை கதையைக் கூறிய மரியா காலியான இரண்டு காபிக் கோப்பைகளையும் எடுத்துக்கொண்டு சமையலறைக்குள் நுழைந்தாள். "அவள் ரகசியம் காத்து நீண்ட நாள் மகிழ்ச்சியாய் வாழ்ந்தாளா?" என்றார் அவர் ஆர்வமாக.

"அவ்வளவு எளிதாய் முடிந்தால் அது மெக்ஸிகன் நீதிக் கதையே இல்லை சார்," அப்போது அவள் கைப்பேசி ஒலித்தது. மன்னிப்புக் கோரி பால்கனிக்குச் சென்ற மரியா இரண்டு நிமிடம் கழித்து பரபரப்பான முகத்துடன், "அடுத்து நான் சுத்தம் செய்யும் வீட்டில் அவசரப் படுத்துகிறார்கள். வருகிறேன்," என்று கிளம்பிவிட்டாள்.

அன்று நள்ளிரவு கடந்ததும் 'ம்ம்ம்ஹூம்ம்ம்ம்ம்ம் ஹூம்ம்ம்ம்... ஹாஹாம்ம்ம்ம்ஹாம்ம்ம்' என்று தொடங்கிக் கரடியின் தீனமான குரல் சுருதி ஏறிக்கொண்டே போனது. படுக்கையை விட்டு இறங்கித் திரைச் சீலையை ஒதுக்கிப் பார்த்தார்.

வளாகத்தின் நடுப்பகுதியில் இருக்கும் பெரிய பொது முற்றத்தின் முடிவில் தெருப்பக்கம் திறக்கும் கிராதிக் கதவைப் பிடித்தபடி நின்றுகொண்டிருந்த கருப்புக் கரடி மங்கலாய்த் தெரிந்தது.

○

3

சூலப்பிடாரி

காலபைரவன் (பி. 1977)

இயற்பெயர் விஜயகுமார். விழுப்புரம் மாவட்டம் கண்டாச்சிபுரத்தில் வசிக்கிறார். அரசுப் பள்ளியில் ஆசிரியப் பணி. 'புலிப்பானி ஜோதிடர்', 'விலகிச் செல்லும் நதி', 'கடக்க முடியாத இரவு', 'பைசாசத்தின் எஞ்சிய சொற்கள்' ஆகிய நான்கு சிறுகதைத் தொகுப்புகளும் 'ஆதிராவின் அம்மாவை ஏன்தான் நான் காதலித்தேனோ?' எனும் கவிதைத் தொகுப்பும் வெளியாகியுள்ளன. *சல்லிகை* எனும் கலை இலக்கிய இணைய இதழின் ஆசிரியராகவும் உள்ளார்.

மனைவி : சரஸ்வதி

மகள்கள்: நித்ய சைதன்யா, அதிதி சம்ரிஷ்தா

முகவரி : 25, பட்டித் தெரு, கண்டாச்சிபுரம் அஞ்சல் விழுப்புரம் மாவட்டம் 605701.

மின்னஞ்சல் : *kalabairavan@gmail.com*

அலைபேசி : 99444 13444

காலபைரவன்

சூலப்பிடாரி

காலச்சுவடு பதிப்பகம்

சூலப்பிடாரி ❖ சிறுகதைகள் ❖ ஆசிரியர்: காலபைரவன் ❖ © விஜயகுமார் ❖ முதல் (குறும்) பதிப்பு: மே 2016, இரண்டாம் (குறும்) பதிப்பு: டிசம்பர் 2016 ❖ வெளியீடு: காலச்சுவடு பப்ளிகேஷன்ஸ் (பி) லிட்., 669, கே.பி. சாலை, நாகர்கோவில் 629001

cuulappiTaari ❖ Short Stories ❖ Author: Kaalabairavan ❖ © Vijayakumar ❖ Language: Tamil ❖ First (Short) Edition: May 2016, Second (Short) Edition: December 2016 ❖ Size: Demy 1 x 8 ❖ Paper: 18.6 kg maplitho ❖ Pages: 144

Published by Kalachuvadu Publications Pvt. Ltd., 669 K.P. Road, Nagercoil 629001, India ❖ Phone: 91-4652-278525 ❖ e-mail: publications@kalachuvadu.com ❖ Printed at Repro India Ltd., Chennai 600115

ISBN: 978-93-5244-034-4

12/2016/S.No. 710, kcp 1650, 18.6 (2) OLL

சித்தப்பா இரா. அருணாசலத்துக்கும்
சித்தி அ. வளர்மதிக்கும்

நன்றி

ஜி. குப்புசாமி, தளவாய் சுந்தரம், ராஜகோபால்,
ஷங்கர் ராமசுப்ரமணியன், பா. தேவேந்திர பூபதி,
ப்ரேமா ரேவதி, இசை

சல்லிகை நண்பர்கள் கண்டராதித்தன், அசதா,
கே.ஸ்டாலின், தாமரைபாரதி

மற்றும்

பொன். அருண்குமார், இரா. தண்டபாணி, எஸ்.எஸ். சிவகுமார்,
பா. இரமேஷ்குமார், க. பிரசன்னா, ந. காளிதாஸ்,
ச. விஸ்வநாதன், ஜெ. அருண்குமார்

பொருளடக்கம்

காக்கா கதை	11
பனைகளின் காலம்	20
வனம்	37
புலிப்பானி ஜோதிடர்	50
நீர்க்குமிழி	66
பூனைகள் யானைகளான கதை	76
இருவழிப் பாதை	89
ஆற்றைக் கடத்தல்	102
சூலப்பிடாரி	117
விலகிச் செல்லும் நதி	131

காக்கா கதை

1913ஆம் ஆண்டு திருநாகேஸ்வரம் பஞ்சாட்சர முதலியார் எழுதிய 'காக்கா கதையை' அரசுக்கெதிரான நடவடிக்கை எனக்கூறி ஆங்கிலேய அரசாங்கம் தடை செய்தது என்பதை புதுவை ரோமன் ரோலன் நூலகத்தில், 'விடுதலைப் போரில் தமிழகம் – இரண்டாம் பாகம்' எனும் நூலில் வாசித்தபோது அந்தக் கதையை வாசிக்க வேண்டும் எனும் ஆவல் தொற்றிக் கொண்டது. ஒரு சாதாரணக் கதை ஆள்பவர்களின் பார்வையில் எப்படி அசாதாரணமாகத் தெரிகின்றது எனும் புதிர் என்னுள் இன்றும் பல கேள்விகளை எழுப்பியபடியே உள்ளது. அந்தக் கதையைத் தேடி நான் அலையாத இடமே கிடையாது. தேடாத நூலகங்கள் இல்லை. கடைசியில் விழுப்புரத்தை அடுத்த பழையகருவாட்சி எனும் ஊரில் அக்கதையின் ஒரு பிரதி சட்டாம்பிள்ளை என்பவரிடம் இன்னும் பத்திரமாக இருப்பதாகக் கேள்விப்பட்டு மகிழ்ச்சி அடைந்தேன்.

அவருக்கும் அக்கதையின்மேல் உயர்ந்த மதிப்பீடு இருந்தது. "தம்பி, தஞ்சாவூர் சதி வழக்கில் இக்கதையை அவர்கள் பிரதான சாட்சியாகச் சேர்த்து தடை செய்ததன் மூலம் கதைக்கு ஒரு முக்கியத்துவத்தை ஏற்படுத்திக் கொடுத்தனர். மேலும், கடைசிவரை அக்கதையாசிரியர், கதை ஆங்கிலேயர்களுக்கு எதிரானது அல்ல என்று கூறவே இல்லை. அதன் காரணமாக அவர் எல்லாத் தண்டனைகளும் அனுபவிக்கவேண்டி வந்தது", எனக்கூறித் தூசி படிந்திருந்த அக்கதையை என்

கைகளில் ஒப்படைத்தார். தாள்கள் பழுப்பேறி, தொட்டால் ஒடிந்து விடும் படிக்கு இருந்தது. நான் வீட்டிற்குக் கொண்டு வந்து மீண்டும் கணிப்பொறியில் அக்கதையை உள்ளீடு செய்து அச்சிலேற்றினேன்.

அக்கதையை வெளியிடும் இத்தருணத்தில், கதையைக் கண்டடைய எனக்கு வழிகாட்டிய அனைவரையும் நினைத்துக் கொள்கின்றேன். நேர்ப்பேச்சின் மூலம் கதை குறித்த தகவல் களைத் தந்தும், கடிதம்வழி என்னை உற்சாகப்படுத்தியும் வந்த எழுத்தாளர். நண்பர் சேப்ளாநத்தம் கதிர்நிலவன், எழுத்தாளர்பற்றி அறிந்துகொள்ளும் பொருட்டு திருநாகேஸ்வரம் சென்ற போதெல்லாம் முகம் சுளிக்காமல் உணவு கொடுத்து உதவிய தோழி உதயாவின் குடும்பத்தினர், தன் சொந்த மகனைப்போல பரிவு காட்டி பழம் பிரதியைத் தந்துதவிய திரு.சட்டாம்பிள்ளை ஆகியோர்களுக்கும் என் நெஞ்சின் ஆழத்திலிருந்து நன்றி தெரிவித்துக் கொள்கிறேன்.

தன் பெரும்பான்மையான நேரத்தை இக்கதைக்காக ஒதுக்கியும், விவாதித்தும் செம்மைப்படுத்த உதவிய முதல் வாசகியாகிய என் மனைவிக்குப் பிரிய அன்பு.

எல்லாப் பழமைகளையும் மறந்து கொண்டிருக்கும் இந் நாளில் இக்கதையைப் பிரசுரிக்க முன்வந்திருக்கும் சல்லிகை பதிப்பகம் திரு. இளங்கோவன் அவர்களுக்கும் என் நன்றி.

இக்கதையை இதன் ஆசிரியர் பஞ்சாட்சரமுதலியார் அவர்களின் துணைவியார் திருமதி சிவகாமி அம்மையார் அவர்களுக்குச் சமர்ப்பணம் செய்வதில் பெருமகிழ்ச்சியடைகிறேன்.

○

காலை.

அவன் தன் வீட்டு மொட்டைமாடியில் அமர்ந்து வழக்கம் போல கதையெழுதிக் கொண்டிருந்தபோது, அவன் தலைக்கு மேலாக அந்தக் காகம் பறந்துகொண்டிருந்தது. தோட்டத்தில் உயரமாக வளர்ந்திருந்த கருவேப்பிலை மரத்தில் இன்னும் சில காகங்கள் அமர்ந்திருந்தன. மரங்களினூடே சூரியன் தன் கதிர்களை மேலும் கூர்மைப்படுத்திக் கொண்டிருந்தது. காற்று பெருத்த சப்தத்தோடு வீசியது. பறந்துகொண்டிருந்த காகம் மெல்லத் தரையிறங்கி, அவன் அருகில் வந்தமர்ந்து, அவனைப் பார்த்து, "நீ எழுதிக் கொண்டிருக்கும் கதையில் உள்ள அந்த அரசமரத்தில் நான் கூடுகட்டிக் கொள்ளட்டுமா? எனக்கேட்டு அலகால் தரையைக் கீறியது.

காகம் கூடுகட்டிக் கொள்வதன்மூலம் தன் எழுத்து இன்னும் இயல்பானதாக மாற்றமடையும் என அவன் கருதினான். ஒரு காகம் புனைவிலுள்ள ஓர் மரத்திற்கு வருதல் மிகப்பெரிய அதிசயம்தானே. அதன்பொருட்டு புனைவு தன் எல்லையை மேலும் விரித்துக்கொள்ள வாய்ப்பிருக்கலாம் எனவும் நினைத்துக் கொண்டான். தன் பக்கத்திலிருந்த அக்காகத்தை மெல்லத் தடவிக் கொடுத்து சில நிபந்தனைகளை விதித்தான்:

1. நீ கூடு கட்டிக்கொள்வது பற்றி எனக்குக் கவலையில்லை.

2. கூடுகட்டியபின், கதைக்குள் வரும் யாரையும் தொந்தரவு செய்யக் கூடாது.

3. நான் எழுதிக் கொண்டிருக்கும்போது எக்காரணம் கொண்டும் கூட்டைவிட்டு வெளியே வரக்கூடாது.

4. நான் கூட்டைக் கலைக்கச் சொன்னால், கலைத்துவிட வேண்டும்.

5. கூட்டுக்கு வந்தபின் நீ பறவையின் சுதந்திரத்தைப் பற்றி ஏதும் பேசித் திரியக் கூடாது.

அவன் நிபந்தனைகளைக் கூர்ந்து கவனித்த காகம், அப்படியே நடந்துகொள்வதாக உறுதியளித்தது. கடைசி நிபந்தனை தேவையில்லாத ஒன்று என நினைத்தது. பறப்பதுதானே தனது சுதந்திரம், அதை எப்படி விட்டுக்கொடுக்க முடியும் என்றும், கூட்டிற்கு வந்தபின் அவனுடன் பேசி அதைச் சரிக்கட்டிவிடலாம் என்றும் யோசித்தவாறு பறந்து சென்றதும், அவன் விட்ட இடத்திலிருந்து எழுத ஆரம்பித்திருந்தான்.

மறுநாள் அதிகாலையிலேயே கொஞ்சம் சுள்ளிகளை தன் அலகில் கவ்விக் கொண்டு, அவன் வருகைக்காக மொட்டை மாடியில் காத்திருந்தது. தன் சிறகசைப்புக்கூட அவனை எந்தவிதத்திலும் சங்கடப்படுத்திவிடக்கூடாது என்பதில் அது கண்ணும் கருத்துமாக இருந்தது. அவன் படியேறி மேலே வரும் சப்தம் கேட்டதும் அது, இடப்பெயர்வுக்குத் தன்னை தயார்படுத்திக் கொண்டிருந்தது.

"நான் கூட்டை இன்றிலிருந்தே கட்ட ஆரம்பிக்கிறேன்," என்று அது சொன்னதும், அவன் "ம்" எனத் தலையசைத்துப் புன்னகைத்தான்.

சுள்ளிகளைத் தன் அலகால் மிகக் கவனத்தோடு கவ்விக் கொண்டு வெகுலாவகமாகக் கதையில் கிளைபரப்பியிருந்த அந்த அரசமரத்திற்குப் பறந்து சென்றது. மரத்தின் எல்லாக்

கிளைகளிலும் பறந்து திரிந்து அமர்ந்து ஆசுவாசப்படுத்திக் கொண்டிருந்தபோது, அவன் கீழிருந்து “ஸ்” என ஒற்றை விரலால் வாயை மூடி, அமைதிகாக்கும்படி காகத்திடம் கூறினான். அது மரத்திலிருந்து பார்த்தபோது அவன் வீடு மற்றும் அவன் வசிக்கும் தெரு ஆகியவை அந்த மரத்திற்கு வெகுகீழே தீப்பெட்டி வடிவத்தில் இருப்பதாக நினைத்துக்கொண்டது. பின், கொண்டுவந்திருந்த சுள்ளியைக்கொண்டு கூட்டை கட்டத் தொடங்கியது. அவன் கீழிருந்து, கூட்டை வடிவமைக்கும் காகத்தின் திறமையை வெகுவாக ரசித்துக்கொண்டிருந்தபோது, அதுவும் மேலிருந்து அவனைப்பார்த்தபடி, அவனது கருணையை எண்ணி வியந்தது.

அன்றும் சீக்கிரமே விடிந்து விட்டது. வழக்கம்போல அவனும் தாளின் வேறொரு பக்கத்தில் எழுதிக்கொண்டிருந்தபோது சிறு குச்சிகளுடன் வந்த காகம், முதல்பக்கத்தில் உள்ள மரத்திற்கு தன்னால் செல்ல முடியாதது கண்டு ஏமாற்றத்தோடு அவனருகில் வந்தமர்ந்ததை அவன் ஆச்சரியத்துடன் நோக்கினான்.

காகத்தைப் பார்த்து “என்ன?” என்றான்.

“மரம் தாளின் அந்தப் பக்கம் இருப்பதால் என்னால் மரத்தை அடைய முடியவில்லை”, என்றது அது.

“அதற்கு நான் என்ன செய்யமுடியும்? பக்கம் முடிந்ததும் நான் திருப்பி விடத்தானே செய்வேன்”, எனச்சொல்லி அதைப் பார்த்தான்.

அதுவும் யோசித்துவிட்டு, “நீதான் ஒருவழி கண்டுபிடிக்க வேண்டும்” என்றது.

அவன் கண்களை மூடி யோசித்தான். அவனது விரல்கள் தாள்களைத் தடவிக் கொண்டிருந்தன. கருவேப்பிலை மரத்துப் பறவைகள் சப்தமெழுப்பிக் கொண்டு தங்கள் சிறகுகளை அடித்தபடி பறப்பதும், மரத்திற்கு திரும்புவதுமாக இருந்தன. காலையிலேயே வெயிலின் தாக்கம் அதிகமாக இருந்தது. பின் தீர்க்கமாகக் கூறினான்: “சரி. உனக்காக ஒவ்வொரு பக்கத்திலும் அந்த மரத்தை அப்படியே ஏதும் மாற்றம் செய்யாமல் கதையில் கொண்டு வந்து விடுகிறேன்.”

அதன் கண்கள் மகிழ்ச்சியால் மினுங்கின. அவனது எழுத்துக்கு எந்தப் பங்கமும் தன்னால் நேர்ந்துவிடக்கூடாது என மீண்டுமொருமுறை எண்ணிக் கொண்டது. அப்படி நடந்து கொள்வதுதான் தான் அவனுக்குச் செய்யும் பேருதவியாக இருக்கும் என்றும் நினைத்தது அது.

இந்தச் சங்கதிகளையெல்லாம் பார்த்துக் கொண்டிருந்த அவன் மனைவி "வேலில போற ஓணான புடிச்சி மடியில உட்டுகினு, குத்துதே கொடையிதேனு சொல்றதே உங்க வழக்கமாப் போச்சு" என அலுத்துக் கொண்டாள்.

வெயில் கொளுத்தும் அந்நீண்ட நாட்களின் பெரும்பாலான நேரங்களில் அவன் எழுதியபடியே இருக்கும்போது காக்கையும் கூட்டை மெதுவாகக் கட்ட ஆரம்பித்திருந்தது. பழைய சணல், கருவேலமுட்கள், ஒடிந்த தொடப்பங்குச்சி, தேங்காய்ப் பஞ்சு ஆகியவைகளை தன் அலகால் கவ்விக்கொண்டு வருவதும் போவதுமாக இருக்கும். காலையிலும், மாலையிலும் சப்தமிட்டபடி தனது சிறகைப் படபடவென அடித்துக்கொள்ளும் அதன் செயல்பாடுபற்றி அவன் மனைவி அடிக்கடி அவனிடம் புகார் தெரிவித்துக் கொண்டிருப்பாள்.

ஒருநாள் மாலை கிழக்கு நோக்கிப் பறந்த பறவைக் கூட்டத்தைக் கண்ட காகம், தன் தனிமையையெண்ணித் துயரப்பட்டது. "இந்த மரத்தை எந்தப் பறவையும் ஏன் பொருட் படுத்துவதேயில்லை" எனும் கேள்வி அதன் மனதில் எழுந்தது. தனக்குத் துணையிருந்தால் தானும் மகிழ்வுடன் இருக்கலாமே என்றெண்ணி, எழுதிக்கொண்டிருந்த அவனிடம். "நீ மட்டும் புள்ளகுட்டிகளோட ஜாலியா இருக்க. என்னைப்பத்தி எப்பவாவது நினைச்சிப் பார்க்கறியா?" என்றது.

"அதுக்கு நா என்ன செய்ய?"

"இன்னொரு காக்காவை இட்டுட்டு வரட்டுமா. இல்ல, நீயே ஒரு காக்காவ கதையில கொண்டு வரயா?"

"வெளியில இருந்துல்லாம் கொண்டு வரவேண்டாம். நா வேணா உனக்குத் துணைக்கு ஒரு காக்காவ கதையில கொண்டு வந்துடறேன்" என்றான்.

சொன்னபடி, அடுத்த அத்தியாயத்திலிருந்து மேலும் ஒரு காகத்தைப் புகுத்தினான். அந்தக் காகம் மெல்லப் பறந்து மரத்தைஅடைந்து முதல் காகத்துடன் இணைந்து கொண்டது. முதல் காகம், தன் வாழ்க்கையில் இன்று ஒரு முக்கியமான நாள் என நினைத்துக்கொண்டது. இரண்டும் சந்தோஷமாகப் பறந்து திரிந்தன.

கதையின் ஆறாவது அத்தியாயத்தில், காகங்களுக்காக ஒரு பிரச்சனை காத்திருந்தது. சென்ற அத்தியாத்தில் குளித்துக் கொண்டிருந்த கதையின் முக்கிய பெண் பாத்திரத்தைப் பார்த்து கத்திக் கொண்டிருந்ததற்காக இரு காகங்களையும் கூப்பிட்டு அவன்

கண்டித்தான். அவனது மனைவியும் உடன் சேர்ந்துகொண்டு காகங்களைத் திட்டித் தீர்த்தாள். "இனிமேல் தவறு நிகழ்ந்தால். உங்களை மரத்தை விட்டு அப்புறப்படுத்துவதைத் தவிர எனக்கு வேறு வழியில்லை" என்றும் கூறினான். காகங்களும் "இனிமேல் அவ்வாறு நடக்காது" என உறுதியளித்தன.

கூடுகட்டும் வேலை முடிவடையும் நிலையில் இருந்தபோது அவன் பத்தாம் அத்தியாயத்தை எழுதிக்கொண்டிருந்தான். அப்போது இரு காகங்களும் வேலமுட்களைக் கவ்விக்கொண்டு வந்தபோது, ஒரு முள்மட்டும் நழுவிக் கீழே விழுந்து, மாடிக்கு வந்த அவன் மனைவியின் காலில் தைத்துவிட்டது. அவள் சப்தமிட்டு ஊரையே கூட்டிவிட்டாள். மீண்டுமொரு முறை அவை அவர்களிடம் மன்னிப்புக் கேட்க வேண்டியிருந்தது.

கோடையின் வெம்மை தாங்காமல் மரம் இலைகளை உதிர்க்கத் தொடங்கியது. என்று பதினான்காம் அத்தியாயத்தில் அவன் எழுதியதும் மரம் இலைகளை வேகவேகமாக உதிர்க்கத் துவங்கியது. திடீரென இலைகள் உதிர்வதைக் கண்ட இரு பறவைகளும் அவனிடம் கெஞ்சின.

"இலைகள் உதிர்வதைக் கட்டுப்படுத்த முடியாதா?" என்றும் அவனிடம் கேட்டன.

"கதைக்கு அவசியமானதையெல்லாம் மாற்ற முடியாது" என்றும் "கதையில் காலத்தைக் குறிப்பிட எனக்கு வேறு வழியில்லை" என்றும் திட்டவட்டமாகக் கூறினான்.

நான்கைந்து மாதங்கள் வெயிலின் கொடுமை தாங்காமல் அவை சிரமப்பட்டன. கூட்டைவிட்டு வெளிவருவதே இல்லை. கூடு எல்லோர் பார்வையும் படும்படியாக இருந்ததால், கதையில் உள்ள சிறுவர்கள் கூட்டின்மீது கல்லெறிந்தார்கள். ஒருசிலர் மரத்தில் ஏறி கூட்டில் ஏதும் முட்டையுள்ளதா என்றும் பார்த்தனர். அவன் மெல்ல, மெல்லக் கதையின் இறுதிப்பகுதிக்கு வந்திருந்தான்.

ஒருநாள் அவன் இரு பறவைகளையும் அழைத்து. "கதைப்படி மரத்தைக் கடைசி அத்தியாயத்தில் வெட்ட வேண்டியிருக்கிறது" என்று கூறினான்.

"எங்கள் கதியை நீங்கள் யோசிக்கவில்லையா?" என்றன அவை.

"நான் என்ன செய்ய முடியும். கதையை முடித்தாக வேண்டுமில்லையா?"

“இந்த மனிதர்களே இப்படித்தான். அவர்களின் நலன் தான் அவர்களுக்கு முக்கியம். மற்றது எப்படியானால் அவர்களுக்கென்ன.”

அவன் உறுதியாகச் சொன்னான்: “நீங்கள் கூட்டைக் கலைத்துக்கொண்டு வேறெங்காவது சென்று விடுங்கள்.” அவையிரண்டும் மவுனமாக இருந்தன. வேறு வழிகள் ஏதும் தெரியாமல் மலங்க மலங்க விழித்தன. கண்ணீர் உகுத்தன. அவனைப் பார்த்துக் கெஞ்சலுடன் கேட்டன. “வேறெந்த வழியும் கிடையாதா?”

அவன் “இல்லை” என்றவிதமாய்த் தலையாட்டினான். அவை சோகம் கப்பிய முகத்தோடு தங்களது கூட்டிற்குத் திரும்பின.

கதையினுள் இருந்த எல்லோரின் தோட்டங்களிலும் பறவைகள் பல்வேறு விதைகளைத் தூவின. மழைக்காலமாதலால் விதைகள் முளைத்துச் செடியாகித் தழைத்து வளர்ந்தன. வீட்டுக்காரர்கள் எல்லோரும் அவனிடம் வந்து “ஏன் இப்படி எல்லோர் தோட்டங்களிலும் அளவுக்கதிகமான செடிகளை உருவாக்குகிறீர்கள்”, என்று கேட்டனர். “அது தன்னுடைய செயல் அல்ல” என்று அவன் அவர்களிடம் கூறினான். இவை காகத்தின் பழிவாங்கல் தான் என்றும், தனக்கெதிராக அவை எண்ணற்ற மரங்களை உருவாக்க எத்தனிக்கின்றன என்றும் அவன் நினைத்துக் கொண்டான்.

கொஞ்ச நாட்களில் செடிகள் தமதமவென வளர்ந்தன. அடர்ந்த வனம் உருக்கொள்வதுபோல இருந்தது. பறவைகள் மிகவும் மகிழ்ந்து உலாவின. அவற்றின் சுதந்திரம், மகிழ்ச்சி ஆகியன அவனுள் கோபத்தை ஏற்படுத்தியதால் அவற்றைக் கூப்பிட்டு, “இன்னும் இரண்டு நாளில் மரம் வெட்டப்பட்டு விடும்” என்று உறுதியாகக் கூறினான்.

மறுநாள் அவையிரண்டும் அவனுக்கெதிராக மாவட்ட நீதிமன்றத்தில் வழக்குத் தொடர்ந்தன. வழக்கின் அவசரநிலையைக் கருத்தில்கொண்டு உடனே இந்த வழக்கை எடுத்துக்கொள்ள வேண்டுமெனவும் கேட்டுக்கொண்டன. நீதிபதியும் வழக்கைப் பரிசீலித்து விசாரணைக்கு எடுத்துக் கொண்டதுடன், மரம் வெட்டப் படுவதற்கு இடைக்காலத் தடையும் விதித்து உத்தரவிட்டார். உத்தரவைக் கேட்டதும் அவனுக்குத் தர்மசங்கடமாக ஆகிவிட்டது. இன்னும் ஒரு வாரத்திற்குள் கதையை முடித்தாக வேண்டும் எனும் கட்டத்தில் இருக்கும் அவனுக்கு ஏதும் புரியவில்லை.

பயத்தால் அவனது முகம் வெளிறிவிட்டது. கைகால் மெல்ல நடுங்கத் தொடங்கின. காக்கைகள் மிகுந்த சந்தோஷத்தோடு

பறந்து சென்றன. அவன் வைத்தகண் வாங்காமல் அவை பறந்து செல்வதையே பார்த்துக்கொண்டிருந்தான்.

வீட்டிற்குத் திரும்பியும் அவனின் ஆத்திரம் தீரவில்லை. அவைகள்மீதான குரூரம் அதிகரித்தபடியே இருந்தது. அவையும் வேண்டுமென்றே, அவன் எழுதிக் கொண்டிருந்தபோது எச்சங் களை இடுவது, சப்தமிட்டபடி அவனை உரசிச் செல்வது, இறகுகளைப் படபடவென அடித்துக்கொள்வது ஆகியவற்றில் ஈடுபட்டன.

அவன் மனைவி அவனைப் பழித்துக்கொண்டேயிருந்தாள். இதைப் பொறுக்கமாட்டாமல் அவன் மரத்தை வெட்டிவிடுவது எனத் தீர்மானித்து ஒரு ஆளையும் அமர்த்தி விட்டான். முதலில் ஒரு வேட்டைக்காரனை அழைத்துவந்து அப்பறவைகளைச் சுட்டு வீழ்த்தினான். அவற்றின் மரணம் வெகு சாதாரணமாக நிகழ்ந்தது. யாரும் எதுவும் கேட்கவில்லை. ரத்தம் சொட்டச்சொட்ட வீழ்ந்த அப்பறவைகள் தாளின் அந்தப் பக்கத்தை சிவப்பாக்கிச் சரிந்தன. பின்னர், மரம் வெட்டுபவனை அழைத்துப் பெரிய வாளின் துணையோடு மரத்தை அடியோடு அறுத்தெறிந்தான். பெரும் சப்தத்துடன் மரம் கீழே சரிந்தது. அவர்கள் தங்களை ஆசுவாசப்படுத்திக் கொண்டு வேர்வையைத் துடைத்துக் கொண்டனர். எல்லாவற்றையும் மிகவும் கச்சிதமாகச் செய்து விட்டோம் என நினைத்துக் கொண்டான்.

நீதிமன்றத்தை அவமதித்து விட்டதாகக்கூறி, அவன், அவன் மனைவி மற்றும் அந்தக் கூலியாள் ஆகியோர் மறுநாள் கைது செய்யப்பட்டனர். "தன் கதையில் தான் உருவாக்கிய ஓர் கற்பனை மரத்தைத் தான் வெட்டி வீழ்த்தியதாக", அவன் கூறினான்.

"சட்டத்திற்குக் கற்பனையென்றும், நிஜமென்றும் ஏதும் கிடையாது. அது விபரீதத்தின் உள்ளடக்கத்தையே கருத்தில் கொள்ளும்" என நீதிபதிகூறி அவர்களைச் சிறையிலடைக்க உத்தரவிட்டார்.

ஒரு வாரம் கழித்து, ஒப்புக்கொண்டபடி இன்னும் கதையை முடித்துத் தரவில்லை என்றுகூறி அவன் மேல் மேலுமொரு வழக்கை அந்தப் பதிப்பகத்தார் தொடர்ந்தார். அவ்வழக்கில் ஆஜராவதற்காக வந்து கொண்டிருந்த அவன், இனிமேல் காக்கைகளையே பார்க்கக் கூடாதென மனதில் நினைத்துக் கொண்டது பற்றி யாருக்கும் தெரிந்திருக்க வாய்ப்பில்லை.

பிரதியை ஒப்புநோக்கி செம்மைப்படுத்தவும், பாடபேதங்களை அறிந்து கொள்ளவும், எழுத்தாளரின் வாழ்க்கைக் குறிப்பைத் தெரிந்து கொள்ளவும் பயன்பட்ட நூல்கள்:

1. 'திராவிட மொழிகள் ஆராய்ச்சிமையம்' தொகுத்த 'பைந்தமிழ்க் கதைத் திரட்டு', (1916)

2. 'யாழ்ப்பாண சர்வகலா சாலை' தொகுத்த 'அதிசய கதைகள் அறுபது', (1920)

3. 'சாலைப்புதூர் கோதண்டராம அய்யங்கார்' அவர்கள் தொகுத்த 'பாரதக் கதைக் களஞ்சியம்', (ஆண்டு குறிப்பிடப்படவில்லை)

4. 'Important stories of south india' compiled by F.K.Senguptha. (1934)

5. 'Selected works of Tamil Writers' compiled and edited by Dr. F.M. Nanuk Sha. (1933)

பனைகளின் காலம்

எல்லோரும் ஆழ்ந்த உறக்கத்தில் இருக்கும் நடு இரவில் இப்போதெல்லாம் பாட்டி அலறியடித்து எழுந்து “வெட்டாதீங்கடா, வெட்டாதீங்கடா” என அழுவது அன்றாட நிகழ்வாகியிருந்தது. தொடக்கத்தில் ஒருசில நாட்கள் அனைவரும் விழுந்தடித்துக் கொண்டு பாட்டியின் படுக்கையைச் சூழ்ந்துகொண்டு விசாரித்தபடி இருப்போம். “என்னம்மா ஆச்சி, எங்கயாவது பயந்துட்டியா?” என அப்பாவும் தன் பங்குக்கு விசாரித்து வைப்பார். “ஒன்னுமில்லடா பனந்தோப்பு ஞாபகமாகவே இருக்கு” என்பாள். “நீ ஏம்மா தேவையில்லாம மனசபோட்டுக் குழப்பிக்கிற” என அப்பா நொந்து கொண்டே வெளியில் புகைக்கச் சென்றுவிடுவார். “என்னால பழச எதையும் மறக்கமுடியலடா” எனப் பாட்டி கூற, “பேசாம படுத்துத் தூங்குங்க அத்த” எனப் பாட்டியைச் சமாதானம் செய்தபடியே அம்மா பாட்டியின் தலைமாட்டில் சிறிதுநேரம் அமர்ந்துவிட்டுச் சென்றுவிடுவாள்.

ஒருசில நாட்களில் இரவைப் பொருட் படுத்தாமல் அப்பாவுக்கும் பாட்டிக்குமான பேச்சு நீண்டபடியிருக்கும். பேச்சின் இடையே சிறிய இரும்பு உரலில் வெற்றிலையைப் போட்டு டக்டக் எனச் சீரான கதியில் இடித்துக் கொண்டிருப்பாள். உரல் இடிக்கும் ஓசை எங்கள் வாழ்வில் பிரிக்க முடியாத அங்கமாகிப் பல வருடங்களாகியிருந்தது. எங்கள் பால்யத்தில், பாட்டிக்கு வெற்றிலை இடித்துத் தருவதில் எங்களுக்குள் எப்போதும் பெரும்

போட்டி நடந்தபடியே இருக்கும். அப்படி இடித்து தருபவர்கள், இரவில் பாட்டியின் பக்கத்தில் படுத்துக்கொண்டு விதவிதமான கதைகளைக் கேட்கும் பாக்கியம் வாய்க்கப் பெறுவார்கள். எப்படித்தான் அவ்வளவு கதைகளைத் தனது ஞாபக அடுக்குகளில் வைத்திருக்கிறாளோ என அவ்வப்போது நினைத்துக்கொள்வேன். இப்போதும் விடுமுறைக்கு, வீட்டிற்கு வந்தால்கூட பாட்டியிடம் கதைகேட்ட அந்தக் கணங்கள் கண்முன் விரிவு கொள்வதை தவிர்க்க முடிவதில்லை.

எங்கள் வீடு இரண்டு தெருவுக்குமாக நீண்டிருந்தது. வாசலில் இருபெரும் திண்ணைகள். காதணி விழா, மஞ்சள் நீர் போன்ற சுபவிசேஷங்கள் செய்யக்கூடிய அளவிற்குப் பெரியவை. அதைப்போன்ற திண்ணைகளை இந்த ஜில்லாவிலேயே பார்க்க முடியாது. அவ்வளவு விஸ்தீரணம். அதையொட்டி ரயிலோடு போட்ட சிறு கூடம். அதைத் தொடர்ந்துதான் மெத்தைக் கட்டிடம் நீண்டிருக்கும். ஆறு அறைகள். காற்றோட்டமும் வெளிச்சமும் நிறைந்தவை. பாட்டிக்கு எந்த இடமும் வெற்றிட மாக இருப்பது பிடிக்காது. எதையாவது கொண்டு வந்து நிரப்பிக் கொண்டிருப்பாள். அதன்பொருட்டு அவளுக்கும் அப்பாவுக்கும் சண்டை ஏற்படுவது வாடிக்கை. சதா, பாட்டி திட்டு வாங்கிக்கொண்டே இருப்பாள். சில நேரங்களில் பாட்டி, “டேய் போடா, எந்த புரயோஜனமும் இல்லாத உன்னையே நாப்பது வருஷமா இந்த ஊட்ல வச்சிகினு இருக்கல” என அப்பாவைக் கேலி செய்வதைப் பார்த்து அனைவரும் விழுந்து விழுந்து சிரிப்போம்.

விடுமுறைக் காலங்களில் வீடே திமிலோகப்பட்டுக் கொண்டிருக்கும். உறவினர்களின் வருகை எங்களை மேலும் மகிழ்விப்பதாக இருக்கும். எங்களையும் அத்தை மகன்களையும் அழைத்துக்கொண்டு போருக்குப் போவதைப்போல பாட்டி பனந்தோப்புக்குப் புறப்படுவாள். நாங்கள் குதூகலத்தில் திளைத்த படி அவள் பின்னால் அணிவகுத்துச் செல்லத் தொடங்குவோம். கவனமாக வெற்றிலைப்பையை எடுத்துக் கொள்ளவேண்டும். நடந்துவந்த களைப்பை போக்கிக்கொள்ள சிறிது நேரம் அமர்ந்து ஆசுவாசப்படுத்திக்கொள்ள அனுமதிப்பாள். நேரத்தை விரையம் செய்வது அவளுக்குப் பிடிக்காது. கிட்டிப்புள் எப்படி விளையாடுவது, தோற்றுவிட்டால் அரிக்கௌவ் என்று எப்படி மூச்சு விடாமல் பாடிக்கொண்டே ஓடுவது பற்றி நுணுக்கமாக பனந்தோப்பிற்கு நடுவில்வைத்து எங்களுக்கு வகுப்புகள் நடந்தபடி இருக்கும். ஒவ்வொரு நாளுக்கும் வெவ்வேறு விளையாட்டுக்களைப் பாட்டி எங்களுக்கு அறிமுகப்படுத்திக் கொண்டிருப்பாள்.

கிளிப்பாரி, நிலாக்கும்பல், சடுகுடு ஆட்டங்களை அவள் வழியாகத் தான் எங்களால் கற்றுக்கொள்ள முடிந்தது. அப்பாவிற்கு இது குறித்தெல்லாம் கவலையிருந்ததாகத் தெரியவில்லை. கெடு தவறிய பாக்கிகளை, அசலும் வட்டியுமாக வசூலிப்பதிலேயே அவர் கவனம் இருந்துகொண்டிருக்கும். ஆனால் இந்தக் கோடை விடுமுறை எங்களுக்கு உவப்பானதாக இருக்கவில்லை. பனந் தோப்பையும் அதைச்சுற்றியிருந்த நிலத்தையும் அப்பா, பங்குனி மாதமே ஒரு பாண்டிச்சேரி நபருக்கு விலைபேசி முடித்திருந்தார். தன்னிச்சையான முடிவுதான். குறைந்தபட்சம் தன்னிடம் தகவலாகவாவது தெரிவித்திருக்கலாம் எனப் பாட்டி நினைத்துப் புலம்பிக்கொண்டிருந்தாள். விற்றுவிட்ட செய்தியை மட்டும் தெரிவித்தபோது நெஞ்சை அடைப்பதுபோல உணர்ந்தாள். உடனடியாக அதற்கு எவ்வித எதிர்வினையையும் ஆற்ற முடியாத படி இருந்தாள். அவள் உள்ளுக்குள் துடிதுடித்தாள். முகம் இறுகி, கண்களில் இயலாமை படர்ந்தது. “டேய் பனந்தோப்ப மட்டுமாவது விட்டு வைக்கக் கூடாதா?” என்று கெஞ்சும் தொனியில் கேட்டாள். “பனந்தோப்ப பக்கத்துல வச்சிகினு இருந்தா எவனாவது வீடுகட்ட இடம்வாங்க வருவானா?” என எதிர்க் கேள்வி அப்பாவிடமிருந்து சூடாக வரவும் அவள் இடிந்துபோய் அப்படியே திண்ணையில் அமர்ந்தாள்.

“அப்ப இங்க பயிரிடப் போறதில்லையா?”

அப்பா மௌனம் சாதித்தார்.

“டேய், என்னதாண்டா செய்யப் போறாங்க?”

“நெலத்த வாங்கி, பனமரத்தலாம் வெட்டிட்டு, சமப்படுத்தி, வீடுகட்ட பிளாட்போட்டு விக்கப் போறாங்கமா”

“டேய் நல்லா வெளையிற பூமிடா. வித்துட்டாத் திரும்ப வராதுடா. நீ ஆளானதே அதாலதாண்டா” எனக் கூறும்போது பாட்டியின் கண்களில் இருந்து நீர் கசிந்தபடி இருந்தது. எல்லாம் இயல்பாக நடந்து கொண்டிருப்பதைப்போல, அம்மா, பாட்டிக்கும் அப்பாவிற்கும் பருகத் தேநீர் கொண்டுவந்து கொடுத்துவிட்டுச் சென்றாள். நிலம் கைமாறுவதுபற்றி யாருக்கும் அங்கே வருத்தம் இருந்ததாகத் தெரியவில்லை. பாட்டி மட்டுமே தனி ஆளாக நின்று போராடிக் கொண்டிருந்தாள். அத்தைகள், அவர்களின் பங்காகப் பணத்தை பெற்றுச் செல்வதிலேயே குறியாக இருந்தனர். என்ன நடக்கிறதென்பதை நாங்கள் உன்னிப்பாகக் கவனித்தபடி இருந்தோம். பாட்டி நள்ளிரவில் எழுந்து, தனியே பேசிக்கொள்ளத் தொடங்கினாள். யாரோ

தன்முன்னால் இருப்பதாக எண்ணிக்கொண்டு வேகமாகக் கத்தி, சண்டையிட்டாள். அழுது கண்ணீர் வடிப்பாள். யாரும் அவளைத் தேற்றுவதற்கு முன்வரவில்லை என்பதே எங்களுக்கு வருத்தத்தை ஏற்படுத்திக் கொண்டிருந்தது. நானும், எனது தங்கையும் பாட்டியை எப்படியாவது தூங்க வைத்துவிட வேண்டும் என்று எவ்வளவோ முயற்சி எடுத்துக் கொண்டிருந்தோம். "நீங்க போயி தூங்குங்க" எனக்கூறி எங்களை அனுப்பி விட்டு மறுபடியும் புலம்பத் தொடங்கிவிடுவாள்.

பனந்தோப்பு விரிந்து கிடந்தது. தொலைவில் இருந்து பார்ப்பதற்கு, ஓர் அணிவகுப்பைப் பார்வையிடுவதைப்போல இருந்தது. உயரமான, குட்டையான பனைமரங்கள். பனங்காய்கள் காய்த்துக் கிடந்தன. அனேக மரங்களில் குருவிகள் கூடு கட்டி யிருந்தன. தோப்புக்கு வலப்புறம், நிலம் கரம்பாக பரந்து விரிந்து கிடந்தது. தாத்தா இறப்பிற்குப் பின் நிலம் உழப்படாமலேயே கிடந்தது. எப்போதாவது அரசியல் கூட்டங்கள் நடக்கும். ஆனால் ஆரம்பத்திலிருந்தே இதை எப்படியாவது விற்றுவிட வேண்டும் என்பதே அப்பாவின் ஆர்வமாக இருந்துகொண்டிருந்தது.

காலை வெயில் சுட்டெரித்துக் கொண்டிருந்தது. தகவல் கிடைத்து அங்கு சென்று பார்க்கும்போது, பாட்டி கைகளை வீசியபடி ஒரு பைத்தியத்தைப் போல அங்குமிங்கும் நடந்து கொண்டிருந்தாள். தலை கலைந்து, ஆடைகள் ஒழுங்கற்றுக் கிடந்தன. அவள் என்ன செய்து கொண்டிருக்கிறாள் என என்னால் யூகித்தறிய முடியவில்லை. நிலம் சமப்படுத்தப்பட்டுக் கொண்டிருந்தது. வேலை செய்பவன் ஓடிவந்து, "தம்பி இந்த ஆயா, வேல செய்யவே உடமாட்டுது, கல்ல எடுத்து அடிக்குது, வண்டிக்கு முன்னால வந்து வந்து படுத்துக்குது" என்றான். நான் பாட்டியைப் பார்த்தேன். ஒரு சாதுவைப்போல நடந்து சென்று கொண்டிருந்தாள். நான் அந்த வேலையாளிடம் கூறினேன்: "பரம்பரைச் சொத்து இல்லையா, நிலத்த வித்தது அதுக்குப் புடிக்கல. அதான் இப்படிச் செய்யுது. நீங்க ஒன்னும் பயப்படாதீங்க" என்று சொன்னதற்குத் தலையாட்டிவிட்டு அவன், தன் வேலையில் கவனம் கொள்ளத் தொடங்கினான்.

நான் பாட்டியை நோக்கி நடந்துசென்றேன். சனிமூலையில் இருந்த பெரிய கிணறு எங்கிருந்தோ கொண்டுவரப்பட்ட பார்மண்ணால்மூடி மறைக்கப்பட்டுக் கொண்டிருந்தது. அந்தக் கிணற்றை மூடுவதற்கு எப்படி மனது வந்ததோ? எங்களுக்குப் பாட்டி நீந்தக் கற்றுக்கொடுத்த கிணறு. வீட்டில் எல்லோருக்கும் நீந்தத் தெரிந்திருப்பதற்குப் பாட்டியும் கிணறும் காரணமாக

இருக்கலாம். இந்தக் கரையிலிருந்து அந்தக் கரைக்குக் கைகளை வீசி, காலை உதைத்துக்கொண்டு மிகச் சாதாரணமாக நீந்திச் செல்லும் பாட்டியின் படிமம் என் மனதில் அப்படியே தேங்கிக் கிடந்தது. எங்களுக்கு அவள் நீந்தக் கற்றுக் கொடுத்ததே விபத்து மாதிரிதான். கிணற்றின்மேல் நடந்து கொண்டிருக்கும்போதே, திடீரென எங்களைக் கிணற்றுக்குள் பிடித்துத் தள்ளி விட்டு விடுவாள். அதுதான் அவளின் எளிய சூத்திரம். மேலிருந்து கிணற்றுக்குள் விழும்போது பூமி கரகரவென சுழல்வதைப்போல இருக்கும். 'ததக் புதக்' என நீந்தியபடியே நிறைய தண்ணீர் குடித்துவிட்டிருப்போம். நீந்துவதில் சிரமம் ஏற்படும்போது, பாட்டி நீந்தி வந்து எங்களைக் கரையில் கொண்டுவந்து சேர்ப்பாள். தலையைத் துவட்டி விட்டபடி, "பயம் போய்டிச்சினா நீச்சல் தன்னால வந்துடும் டா" என்று சிரித்தபடியே கூறி, வெற்றிலை எச்சிலைத் துப்புவாள். அந்த எச்சில் எவ்வளவு தூரம் காற்றில் மிதந்துசென்று மண்ணில் விழக்கூடும் என்பதை வைத்து எங்களுக்குள் போட்டி ஆரம்பிக்கும். வெகு விரைவிலேயே நாங்கள் நீந்தப் பழகிவிட்டிருந்தோம். தூர்ந்துகொண்டிருந்த கிணற்றின் மீது நடந்து பாட்டியை அடைந்தேன். பாட்டி கண்ணீர் சிந்திக்கொண்டிருப்பதைப் பார்க்க முடிந்தது. "கிணத்தைப் பாத்தியாடா?" என மெதுவாகக் கேட்டாள். அவளின் துக்கத்தைப் புரிந்தவனாகத் தலையசைத்தேன். அவளை மெல்லச் சீண்டி, "இங்க வந்து என்ன பண்றே?" எனக் கேட்டேன். மௌனமாக, மண்ணைக் கூட்டிக் கலைத்துக் கொண்டிருந்தாள். தலைக்கு மேலாக கழுகுகள் வட்டமடித்தபடி இருந்தன. அவளைப் பார்ப்பதற்குச் சங்கடமாயிருந்தது. "கஷ்டப்படாத பாட்டி" என்றுகூறி, நீர்வடியும் அவள் கண்களை மெதுவாகத் துடைத்து விட்டேன். "என் பேச்ச யாருடா கேக்கறா, எல்லாம் பணத்தத் தான முக்கியமாப் பாக்குறீங்க" என்றாள். அவள் குரலில் ஆற்றாமை படர்ந்திருந்ததை உணர முடிந்தது. வெயில் அதிகரிக்கத் தொடங்கிய போது, "வா பாட்டி போகலாம்", என்று வீட்டுக்கு அழைத்தேன்.

"எங்க"

"வீட்டுக்குத்தான்"

"போடா போக்கத்தவனே. இதாண்டா என் வீடு. இத வச்சிதாண்டா உன் தாத்தா அந்த வீட்டயே வாங்குனாரு"

"இப்ப இது நம்மளது இல்ல பாட்டி."

"ஏன்?"

"என்ன பாட்டி தெரியாத மாதிரி கேக்கற"

“இது எங்க வீட்டு நெலம்டா. உங்க பாட்டனுக்கு எங்கப்பா லட்டு மாதிரித் தந்ததுடா. அத எப்படிடா விக்க மனசு வந்தது உங்க அப்பனுக்கு.”

“அதுலாம் இப்ப எதுக்கு பாட்டி. நடந்தது நடந்திடுச்சி, வா போகலாம்.”

“நா இங்கேயே கெடந்து மண்ணோட மண்ணா மக்கறேன்டா. நீ போ.”

பாட்டியின் ஆதங்கத்தை என்னால் புரிந்துகொள்ள முடிந்தது. இந்த பனந்தோப்புக்கும் பாட்டிக்கும் இடையே நிச்சயம் ஏதோ ஓர் ஆழ்ந்த பிடிப்பு இருப்பதை என்னால் உணர முடிந்தது. அதை அறிந்து கொள்வதன் மூலம் பாட்டியை இயல்பு நிலைக்கு மீட்டுவிட முடியுமென நினைத்துக்கொண்டேன். அதை பாட்டியிடமே கேட்டுத் தெரிந்து கொள்வதென முடிவுசெய்து, பாட்டியை மெல்ல அணுகி, “பாட்டி, வா அந்த மரத்துக்குக் கீழ உக்காருவோம்” என்றேன். அப்போது அவள் முகத்தில் ஏற்பட்ட மாற்றத்தை என்னால் அறிய முடிந்தது. என் தலையை வருடி விட்டுக்கொண்டே என்னுடன் நடக்கத் தொடங்கினாள். நடக்கையில் புழுதி மேலெழுந்து அடங்கியது. இருவரும் தென்புறம் இருந்த பனைமரத்தின் கீழ் தோதாக அமர்ந்து கொண்டோம். பனை மட்டைகள் காய்ந்து காற்றில் சலசலத்தபடி இருந்தன. “ஏன் பாட்டி, இந்த எடத்த வித்ததுல உனக்கு இஷ்டமில்லையா?” என மெதுவாக அவளிடம் கேட்டேன். எதுவும் பேசாமல் அவள் அமைதியாக அமர்ந்திருந்தாள். சில நிமிடங்கள் கண்களை மூடித் திறந்த பின் இடது கை ஆட்காட்டி விரலால் தனது வலது காதை துடைத்துவிட்டுக் கொண்டே “ஆமாண்டா” என்றாள். “ஏன் பாட்டி” என்று கேட்டதற்கு கண்களில் பலவித உணர்ச்சிகளைத் தேக்கியவளாக, “அது ஒரு பெரிய கதடா” என்றாள்.

பாட்டி பீடிகைகளுடன் அவளின் கடந்த காலத்திற்குள் பிரவேசிக்கத் தொடங்கினாள். அவள் கண்கள் மினுங்குவதைப் பார்க்க முடிந்தது. சுவாசத்தை ஒழுங்குசெய்துகொண்டே கூறத் தொடங்கினாள். “தனிக்காட்டு ராஜாவாட்டம் திரிஞ்சவர்டா எங்கப்பா. ஊர்ல அவுரு இல்லாம எந்த விசேஷமும் நடக்காது. ஊர் முக்கியஸ்தர்கள்ல அவரும் ஒருத்தர். அவுருக்கு சரின்னு பட்டாத்தான் எதையும் செய்வார். சரிவரலன்னு தெரிஞ்சா ஒதுங்கிடுவாரு.” நான் தலையை ஆட்டிக் கேட்டுக்கொண்டிருந்தேன். ஒருஜோடிக் கிளிகள் வடக்கிலிருந்து தெற்கு நோக்கிப் பறந்தன. வெற்றிலையை இடித்துப் போட்டுக்கொண்டு மீண்டும் ஆரம்பித்தாள்.

நான் மூணாவதோ நாலாவதோ படிக்கறப்ப இங்க வந்தோம். பெரிய கீற்று வீடு. செம்மண் சுவர்தான். சும்மா ஜிலுஜிலுன்னு காத்து பிச்சிக்குனு வரும். ஒரு நாளின் முக்கால் பங்கு நேரத்தைக் கயிற்றுக் கட்டிலில் அமர்ந்தபடி யாருடனாவது பேசிக்கொண்டிருப்பதே அவரின் பிரதான வேலையாக இருந்தது.

கள் இறக்குற சீசன் வந்தால் எங்கயும் போகமாட்டார். பனமரம் ஏறதுலாம் அவுருக்கு சர்வ சாதாரணம். சரசரன்னு ஏறிடுவார். இருந்தாலும், கூடலூருக்கு பக்கத்திலிருந்து மரம் ஏறதுக்குனே ஒரு ஆள இட்டாந்து வச்சிருந்தார். பேரு முனியன். நேர்ல பாத்தா அசல் மதுரவீரன் செல கணக்கா இருப்பான். காலையும் மாலையும் மரத்துல ஏறிக் கள்ளைச் சேந்திக் குடுப்பதோட அவன் வேல முடிஞ்சிடாது. இப்ப மாதிரி அப்பலாம் போத வர்றதுக்கு மாத்திரையைக் கலக்கமாட்டாங்க. நல்ல சுத்தமான தண்ணியைத்தான் கலப்பாங்க. சின்ன தூசி இருந்தாக்கூட, அப்பா அவன முறைப்பாரு. “நல்லா வடிகட்ட வேண்டியதுதானே, அதகாட்டியும் உனக்கு அப்படியென்ன மயிர் புடுங்கர வேலை” என அதட்டி மொந்தையைத் தூக்கியெறிவார். அவன் பின்னந்தலைய சொறிந்துகொண்டு தலையைக் குனிந்து கொள்வான்.

சாந்திரம் ஆச்சினா போதும். அவரோட சகாக்கள்லாம் ஒன்னொன்னா வந்து கூடத்தொடங்கும். பெரிய பானை நெறைய கள்ளும், தூக்கலா காரம் போட்டு வறுத்த கருவாடும் மூக்கத் துளைக்கும். கயிற்று கட்டில்லயும் தரையிலயும் வரவங்க எல்லாரும் உக்காந்து கொண்டிருப்பாங்க. அவர் வயத ஒத்தவங்க, “டேய் வினாயகம், இதுல ஊத்துடா, அந்த கருவாட்டு தட்ட எடுடான்னு” அங்கே வார்த்தைங்க குழறும். அப்பாவை விட சின்னவங்க, அண்ணாச்சி, அண்ணாச்சினு கூப்பிடுவாங்க. பேச்சு எங்கோ ஆரம்பிச்சி, எதிலோ போயி முடியும். அப்பா, எப்ப மொந்தய எடுக்கறாரு, வைக்கறாருன்னு யாருக்கும் தெரியாது. அவ்ளோ வேகம். இதலாம் நான் ஓரமா நின்னு பாத்துக்குனு இருப்பேன். போதை தலைக்கேறிய நிலையில் அப்பா என்ன கிட்ட கூப்பிட்டு, “செல்லம் நீயும் கொஞ்சம் சாப்பிடுடானு” சொல்வார். கள்ளப் போயி சாப்பிடுன்னு சொல்றார். குடின்னு தான சொல்லனும்னு நெனச்சி சிரிச்சுக்குவேன்.

அவரு சகாவுலேயே சந்தனப் பொட்டுக்காரர்தான் அப்பா வுக்கு நெருங்கிய தோஸ்து. அவுரு பேரே அதானா இல்ல, பொட்டு வச்சிருக்கறதால அப்பிடி கூப்பிடுறாங்களான்னு தெரியாது. நெடுநெடுவென்று வளர்ந்த தேகம். அப்பாவவிட ஒரு நாலு அஞ்சு வயிசு கம்மியா இருப்பார். கட்சி விஷயம் பேசறதுல ஆள்

சூரன். தெனத்துக்கும் எதாவது அரசியலப்பத்தி புதுசு புதுசாப் பேசுவாரு. அப்பதான் அண்ணாதுரை கட்சி ஆரம்பிச்சிருந்தார். அண்ணாதுரை ரொம்ப அவசரப்பட்டுட்டார்னு அப்பா அடிக்கடி சொல்லிக் கொண்டிருப்பார். சந்தனப்பொட்டுக்காரருக்கும் அப்பாவுக்கும் அதவச்சி வாக்குவாதம் வலுக்க ஆரம்பிக்கும். “இருந்தா காங்கிரஸ்காரனா இரு. இல்லாட்டி கம்யூனிஸ்ட்டா இருன்னு” அப்பா அவருக்கு உபதேசம் செய்து கொண்டிருப்பார். “கொறஞ்சது இன்னும் அம்பது வருஷமாவது காங்கிரஸ் நம்ம ஆளனும் டோய், அப்பதான் நாடு ஒரு நெலக்கி வரும்.” என அப்பா கூற, “அண்ணாச்சி நீங்க பாக்கதானே போறீங்க இன்னும் பத்து வருஷத்துல அண்ணாதுர ஆட்சிய பிடிக்கப்போறத” என சந்தனப்பொட்டுக்காரர் சவால்விட்டு தொடையைத் தட்டிக் காட்டுவார். “அப்பிடி ஒரு சாபக்கேடு நடக்காதுன்னு நெனக்கிறேன்” என்று கூறிக்கொண்டே ஒரு மொந்தைக் கள்ளைக் காலி செய்துவிட்டுத் தூவெனக் காரித்துப்புவார். அப்பதான் கள் யாபாரம் நல்லா நடந்திச்சு. அது பெருகப் பெருக வீடு, தோட்டம், கிணறு, பம்பு செட்னு சொத்தும் பெருகிச்சு. நாங்கள்லாம் புதுவீடு கட்டிட்டு வந்துட்ட பிறகும் அப்பா மட்டும் நான் இங்கேயே இருந்துக்கறேன்னு சொல்லி தோப்பிலேயே இருந்திட்டார்” எனக்கூறி பாட்டி கால்களைநீட்டி அமர்ந்தபடி தன் வெற்றிலைப் பை எங்கிருக்கிறது எனச் சுற்றும்முற்றும் கண்களால் துழாவிக் கொண்டிருந்தாள்.

வெற்றிலை வைத்திருந்த சுருக்குப்பையை எடுத்து அவிழ்த்து, விரல்களால் துழாவி, காய்ந்து போயிருக்கும், ஒரு வெற்றிலையை எடுத்து, அதில் சிறிய பாக்குத் துண்டைவைத்து, ஒரு நாம்பு புயலையச் சேர்த்து உரலில் இட்டு இடிக்கத் தொடங்குவாள். பாட்டியின் கண்களை இந்த அளவு பிரகாசமாக நான் பார்த்ததே இல்லை. நிலத்தைச் சமப்படுத்துபவர்கள் வெயிலில் தீவிரத்துடன் வேலை செய்துகொண்டிருந்தனர். பீவேல முட்கள், ஆடுதொடா செடிகள் வெட்டிக் குவிக்கப்பட்டிருந்தன. வாய் சிவக்கச் சிவக்க பாட்டி வெற்றிலையைப் போட்டுக்கொண்டு, கால்களைநீட்டி அமர்ந்தபோது நான் அவளிடம் கேட்டேன்: “இவ்ளோ நேரம் சொன்னதுல உங்க அம்மாவப் பத்தி எதுவும் சொல்லவேயில்லையே” சிறிது நேரம் மௌனமாக இருந்தாள். பின் “இப்ப எதுக்கு அந்த கேடுகெட்ட மூதிய பத்தி கேக்கற” என்றாள். “ஏன் பாட்டி அவங்கள அப்பிடிச் சொல்ற” என நான் கேட்டு முடிக்குமுன், அவளது கண்கள் கோபத்தால் சிவக்கத் தொடங்கின. அவள் உடல் மெல்ல நடுங்கிக்கொண்டிருப்பதை என்னால் காணமுடிந்தது. மெதுவாக அவள் பேச ஆரம்பித்தாள்.

“நானா இருந்தன்னா அவ செஞ்சதுக்கு, அவ ரெண்டு காலையும் பிடிச்சி கிழிச்சி, அதுல பழுக்க ஈயத்த காச்சி வூத்தியிருப்பேன். ஆனா எங்கப்பா அப்பிடி எதுவும் செய்யல. வாயில் ஊறிய வெற்றிலைச் சாற்றை காரித் துப்பிவிட்டு சிறிதுநேரம் கண்களை மூடி அமைதியாக இருந்தாள்.

நான் அவள் மடியில் தலை வைத்துப் படுத்துக் கொண்டேன். என் தலையை வருடிவிட்டபடியே ஆவேசம் வந்தவளைப்போல மறுபடியும் பேசத்தொடங்கினாள். “எனக்கு பதினாறு வயசு இருக்கும். அப்ப அவ அந்த மரமேறிப் பயலோட ஊரவிட்டு ஓடிட்டா. அவள எங்க அம்மானு சொல்லவே வாய் கூசுது. ஊரார் எவ்ளோதரம் எடுத்துச் சொல்லிக்கூட அப்பா அவளை தேடிச் செல்வதில் ஆர்வம் காட்டவில்லை. “என்ன பிடிக்கலைன்னு தானே போயிட்டா, பின்ன ஏன் அவள போயி மீண்டும் தேடச் சொல்றீங்க” எனக் கோபத்துடன் கேட்டு அவர்களைத் திருப்பி அனுப்பிய பிறகே அவர் சாந்தமடைந்தார். ஆனால், அவர் மனசுல எவ்ளோ புழுக்கத்தோட இருந்தார்னு எனக்கு மட்டும் தான் தெரியும்.”

“உங்க அம்மா பன்னதபத்தி மட்டும் சொல்றயே, உங்க அப்பா செஞ்சதலாம் ஏன் சொல்ல மாட்ற?” என்று பாட்டியைச் செல்லமாகச் சீண்டினேன். இதை அவள் எதிர்பார்த்திருக்கவில்லை. ஆனாலும், “அவர் என்னடா பன்னார்?”, என்று என்னைத் திருப்பிக் கேட்டாள். “எங்கிட்ட மறைக்காத பாட்டி, அம்மா எங்கிட்ட எல்லாத்தயும் சொல்லிட்டா”, என்று சொன்னதுதான் தாமதம். “என்னடா சொன்னா?” என்று கேட்டவளின் குரலில் ஆவேசம் வெளிப்பட்டது. “கோனாமுட்டு பார்வதி அம்மாகூட ஒருவழியில உனக்கு பாட்டிதான்டானு சொன்னா” என்று சட்டென்று சொன்னேன். ரகசியம் வெளிப்பட்டுவிட்டதன் துக்கம் பாட்டியின் கண்களில் மிதந்து கொண்டிருந்தது. சுருக்குப் பையைப் பிரித்து ஒரு நாம்பு புகையிலையை மட்டும் எடுத்து கடைவாயில் அதக்கிக்கொண்டே வானத்தை அன்னார்ந்து பார்த்தாள். நிதானமாக அவளின் வார்த்தைகள் வெளிப்படத் தொடங்கின. “அவர் ராசா கணக்கா இருப்பார்டா. மல் வேட்டி, ஜிப்பா போட்டு நடந்து வந்தா பொம்னாட்டிங்க எல்லாம் பாத்துக்குனே இருப்பாங்களாம்டா. என்று சொல்லி, வாயில் ஊறிய எச்சிலை துப்பிவிட்டு “கோனாமுட்டு ஆயாவயா உங்க அம்மா சொன்னா?” என்று கேட்டாள். நான் நிதானமாக ஆமாம் என்பது போல தலையாட்டினேன். என் கண்களை ஊடுருவிப் பார்த்தவள் மறுபடியும் பேசத் தொடங்கினாள். “பார்வதி அம்மா ரொம்ப நல்லவங்கடா. தாத்தாமேல பாசமா இருப்பாங்க. தாத்தா

மனங்கோனாம பணிவிடை செய்வாங்க தெரியுமா?" என்று வார்த்தைகளை மிக கவனமாக அடுக்கிக் கொண்டிருந்தாள். நான் அவள் வார்த்தைகளின் மூலம் திரளும் தாத்தாவின் சித்திரத்தை மனதில் மீண்டும்மீண்டும் உருக்கூட்டிப் பின் கலைத்துக் கொண்டிருந்தேன்.

வெயில் சுள்ளென்று முகத்தில் அடித்துக்கொண்டிருந்தது. முகத்தைக் கையால் துடைத்துக்கொண்டு உட்கார்ந்தபடி பாட்டியையே வைத்தகண் வாங்காமல் பார்த்துக்கொண்டிருந்தேன். காய்ந்து தொங்கிக்கொண்டிருந்த பனைமட்டையைப் பார்த்துக் கொண்டே "ஊர்க்காரங்க தாண்டா அவங்க ரெண்டு பேர பத்தியும் இல்லாததும் பொல்லாததுமா பேசி கத கட்டி விட்டாங்க. அங்க ஏன் போகனும், உன் பாட்டன்கூட, கோனாமுட்டு ஆயா மாடு ஓட்டிட்டு போச்சினா என்னை கூப்டு, அங்க பாருடி உங்க அம்மா போறாங்கனு காட்டுவாருடா" என்று சொல்லி வெற்றிலை எச்சிலைக் காரித்துப்பிவிட்டு வாயை முந்தானையால் துடைத்துக் கொண்டாள். "தாத்தா அப்படிச் சொல்லும்போது நீ எதுவும் பேச மாட்டியா?" எனக் கேட்டதும், "ஆரம்பத்துல சும்மா தமாஷ் பன்றார்னுதாண்டா இருந்தேன். அப்புறமும் திரும்பத் திரும்ப அதையே சொல்லிக் கொண்டிருந்ததால எனக்குக் கோவம் பொத்துகினு வந்துச்சு, எங்க அப்பன் ஒரு ஆம்பள, அவனுக்கு ஊர சுத்திக் கூத்தியாளுங்க இருப்பாங்கதான்னு கொஞ்சம் வேகமாகப் பேசிட்டேன். அதன்பிறகு அவுரு எங்க அப்பாவ பத்தி எப்பவும் எங்கிட்ட எதுவுமே பேசினது கிடையாது" என்று சொல்லி மூச்சை நன்றாக இழுத்துவிட்டுக் கொண்டாள். அவள் உடம்பு சிலிர்த்துக் கொண்டதை உணர முடிந்தது.

"நெல் அறுப்பு முடிந்து, களத்துல இருந்து மூட்டைகளை ஏத்திட்டு வரும்போது, கோனாமுட்டாண்ட வண்டிய நிறுத்தி அவர் மனசுக்கு எத்தன மூட்டை தோனுதோ அத்தன மூட்டைய இறக்கிட்டுதான் வண்டிய வீட்டுக்கு ஓட்டி வருவார்னு அம்மா சொன்னது உண்மையா?" என்று பாட்டியிடம் மெதுவாகக் கேட்டேன். பாட்டி சற்று நேரம் யோசித்து, பதில் சொல்லத் தொடங்கினாள். "எவனுக்காகவும் பயந்துபயந்து அவரு எதுவும் செய்யலயே. ராஜா மாதிரி கார்னாங்கள் ஏரி களத்தில இருந்து வண்டி ஓட்டிக்கிட்டு வருவார். ஈஸ்வரன் கோயில் பக்கத்துல இருக்கும் கோனாமூட்டாண்ட வண்டி நிற்கும். எந்தக் கணக்கும் இல்லாம மூட்டைய எறக்கிட்டுத் தான் வீட்டுக்கு வருவார்." தன் தந்தையை அவள் விட்டுக் கொடுக்க விரும்பவில்லை என்பதை உணர முடிந்தது. அவர் பாட்டியின் மனதில் சிம்மாசனம் இட்டு அமர்ந்திருந்தார். அவளை மேலும் சீண்டிப் பார்க்கவே என்

மனம் விரும்பியது. நான் அவளிடம், "அவர் பன்னத நீங்க யாரும் எதுவும் கேட்டதே இல்லையா?" என்றேன். "அவுர போயி யார்ரா கேள்விகேட்க முடியும்? கேக்கரவங்க தலையில கூழ்பானை உடையும், சருவச்சட்டி பறக்கும், அப்புறம் அவ்ளோதான்", என்று ஒருவித சந்தோஷத்துடன் கூறினாள். அவளின் குரலில் திமிர்த்தனம் எட்டிப்பார்த்ததை முதன் முறையாக உணர முடிந்தது. எழுந்துசென்று சிறுநீர் கழித்துவிட்டு மீண்டும் வந்து உட்கார்ந்து என்னிடம் கூறத் தொடங்கினாள். பார் மண்ணை ஏற்றிக்கொண்டு வாகனங்கள் வந்து கொண்டேயிருந்தன. "அவர யாரும் புரிஞ்சுக்கவேயில்லை. சிடுமூஞ்சி, முரடன்னு தான் எல்லாரும் நெனைச்சாங்க. ஏன் எங்க அம்மாகூட அவர புரிஞ்சிக்கவே இல்லயே. ஆனா பார்வதியம்மாவுக்கு தெரிஞ்சிருக்கு அவர் நல்லவர்னு. விழுந்துவிழுந்து கவனிப்பாங்கனு எல்லாரும் பேசிக்கிறதக் கேட்டிருக்கேன்." அவள் சொல்லிக் கொண்டிருக்கும் போதே கண்களில் நீர் கசிந்துகொண்டிருப்பதைப் பார்க்க முடிந்தது.

"அவுங்க வீட்டுகாரர் கூடவா எதையும் கண்டுக்காம இருந்தார்?" என்று நான் கேட்டேன். "தாத்தா அவுங்க வீட்டுக்குப் போனார்னா, பார்வதி, யார் வந்திருக்கிறது பாருனு சொல்லிட்டு, காபி கொண்டானு சொல்வாராம். கெளுத்திமீன் வாங்கி யிருக்கு. இருந்து மதியம் இங்கயே சாப்டுட்டு போங்கனு தாத்தாகிட்ட சொல்வாராம். பரவாயில்லனு சொல்லி தாத்தா கிளம்பும்போது, நான் சொன்னா கேக்க மாட்டார். நீ சொல்லு பார்வதினு கோனாமுட்டு அம்மாவிடம் சொல்வாராம்" என்று பசுமையான நினைவுகள் விழிகளில் படர அக்கதைகளை விவரிக்கத் தொடங்கினாள்.

மறுபடியும் ஆசுவாசப்படுத்திக்கொண்டு பேசத்தொடங்கி னாள்: "எத சொல்றது எத விடறதுனு தெரியலடா. அவ்ளோ சங்கதிங்க இருக்கு. எங்க கல்யாணத்துக்குகூட பார்வதியம்மாவும் கோனாமுட்டு ஐயாவுந்தான் பாதபூஜை பன்னிக்கினாங்க தெரியுமா" என்று சொல்லிக்கொண்டே பாட்டி கடந்த காலங்களில் உழன்றுகொண்டிருந்ததை உணர முடிந்தது. "என்ன யோசிக்கறே?" என்று அவளைக்கேட்டு அவளின் சிந்தனையைக் கலைத்தேன். "அந்த ஆயா பொண்ணுக்கு உங்க அப்பாதான் நகைலாம் போட்டு கல்யாணம் செஞ்சி வச்சாராமே?" என்று அவளிடம் கேட்டேன். அதற்கு ஆமாம் என்பதுபோல தலையாட்டிவிட்டு, "அவர் போட்ட நகைக்கு மேல தாத்தா கோர்ட் செலவுக்காக அந்தம்மா செஞ்சாடா" என்று கூறிக்கொண்டிருக்கும்போதே அவளின் விழிகளில் நீர் திரண்டு, எந்த நேரமும் அவள் அழுக்கூடும் என்று தோன்றியது.

“எனக்கு எதுவுமே புரியல பாட்டி” என்று அவளைப்பார்த்துச் சொன்னேன். “இதல ஆச்சரியப்பட என்ன இருக்கு? தாத்தா வுக்கும் அவுங்களுக்கு எடையில இருந்த உறவை பார்வதி அம்மா வீட்டுக்காரர் ரொம்ப மதிச்சு நடத்துவாராம்டா” என்று சொன்னவள், வெற்றிலையை உரலில் போட்டு இடிக்கத் தொடங்கினாள். வானத்தில் பறவைகள் வட்டமடித்துக் கொண்டிருந்தன.

அவர்களுக்கு இடையில் இருந்த உறவை என்னால் தெளிவாகப் புரிந்துகொள்ள முடிந்தது. ஏன் பார்வதி அம்மா வீட்டுக்காரர் எதையும் கண்டுகொள்ளாமல் விட்டார் என்று எனக்குப் புரியவே இல்லை. எது அவரைத் தடுத்திருக்கும் என்றும் யோசித்துப் பார்த்தேன். எந்த முடிவுக்கும் வரமுடியாமல் இருந்தது. பாட்டியின் அப்பா நல்லவரா இல்லையா எனும் கேள்வி என் மனதில் கடும் இருட்டைப்போல அடர்த்தியாகப் திரண்டு கொண்டிருந்தது. பாட்டி ஏன் அவர்களை விட்டுக்கொடுக்க மறுக்கிறாள் என்று புரியவில்லை. தன் அம்மாவின் பேச்சை எடுத்தாலே மிகவும் அசிங்கமான வார்த்தைகளைப் பயன்படுத்தும் இவள், தன் தந்தையின் செயலை ஏன் நியாயப் படுத்துகிறாள் என்று புரிந்து கொள்ள முடியவில்லை. ஏன் ஒரே செயலின் முகத்தை இவள் இரண்டுவிதமாகப் பார்க்கிறாள் என்பதை என்னால் விளங்கிக் கொள்ளவே முடியவில்லை. “உன் அப்பா பன்னாத தப்பயா உங்க அம்மா பன்னிட்டா?” என்று பாட்டியிடம் கேட்க மனது துடித்தது. அவளைச் சங்கடப்படுத்த வேண்டாம் என்று நினைத்து அமைதியாக இருந்துவிட்டேன். பாட்டி வெற்றிலை இடித்தபடியே கால்களை நீட்டி உட்கார்ந்தாள்.

பாட்டி மூச்சை இழுத்து விட்டுக்கொண்டு, வெற்றிலைச் சாறைத் துப்பிவிட்டு, “அவ கெடக்கறாடா நாதாறி. இப்ப எதுக்கு அவள ஞாபகப் படுத்துற?” எனக்கூறிக்கொண்டே, கரண்டவத்தைத் திறந்து இன்னும் கொஞ்சம் சுண்ணாம்பை எடுத்துப் போட்டுக்கொண்டாள்.

“ஒரு தரம் அடுக்கம் ஆஸ்பத்திரியை தெறந்து வைக்க இந்தராகாந்தி இங்க வந்தாங்க. அவங்க எலிகாப்டர் இறங்கறதுக்கு எடமில்லைன்னு, அப்பாகிட்ட வந்து, “இந்த பனந்தோப்ப பயன்படுத்திக்கலாமா” என ஜில்லாபோர்டு தலைவர் கேட்டார். அப்பாவுக்கு ஜிவ்வென கோபம் கொப்பளித்துக்கொண்டு வந்தது. “இங்கிருந்து போயிருங்க தலைவரே, எனக்கு கெட்ட கோபம் வரும். எவளோ வந்து எறங்கறத்துக்கு தோப்ப அழிக்கனுமாக்கும்” எனப் படபடவெனப் பொறிந்து தள்ளினார். “காங்ரஸ்காரனா இருந்துகினு நீயே இப்படிப் பேசலாமா வினாயகம்?” என

அவர் கேட்க, "காங்ரஸ்காரன்னா எல்லா கருமாந்திரத்தையும் செஞ்சாவனும்னு சட்டமா என்ன?" என்று முகத்திலடித்த மாதிரிப் பேசி அனுப்பிய அப்பாவை, காங்கிரஸ் பிரமுகர்கள் ரொம்ப காலத்துக்குத் திட்டிக் கொண்டிருந்தனர்."

அதே காலகட்டத்துலதான் அவர் ஊர்ஊராச் செல்ல ஆரம்பித்திருந்தார். சந்த குத்துவ, சாராய குத்துவனு ஏலம் எங்க நடந்தாலும் போய் ஏலம் எடுக்க ஆரம்பித்தார். சங்கீதமங்களம், அனந்தபுரம், மணலூர்ப்பேட்டை, திருக்கோயிலூர், முகையூர் என அஞ்சி ஆறுஊர்ல சாராய கட எடுத்து நடத்தத் தொடங்கினார். ஒவ்வொரு ஊர்லயும் ஆட்களைப் போட்டு நடத்தனதுல ஏகப்பட்ட நஷ்டம். அவரோட பிடிவாதத்தால யார் சொல்றதையும் கேக்காம மேல மேல ஏலம் எடுத்துக்கினே இருந்தார். ஊர்ஊரா சுத்த ஆரம்பிச்ச அதேவேகத்துல பணம் கரைய ஆரம்பிச்சது. அமைதியான முகம் மாறி எந்நேரமும் உர்ரென்று முகத்தை வச்சிருக்கும் அப்பா எனக்கு வித்தியாசமாகத் தெரிஞ்சார். சாப்பாட்டுல உப்பு கொஞ்சம் கொறச்சலா இருக்கும். அதுக்குப் போயி சட்டியத் தூக்கிபோட்டு ஒடைப்பாரு. எனக்கு அவரப்பாக்க பாவமா இருக்கும். எப்படி இருந்த மனுசன் இப்படி ஆயிட்டாரேன்னு தோனும். நானும் அவர்கிட்ட கேட்காமலில்லை. அதுக்கு அவுரு, "எல்லாம் நா பாத்து சம்பாதிச்சதுதானேமா" என விரக்தியாக திருப்பிக் கேட்பார். பாட்டத் தெருவுல இருந்த வூடும், இருளபாளையத்துக் கிட்ட இருந்த அஞ்சி காணி நெலத்தையும் சந்தனப் பொட்டுக்காரர் பாக்கிக்கு நேர்செய்து விடும்படியான இக்கட்டு வந்ததும், அவர்களுக்கே அதை எழுதிக் கொடுத்துவிட்டார்.

அப்பதான் 1967 பொது எலக்ஷன் வந்திச்சு. அப்பா காங்கிரசுக்காக முகையூர் தொகுதி முழுக்கப் பம்பரமாச் சுத்தி வேல செஞ்சார். நாகூட அவர்ட்ட கேட்டேன்: "நாடே அண்ணாதுர பின்னாடி நிக்குது. நீங்க என்னன்னா காங்கிரச கட்டிக்குனு மாரடிக்கிறீங்களே." அவர் என்னிடம், "ஒனக்கு அதுலாம் புரியாதும்மா. திமுககாரனுக்கு மேடையில நல்லா வசனம் பேசத்தான் தெரியும். அவுங்களால மக்களுக்கு எதுவும் செஞ்சிட முடியாதும்மா. மொழிய வச்சி எத்தினி நாளக்கிமா மக்கள ஏமாத்திகினு இருக்க முடியும்" எனக் கேட்டுக் காரித் துப்புவார். அப்பலாம் அவர் சொல்றது எனக்கு அவ்வளவா புரியாது. தேர்தல் நடந்தது. திமுக ஜெயிச்சி அண்ணாதுர முதல்வரா ஆனார். நம்ப தொகுதியில ஜெயிச்ச கோவிந்தசாமி கூட மந்திரியானார். ஜீவானந்தம், பெரியாரு அப்புறம் காமராஜரைத்தான் கடேசிவரைக்கும் அப்பா தலைவரா

நெனச்சிகினு இருந்தார். "தமிழ்நாட்டுல தலைவர்னா அந்த மூனு பேருதாமா, வேற யாரையாவது நாம தலைவருன்னு சொன்னா அந்த மூனுபேரையும் அசிங்கப்படுத்தரதா அர்த்தமாயிடும்" என என்னிடம் அடிக்கடி கூறிக்கொண்டிருப்பார். அண்ணாதுர முதல்வரான பெறவு அவர் யார்கூடயும் அரசியல பத்தி பேசவேயில்லை.

அந்த வருஷத்துக் கோடைகாலம் தொடங்கியபோது ஒரு பெருஞ்சோதனையை சந்திக்க வேண்டியிருந்தது. அன்னக்கி ஊர்ல பங்குனி உத்திரம். காவடியும் கரகமும் ஊரச் சுத்தி வந்துகொண்டிருந்தது. வேல் எடுத்துக்குனு கரகத்துக்கு முன்னாடி அப்பா நடந்து போயிக்கினு இருந்தார். அப்ப தோப்புல வேல செய்ற காத்தமுத்து ஓடியாந்து, "கள்ளுல யாரோ வெஷத்தை கலக்கிட்டாங்க, அதக்குடிச்ச ஏழெட்டுப் பேரு ரொம்ப சீரிசா கெடக்காங்க" என சொன்னதுதான் தாமதம், அப்பா வேல யார்ட்டயோ கொடுத்திட்டு தலைதெறிக்கத் தோப்ப நோக்கி ஓடினார். அதுக்குள்ள ஊருக்குள்ள சேதி பரவிக் கூட்டம் கூடிடுச்சி. நான் மண்ல உழுந்து புரண்டேன். அப்பா பிரம்ம புடிச்சமாதிரி உக்கார்ந்துட்டாரு. மணி ஆவஆவ பயம் கூடிக்கினே இருந்துச்சு. ஏழு, ஒம்பது, ஒம்பதிலிருந்து பதிமூனா ஆச்சு செத்தவங்க எண்ணிக்க. அரகண்டநல்லூர்ல இருந்து போலீஸ் வந்துச்சி. அப்பாவையும் காத்தமுத்துவையும் கூட்டுகினு போயி ஜெயில்ல அடைச்சாங்க. நான் யார் யார்கிட்டயோ நடந்து பார்த்தேன். அவுங்க கூட்டாளிங்க யாரும், எதுவும்செய்யல. சந்தனப்பொட்டுக்காரர், "உங்க அப்பன் பொழைக்கத் தெரியாதவன் மா" என்றார். அண்ணாச்சி, அண்ணாச்சினு கொழையரவர், அவன் இவன்னு பேசினது எனக்குக் கஷ்டமா இருந்திச்சி. கள்ளக்குறிச்சி கோர்ட்லதான் கேஸ் நடந்திச்சி. பனந்தோப்ப தவிற எல்லாத்த வித்து, கேச நடத்தியும் அப்பாவ வெளிய கொண்டார முடியல. ஏழு வருஷம் தீர்ப்பாச்சி. வேலூர் ஜெயில்ல போட்டாங்க. எத்தன ராத்திரி அழுதிருப்பேன் தெரியுமா?" எனப் பாட்டி சொல்லும்போது அவளது கண்களில் இருந்து கண்ணீர் தாரைதாரையாக பெருக்கெடுத்தபடி இருந்தது. அவளது கைகள் மெல்ல நடுங்கின. குரலில் தடுமாற்றம். என்னால் அவளின் துயரத்தைப் புரிந்துகொள்ள முடிந்தது. நீண்ட மூச்சை இழுத்துவிட்டபடி அவள் மறுபடியும் பேசத்தொடங்கினாள்: "எடை எடையில நா போயி பார்ப்பேன். அப்படி போயி பாத்தப்ப ஒருதடவை அவருகிட்ட, ஏம்பா, அந்த பனமரங்கள வெட்டிடவானு" கேட்டேன். "எவனோ செஞ்ச தப்புக்கு அந்த மரங்கள ஏம்மா வெட்டனும்?" என என்னையே திருப்பிக் கேட்டார். பாட்டி மரத்தில் சாய்ந்து அமர்ந்து கொண்டு

உதட்டைக் குவித்து வெற்றிலைச் சாறைத் துப்பினாள். அவளிடம் கேட்டேன்: "எப்ப பாட்டி உனக்கு கல்யாணம் ஆச்சி?" அதற்கு அவள், "இனிமே நீ தனியா இருக்கக்கூடாதும்மா" என சொல்லி அவர் ஜெயில்ல இருக்கறப்பவே கல்யாணத்த நடத்தி வெச்சார். யாரயும் கூப்பிடல. சாதாரணமா திருணாமலைக்குப் போயி கல்யாணம் செஞ்சிக்கிட்டோம். அப்பவே அந்த நெலத்தயும் தோப்பையும் உன் பாட்டன் பேருக்கு மாத்தி எழுதிட்டார். "எம் பொண்ணு கல்யாணத்த எப்படி எப்படியோ நடத்துனும்னு நெனச்சேன். எதுவும் முடியாம போச்சு. அவள கடசி வரைக்கும் கண் கலங்காம பாத்துக்குப்பா", என்றார். ஜெயில்ல இருந்து வெளியே வந்தவர் அதன்பிறகு ஒரு நடபிணமாகவே வாழ்ந்துகொண்டிருந்தார். பனந்தோப்பிலேயே சதா சர்வலாமும் இருக்கத் தொடங்கினார். வீடு கடல் மாதிரிக் கெடக்கு அங்க வந்துடேன் பா என்று பல தடவை கெஞ்சிருக்கேன். மவராசன் மொகத்துல ஒரு சிரிப்பு மட்டும்தான் பதிலா வரும். அதன் பிறகு அவருக்கு யாருகூடயும் பேச விருப்பம் இல்லாம போச்சு. அவ்வப்போது சாப்பாடு மட்டும் கொடுத்தனுப்புவேன். கொஞ்ச நாள்ல உடம்பு சொகமில்லாம எறந்திட்டாரு" எனச்சொல்லி பாட்டி கண்களைத் துடைத்துக் கொண்டாள். அவளது கண் களில் இன்னும் சொல்லப்படாத துக்கங்களின் அதிர்வுகள் மிதந்தபடியே இருந்தன.

காய்ந்து தொங்கிய பனை மட்டைகள் அதிக சத்தத்தை ஏற்படுத்தியபடி இருந்தன. வெயில் உக்கிரம்கூடி இருந்தது. தகிக்கும் அனலில் ஆட்கள் நிலத்தைச் சமப்படுத்திக் கொண்டிருந்தனர். நான் பாட்டியிடம், "பாட்டி, பனந்தோப்ப எதுவும் பன்னாம நான் பாத்துக்கறேன், வா வீட்டுக்குப் போலாம்", என்றேன். என்னால் எதுவும் செய்துவிடமுடியாது என்பது எனக்குத் தெரிந்தே இருந்தது. இருந்தாலும் எனக்கு வேறுவழி தெரியவில்லை. என்னை ஊடுருவிப் பார்த்தவள், "நெஜமாவா சொல்ற?" என்றாள். ஆமாம் எனத் தலையசைத்தேன். அவளின் துக்கத்தைப் பகிர்ந்து கொண்டவன் என்ற முறையில், என்மேல் அவளுக்கு ஓரளவு நம்பிக்கை ஏற்பட்டிருந்ததை என்னால் உணர முடிந்தது. என் கையைப் பற்றியபடி எழுந்து நின்றவள், ஒருமுறை சுற்றுமுற்றும் பார்த்தாள். "நம்ம கைல என்ன இருக்குது. எல்லாம் அவன் கைல இருக்குது" எனக்கூறி என்னுடன் நடக்கத் தொடங்கினாள். அவள் காதிலிருந்த சிவப்புக்கல் அரக்குத் தோடு அப்படியும் இப்படியுமாக ஆடிக்கொண்டிருந்தது.

ஒரு வாரம் கடந்திருக்கும். அந்திசாயும் நேரம். நானும் பாட்டியும் திண்ணையில் அமர்ந்து கொண்டிருந்தோம்.

மேய்ச்சலுக்குச் சென்ற மாடுகள் திரும்பிக் கொண்டிருந்தன. புது வீட்டு அஞ்சலை புல்கட்டு சுமந்தபடி எங்களைக் கடந்து சென்றாள். அப்போது அதிக ஒலி எழுப்பிக்கொண்டு மூன்று லாரிகள் எங்கள் வீட்டு சந்து பக்கம் திரும்பின. நான் ஓடிச் சென்று சந்தை அடைத்திருந்த படலை அகற்றி லாரிகளுக்கு வழியேற்படுத்திக் கொடுத்தேன். என்னைக் கடந்து அவை தோட்டத்திற்குள் செல்லும்போது கவனித்தேன். லாரி முழுக்க நன்கு மழிக்கப்பட்ட கரிய பனைமரங்கள் அடுக்கப்பட்டு இருந்தன. ஒவ்வொரு மரமாக இறக்கி, மாட்டுக் கொட்டகையின் ஓரத்தில் அடுக்கி கொண்டிருந்தனர். இதற்குள் பாட்டியும் அங்கு வந்துவிட்டாள். மரங்கள் அடுக்கப்படுவதை வெறித்தபடி பார்த்துக் கொண்டிருந்தாள். நான் அவளைப் பார்த்து விடாதபடிக்கு தலையை அந்தப்பக்கம் திருப்பிக் கொண்டேன். மரங்களை அடுக்கிவிட்டு லாரிகள் திரும்பியபின் பாட்டி என் அருகில் வந்து "நீயுமா?" என்றாள். அவள் வார்த்தைகளைச் சுலபத்தில் என்னால் உள்வாங்கிக்கொள்ள முடியவில்லை. தலைகுனிந்து நின்றேன். அவளிடம் பேச நா எழவில்லை. என்னை அலட்சியத்துடன் பார்த்தபடி அவள் மெல்ல என்னைக் கடந்து சென்றாள்.

நீண்ட நேரமாகியும் அன்றிரவு அவள் சாப்பிடுவதற்கு வராமல் இருந்தாள். அப்பா சென்று கூப்பிட்டதற்கு, "எனக்கு வேண்டாம் டா" எனும் வார்த்தைகளே பதிலாக வந்தது. அம்மா என்னைப் போய் பாட்டியைக் கூப்பிடச் சொன்னாள். அவளிடம் எந்த முகத்துடன் செல்வது என்ற தயக்கம் என்னைச் சங்கடப்படுத்தியது. பின், மெல்ல அவளருகில் சென்று "பாட்டி, வா சாப்பிடலாம்" என்றேன். அவளிடமிருந்து எந்தப் பதிலும் வரவில்லை. வீதியைப் பார்த்தபடி அமர்ந்து, கண்ணீர் சிந்திக் கொண்டு இருந்தாள். என்னை பார்க்கக்கூட அவள் விரும்ப வில்லை எனப் புரிந்தது. நேரம் கடந்து கொண்டிருந்தது. உள்ளிருந்து அம்மா சாப்பிட அழைத்துக் கொண்டேயிருந்தாள். விடிந்தால் இயல்பாகி விடுவாள் என நினைத்தபடி, நான் சாப்பிட்டுவிட்டு உறங்கச் சென்றுவிட்டேன். நெடுநேரம் எனக்கு உறக்கம் வரவில்லை. புரண்டு புரண்டுபடுத்துக் கொண்டிருந்தேன். எப்போது தூங்கினேன் எனத் தெரியவில்லை.

அடுத்து வந்த நான்கு நாட்களும் இப்படியேதான் கழிந்து கொண்டிருந்தது. பாட்டி தன் வார்த்தைகள் மொத்தத்தையும் தனக்குள்ளாகவே இறுத்திக் கொண்டாள். மோட்டுவளையைப் பார்த்தபடியே திண்ணையில் படுத்தபடி இருந்தாள். மூன்றாம் நாளில் அவளின் வைராக்கியம் எனக்குப் பீதியேற்படுத்துவதாக இருந்தது. திண்ணையிலேயே கிடந்தவளைத் தூக்கிக் கொண்டு

போய் அவள் அறையில் சுலபத்தில் படுக்க வைக்க முடியவில்லை. உள்ளே வருவதற்கு அவள் விரும்பவே இல்லை எனத் தெளிவாக உணர முடிந்தது.

“டேய் எழுந்திருடா, எழுந்திருடா”, என்று எழுப்பி, “பாட்டி செத்துருச்சிடா” என அம்மா கூறியபோது என்னுள் மின்சாரம் பாய்ந்ததைப்போன்று இருந்தது. மெல்ல உடல் நடுங்க ஆரம்பித்தது. கண்கள் இருண்டன. என்னையுமறியாமல் மெல்ல நடந்து அவளின் அறையை அடைந்தேன். சுற்றி அப்பா, தங்கை இன்னும் இரண்டு பேர் நின்றுகொண்டிருந்தனர். அவர்களுக்கு நடுவில் கைகளைப் பக்கவாட்டில் நீட்டியபடி, புயற்காற்றில் வேரோடு பிடுங்கி எறியப்பட்ட பனைமரத்தைப் போல பாட்டி இறந்துகிடந்தாள். அவள் தலை மாட்டில் எரிந்துகொண்டிருந்த விளக்கின் சுடர் காற்றின் திசையில் ஆடிக்கொண்டிருந்தது.

வனம்

முதல் பாடவேளை சில்லென்று வீசிய சாரல்மழையோடு அன்று தொடங்கியது. மண் வாசனை நாசித்துவாரங்களை அடைந்தபோது சூலப்பிடாரி அம்மன் கோவில் பக்கமிருந்து வந்த குரங்குகள் தலைமை ஆசிரியர் அறையைத்தாண்டி மதில் சுவரில் ஏறி வரிசையாக அமர்ந்தன. அரச மரத்துப் பறவைகள் சிறகுகளை உதறிக்கொண்டு எழுந்து கிழக்குநோக்கிப் பறக்கத்தொடங்கின.

வகுப்பறையில் நுழைந்ததுமே மாணவர்களின் குதூகலம், எல்லையற்ற அவர்களின் மகிழ்ச்சி, என்னுள் ஒருவித உத்வேகத்தை ஏற்படுத்தியது. நான் அவர்களிடம் கூறினேன்: "இன்று நாம் அனைவரும் சேர்ந்து ஆடலாம், பாடலாம், குதிக்கலாம், கும்மாளமிடலாம். கூடவே கொஞ்சம் படிக்கவும் செய்யலாம்" எனக் கூறி முடித்ததும் அவர்கள் என்னை ஒருமாதிரிப் பார்த்தனர். உங்களிடம் இன்னொன்றையும் கூறிக்கொள்ள விரும்புகிறேன்: "இங்கு யாருக்கும் தண்டனை என்பதே கிடையாது. உங்களால் ஏற்படும் தவறுகளுக்கு உண்மையில் நீங்கள் பொறுப்பேற்க வேண்டியதில்லை. ஆகவே அதுபற்றிய கவலைகளை விட்டொழியுங்கள்" எனக் கூறி அவர்களைப் பார்த்தேன். ஒன்றும் விளங்காதது மாதிரி அமர்ந்திருந்தனர். அறைமுழுக்க வியர்வை நாற்றம். அனல்காற்று வேறு. மின்விசிறியும் சுழன்று கொண்டுதான் இருந்தது. நான் அவர்களின் மௌனத்தைக் கலைத்தாக வேண்டிய நிர்பந்தத்தில் இருந்தேன். அவர்களின் ஊடாக இரண்டு, மூன்று

தடவை நடந்து சென்றேன் பின், கரும்பலகை அருகே வந்து "இங்கு யாருக்கு நன்றாகப் பாடத்தெரியும்?" என்றேன்.

எதிர்பார்த்த அளவிற்கு இல்லை என்றாலும் அவர்களிடத்தில் ஓரளவு மாற்றத்தைக் காண முடிந்தது.

"சார். சசிகலா நல்லா பாடும் சார்" என்றான் ஒரு மாணவன். பொத்தான்களைப் பொருத்தாமல் அவன் சட்டை அணிந் திருந்தான்.

சசிகலாவை எழுப்பி, "என்ன பாட்டுத் தெரியும்?" என்றேன்.

அவள் சட்டெனக் கூறினாள்: "ஒவ்வொரு பூக்களுமே சொல்கிறதே."

"சரி, பாடு பார்ப்போம்."

அதற்குள், குள்ளமான ஒரு மாணவன் எழுந்து "சார், சினிமாப் பாட்டை இங்க பாடக்கூடாதுன்னு முன்ன இருந்த டீச்சர் சொன்னாங்க சார்", என்றான்.

"பரவாயில்லை. பாடட்டும்."

அந்தச் சிறுமி தரையைப் பார்த்தவாறே பாடினாள். ஒருசில மாணவர்கள் சிரித்தனர். ஒரு மாணவன் எவ்விதச் சலனமும் இல்லாமல் தனது தட்டில் பாடலுக்கு ஏற்றவாறு தனக்கே உரிய முறையில் வாசித்துக்கொண்டிருந்தான். அவள் எதைப்பற்றியும் கவலைப்பட்டதாக எனக்குத் தெரியவில்லை. பாட்டை முடிப்பதில் அவள் அவசரம் காட்டாதது எனக்கு வியப்பை அளித்தது. பாடிக்கொண்டே இருந்தவளிடம். "சரி போதும்மா" என்றுகூறி அவளை அமரச் செய்தேன். வெற்றிபெற்றுவிட்ட தோரணையுடன் அவள் அமர்ந்தாள்.

மாணவர்கள் மத்தியில் சலசலப்பு மிகுதியாகக் காணப் பட்டது. முதல்வரிசையில் அமர்ந்திருந்த மாணவன் தனக்கு சிறுநீர் அவசரமாக வருகிறதென ஒற்றை விரல் உயர்த்திக் காண்பித்தான்.

"சரி போ."

"இன்னா சார், கேட்டதும் அனுப்பிட்ட?" என்றான், பற்களில் மஞ்சள் படிந்த மாணவன்.

"ஏன், முன்ன இருந்த ஆசிரியர் அனுப்ப மாட்டாரா?"

"இல்லை" எனும் விதமாகத் தலையாட்டினர் அனைவரும்.

"உன் பேர் என்ன?" என்று அவனைக் கேட்டதும், சிரித்துக் கொண்டே "மணிகண்டன் சார்", என்றான். அவனை அருகில் அழைத்து, அவனது கைகளை பற்றிக்கொண்டு, "உனக்கு அவசரம் என்றால் நீயும் போகலாம்", என்றேன். "எனக்கு வரலேயே சார்" என்று கூறிவிட்டு இடத்தில்போய் அமர்ந்துகொண்டான்.

மீண்டும் மாணவர்களைப் பார்த்துக் கூறினேன். "உங்களுக்கு என்ன விருப்பமோ அதைச் செய்யலாம். அமைதியாக இருக்க வேண்டுமென்பது கட்டாயம் கிடையாது. ஆனால், எது செய்தாலும் இங்கு வந்து அனைவருக்கும் தெரியும்படி செய்ய வேண்டும். புரிந்ததா?"

மாணவர்கள் ஆர்வமுடன் தலையாட்டினர். அனைவரது பார்வையிலும் உண்மையில் நான் ஆசிரியரா, இல்லையா எனும் கேள்வி மேலோங்கி இருந்ததைக் காண முடிந்தது.

"யார் யார்லாம் நாடகம் பார்த்திருக்கீங்க?"

அனைவரும் பார்த்திருப்பதாகக் கூறினர். நாடகம் என்று சொன்னவுடன் அவர்கள் மகிழ்ச்சியில் ஆர்ப்பரித்தனர். ஒருவன் எழுந்து, "சார், எங்கூர்ல கூட அடிக்கடி டிராமா போடுவாங்க சார்" என்றான். மணிகண்டன் எழுந்து, "சார் நம்ம கோவிந்தன் அப்பாதான் சூரவேஷம் கட்டுவாரு" என்றான். நான் மணிகண்டனை அமரச்சொல்லிவிட்டு, கோவிந்தனை அருகில் அழைத்தேன். அவன் கூச்சத்தால் நெளிந்தபடி இருந்தான்.

"கிட்ட வாடா" என்றேன்.

அருகில் வந்து "என்னா சார்" என்றான்.

"உங்க அப்பா ஆடறதை பார்த்திருக்கியா?"

"ம்" என்ற விதமாய்த் தலையசைத்தான். மாணவர்கள் எங்கள் இருவரையும் கூர்ந்து பார்த்தபடி இருந்தனர்.

"சரி உங்க அப்பா மாதிரி நீ நடிச்சுக் காட்டறியா?" என்று கேட்டேன்.

"போங்க சார்" என்றான்.

"ஏன்டா, கூச்சமா இருக்கா?"

"ஆமாம் சார்"

"இதுல என்னடா இருக்கு; நான் நடிச்சுக் காட்டவா" என்றேன்.

வனம்

மாணவர்கள் அனைவரும் "நடிங்க சார், நடிங்க சார்" என்றனர். என் உடல் முழுக்க உஷ்ணம் பரவி மெல்ல இறுகுவதை உணர முடிந்தது. நான் அவர்களுக்கு 'நீலச் சிற்றாடையில்' வரும் அவ்வையார்ப் பாட்டியைப் போல நடித்துக் காட்டினேன். அனைவரும் மௌனமாக இருந்தனர். ஒரு சிலர் வாய் கொள்ளாது சிரித்தனர்.

"என்னடா, இன்னுமா கூச்சமா இருக்குது?" என்றேன்.

அவன் என்னைப் பார்த்து மென்மையாகச் சிரித்து, ஆமாம் சார் என்பதுபோல் தலையசைத்தான்.

"நாம எல்லாருமே நடிக்கலாம். கொஞ்சம் மனசு வச்சா போதும்" என்றுகூறி வேறொரு மாணவனை அழைத்தேன். அவன் அருகில் வந்து "என்ன சார்" என்றான்.

"இப்ப உன்ன நடிக்கவைக்கப் போறேன்" என்று கூறி "இப்ப நீ உன் இடத்துக்குப் போகலாம். ஆனா, வழி நெடுக்க ஒரே முள்ளா இருக்கு; முள்ளு உன் கால்ல பொக்காம போகனும், உன் இடத்துக்கிட்ட போறப்ப ஒரு பெரிய முள்ளு உன் கால்ல குத்தி ரத்தம் வருது. உனக்கு அதிகமா வலிக்கிறது. இதையெல்லாம் செய்தபடியே நீ போகனும், புரிந்ததா" என்றேன். அவன் "சரி சார்" எனத் தலையாட்டிவிட்டு முள்ளைக் குத்திக் கொள்ளாமல் பார்த்துப் பார்த்து மெல்ல அடி எடுத்துவைத்து நடந்தான். ஒருசில நிமிடங்கள் கழித்து அம்மா எனக் கத்திக்கொண்டே, காலைத்தூக்கிக் குத்திய முள்ளைப் பிடுங்கி எறிந்துவிட்டு என்னைப் பார்த்தான். அவனைப் பாராட்டி அனைவரும் கைதட்டுவோம் எனக் கேட்டுக் கொண்டேன். கரவொலி வகுப்பறையெங்கும் எதிரொலித்தது அவனை எல்லோரும் ஆச்சர்யத்தோடு நோக்கினர். நான் அவர்களைப் பார்த்துக் கேட்டேன்.

"நடிக்கறது கஷ்டமா?"

"இல்லை சார்" என்றனர் அனைவரும்.

அப்ப நாமெல்லாம் சேர்ந்து கொஞ்சநேரம் நடிக்கலாமா? என கேட்டவுடன் "நடிக்கலாம் சார்" என உரத்தக் குரலில் கூறினர்.

"சரி, சரி நடிக்கலாம்." என்றதும் எல்லோரும் அமைதி யானார்கள். வெயிலின் தாக்கம் கூடிக்கொண்டே இருந்தது. வெளியில் இருந்து ஒரு பையன், "உள்ளே வரலாமா சார்?" என்றான்.

"வரலாம்" எனக்கூறி அவனை அழைத்தேன், "சரி நடிக்கலாமா?" என்று கேட்டேன். அவர்கள் "ம்" என தலையசைத்தனர். ஒரு சிலர் என் அருகில் வந்து நிற்கப் போட்டி போட்டனர்.

"யார்லாம் காட்டைப் பார்த்திருக்கீங்க?" என அவர்களிடம் கேட்டேன். ஏறக்குறைய அனைவரும் பார்த்திருப்பதாகக் கூறிக் கையுயர்த்தினர். "சரி, யார்லாம் அதுக்குள்ள போயிருக்கிறீர்கள்?" என்றதும் ஒரு சிலர் மட்டும் கைதூக்கினர். "இப்ப நாம இதவிட ஒரு பெரிய காட்டுக்குள்ள போய்கினு இருக்கோம்னு நெனச்சிக்குங்க" என்றதும், "ஏன் சார்?" என்றான் சிவப்பு நிறக் காற்சட்டை அணிந்து இருந்தவன், "அதுவந்து, இப்ப நாம நடிக்கப் போறது நம்மப் பத்தின கதை. குறிப்பா, உங்களைப் பத்தின கதை, நீங்க காட்டுக்குள்ள போனா எப்படி இருப்பிங்க என்பத சொல்ற கதை இங்கு யார் வேண்டுமானாலும் வழி காட்டலாம். நீங்களே கூட காட்டின் ஒரு மரமாகவோ, விலங்காகவோ இருக்கலாம். என்ன புரிந்ததா?" என்றேன். "இன்னா சார் புதுசா இருக்கு; புரியலையே சார்" என்றனர். "வேறொன்னுமில்லப்பா; நமக்கான காட்டை நாமே உருவாக்கப்போறம்", எனக் கூறியதும் "எங்க சார்" என அவர்கள் கேட்க. "இங்கதான்", என வகுப்பறையைக் காட்டினேன்.

அதற்குள் மாணவர்கள் தயாராகிவிட்டிருந்தனர். "நான் மரமா இருக்கேன் சார்" இது ஒருவன். பின்னிருந்து ஒருவன் ஓடிவந்து, "சார் நாந்தான் புலி" என்றான். மிகவும் ஒடிசலானவன் வந்து, "சார் நான் சிங்கமா இருக்கட்டா?" என்று கேட்க அனைத்து மாணவர்களும் கொல்லெனச் சிரித்தனர். நான் அவர்களை அமைதிபடுத்தி, "இவனே சிங்கமா இருக்கட்டும்" என்றேன். அவன் மகிழ்ச்சியில் சென்றான்.

மாணவர்களைப் பார்த்துக் கேட்டேன் "இப்போது நாம் எங்கே இருக்கிறோம்?", "ஒரு பெரிய காட்டுக்குள் சார்" என்றனர். "சரி, உள்நோக்கி நடக்க ஆரம்பிக்கலாமா" என்றதும், "சார் அடுத்த பீரியடுக்கு வேற சார் வருவாங்களே", என்றாள் ஒரு சிறுமி. நான் மாணவர்களைப் பார்த்து மீண்டும் கேட்டேன்: இப்போது நாம் எங்கே இருக்கிறோம்?" அனைவரும் ஒரே குரலில் "காட்டில் சார்" என்றனர். "காட்டிலிருக்கும் நாம் அடுத்த பீரியடைப் பத்தி ஏன் கவலைப்படவேண்டும்" என்றேன் நான்.

காட்டிற்குள் மெல்ல நுழைதலின் ஆச்சரியத்தை அவர்களின் கண்களில் காணமுடிந்தது. நான் மெல்லிய குரலில் அவர்களுக்குச் சில அறிவுரைகளை வழங்கினேன்: "காடு என்பது ஓர் உயிர் சம்பந்தப்பட்ட விஷயம். அதன் மௌனத்தை யாரும் கலைக்க முயல வேண்டாம். கிளைகளை ஒடிப்பது, இலைகளைக்

கிள்ளி எறிவது போன்ற செயல்களில் எக்காரணம் கொண்டும் ஈடுபடவேண்டாம். மேலும், எந்த உயிர்கள்மீதும் வன்முறையைப் பிரயோகம் செய்து விடாதீர்கள். நாம் அவைகளின் இருப்பிடத்திற்குள் பிரவேசிக்கிறோம் என்பதை நினைவில் வைத்துக் கொள்ளுங்கள்." மெல்ல அவர்களைத் திரும்பிப் பார்த்து, என் பேச்சை யாரும் பொருட்படுத்தவில்லை என்பதைப் புரிந்து கொண்டேன். நாலாதிசைகளிலும் அவர்கள் கலைந்து நடக்கத் தொடங்கி இருந்தனர்.

முதன்முதலாக அவர்கள் சுதந்திரமான ஒரு வெளிக்கு வந்திருக்கிறார்கள். அவர்களுக்கான உலகம் பரந்து விரிந்தபடியே செல்வதைப் பிரமிப்போடு பார்த்தபடியே முன்னேறிச் சென்றனர். சிறு சமிக்ஞை மூலம் அவர்களது கவனத்தைத் திசை திருப்புவது அவர்கள்மீது பிரயோகிக்கப்படும் ஆகப்பெரிய வன்முறைக்கு ஈடானதாக அவர்களால் உணரப்படும் ஆபத்துமிருப்பதை எண்ணிக் கொண்டேன்.

ஓங்கி வளர்ந்திருந்த ஒரு மரத்தின் அடியில் நின்று கொண்டு ஒருவன் "அடேங்கப்பா! எம்புட்டு வீச்சி" என்று விழிகளில் ஆச்சரியம் கொள்ளாமல் கூறினான். நான் புன்னகைத்து நகர்ந்தேன். வெண்ணிற முயல் ஒன்று சரேலெனத் தாவி புதர்களுக்குள் மறைந்தது. தும்பிகள் அங்குமிங்கும் பறந்து திரிந்தன. பெரும்பாலான மரங்கள் இலைகளை உதிர்க்கத் தொடங்கியிருந்தன. ஒருவித செந்நிற எறும்புகள் சாரி சாரியாகக் கிழக்கு நோக்கி ஊர்ந்து கொண்டிருந்தன. வெயிலின் தாக்கம் மாணவர்களின் நடையைக் கொஞ்சம் தளர்வுபடுத்தியது.

"இன்னா சார், இம்மாம் பெரிய காடா இருக்குது. ரொம்ப தூரம் நடக்கனும்போல . . . தாகமா வேற இருக்குது சார்" என்றான். "இன்னும் கொஞ்ச தூரம் போனால் சுனை வரும். அதில் குடிக்கலாம்", என அவனை ஆறுதல்படுத்தினேன். அவர்கள் ஆளுக்கொரு திசையில் பயணப்பட்டுக் கொண்டிருந்தனர். அவர்களின் பாதங்களுக்கேற்ப வனத்தின் வழிகள் விரிந்தபடியே சென்றன. வெகுதூரத்தில் தெரிந்த சரிவான இடத்தில் நிறைய யானைக்கூட்டம் தண்ணீர் தேடி அலைவதை மாணவர்கள் ஆச்சரியத்துடன் பார்த்தபடி சென்றனர். என்னை அழைத்து "சார், யானைங்க சார்" என்றனர். நானும் அவர்களை உற்சாகப் படுத்தும் விதமாக தலையாட்டினேன்.

அப்போது மணிகண்டன் என்னிடம் ஓடிவந்து "சார் அரிராமனை அந்த யானைகளை படம் வரையச் சொன்னா எப்படி வரைவான் தெரியுமா சார்?" என்றான்.

"ஏன்டா?" என்றேன்.

அதற்குள் அனைவரும் என்னை சூழ்ந்து கொண்டனர் "சார் நம்ம அரிராமன்கிட்ட நீங்க எம்புட்டுப் பெரிய யானையை கொடுத்தாலும் அவன் தோ இம்மாத்துண்டு சைஸ்லதான் சார் வரைவான்," எனக் கூறியதும் அனைவரும் அவனைப் பார்த்துச் சிரித்தனர். அரி தலையைத் தாழ்த்திக்கொண்டான். நான் அவனை அழைத்து "ஏன்டா யானையை சின்னதா வரையற?" என்றேன். அதற்கு அவன் மிகவும் நிதானமாக, "யானைகள நீங்கதான் பெரிசா பார்க்கறீங்க. ஆனால் நான் என்னோட ஜாமிண்ட்ரி பாக்ஸ்ல இருக்கிற ரப்பரவிட பெரிசா எந்த யானையையும் பார்க்கறதில்ல சார்." என்றுகூறி, அனைவரையும் அலட்சியமாகப் பார்த்தான். அவனது பதிலை யாரும் செவிமடுக்காமல் அவரவர்களது வழியில் பயணத்தைத் தொடர்ந்தபடி இருந்தனர். அரியைப் பாராட்ட வேண்டும் என நான் உணர்ந்தேன். "மிகவும் வித்தியாசமான பையன்டா நீ" என்று செல்லமாக அவனது தாடையில் தட்டினேன்.

ஒரு பெரிய மரநிழலில் ஒரு சிங்கம் கண்களை மூடியபடி படுத்துக் கிடந்தது. மாணவர்களுள் ஒரு சிலர் அதன்மீது கல்லெறிவதைக் கண்டு நான் பதற்றத்துடன் கூறினேன். "அவ்வாறு செய்யாதீர்கள். அதற்குக் கோபம் வந்தால் நம்மை அடித்துச் சாப்பிட்டுவிடும்". நான் கூறிமுடிக்கும் முன் ஒருவன் சிங்கத்தின் தலையில் தட்டி, "சார், இது நம்ம சுபாஷ் சார்", என்றான். மாணவர்கள் அனைவரும் கொல்லெனச் சிரித்தனர். நான் சிங்கத்தின் தலையில் தட்டியவனை கூப்பிட்டு, "இப்போது நாம் எங்கே இருக்கிறோம்?" எனக் கேட்க, அவன் "காட்டில்" என்றான். "அப்புறம் எப்படி இங்க சுபாஷ் வந்தான்?" எனக் கேட்டு, சிங்கத்தைக் காட்டி, "இது என்ன" எனக் கேட்டேன் "சிங்கம் சார்" என்றான் அவன். "அப்பாடா" என ஆசுவாசப் படுத்திக்கொண்டு, "நாம் காட்டில் பயணிக்கிறோம் என்பதை மட்டும் மனதில் நினைத்துக்கொண்டு நடக்கவும்", என்றுகூறி நடக்கத் தொடங்கினேன்.

எதிர்ப்பட்ட சுனையில் தாகம்தீர அனைவரும் தண்ணீர் அருந்தினோம். களைப்பைப் போக்கிக் கொள்வதற்காக அனைவரும் பெரிய மரத்தின் அடியில் அமர்ந்து பேசிக்கொண் டிருந்தோம். "இங்கு இருப்பதை நீங்கள் எவ்வாறு உணர்கிறீர்கள்" என்றேன். அவர்களுக்குக் கோர்வையாக பதில் சொல்லத் தெரியவில்லை. ஆனால், புதுவித அனுபவத்தின் ரேகைகள் அவர்களது முகமெங்கும் படர்ந்திருந்தன. அவர்களின் கண்களில்

சந்தோஷம் குமிழிட்டபடி இருந்தது. அவர்கள் ஒருவரையொருவர் பார்த்துக் கொண்டனர்.

“எங்கள யாரும் இது மாதிரி வெளியில விட்டதில்ல சார்” என்று கூறினான் ஒருவன்.

“ஏன் ?”

“நாங்க ஏதாவது தப்பு செஞ்சிடுவோம்னு அப்பா, அம்மா சொல்வாங்க.”

நான் அவனை ஆழ்ந்து நோக்கினேன். இனம் புரியாத கோபம் அவனுள் கனன்றபடி இருப்பது தெரிந்தது.

“சரி, உங்கள்ல யார்லாம் மண்ல வெளையாடியிருக்கீங்க?”

ஒருசிலரைத் தவிர மற்றவர்கள் அமைதியாக அமர்ந்திருந்தனர். அவர்களைப் பார்த்து “ஏன், நீங்கள்லாம் வெளையாடனது இல்லையா ?” என்றேன்.

“அதான் தப்பாச்சே” என்றனர் அவர்கள்.

“யார் சொன்னா ?”

“அம்மாவும் டீச்சரும்”

“அப்புறம், எங்க வெளையாடுவீங்க?”

“வீட்ல வெளையாடனா அம்மா திட்டும். பள்ளிக்கூடத்தில் வெளையாடினா சார் அடிப்பாரு”, என்று காக்கிக் காற்சட்டையும், பொத்தான்கள் அற்ற சட்டையையும் அணிந்திருந்த ஒல்லியான ஒருவன் கூறினான்.

“நான் அடிக்க மாட்டேன்; சந்தோஷம்தானே” அவர்கள் அனைவரும் மகிழ்ச்சியாகத் தலையாட்டினர்.

“அப்ப நீங்க வெளையாடுறதே கிடையாதா ?”

“இல்லை” என்று அவர்கள் கைகளை ஆட்டி உதட்டைப் பிதுக்கிய விதம் எனக்குச் சங்கடமாக இருந்தது.

“இப்ப நாம் வெளையாடலாமா?” என்றுகேட்க. “நீங்க கூடவா எங்களோட வெளையாடுவீங்க” என்றனர் மகிழ்ச்சி பொங்க. “என்ன ஆட்டம் ஆடலாம்?” என கேட்டேன்.

அனைவரும் சிறிது நேரம் யோசித்தனர். அவர்களுக்குள் கலந்துபேசிக் கொண்டனர். பின், ஒருவன் கூறினான்: “சார், பஸ் ஆட்டம் ஆடலாம்.”

"பஸ்சுக்கு நாம் எங்க போறது?"

"இன்னா சார், இதுகூடத் தெரியாதா? ஓணான் கொடியப் புடுங்கி அத முடிச்சுப் போட்டு பஸ் உட வேண்டியதுதான்", என்றான் ஓர் ஒல்லிப் பிஞ்சு. கொஞ்ச நேரத்தில் பேருந்து தயார் ஆனது. மிக நீண்ட பேருந்து. மாணவர்கள் அதைச் சுற்றிச் சுற்றி வந்து பார்த்தனர்.

"சரி. வண்டி ரெடி. யார் டிரைவர், கண்டக்டர்?" என்றேன்.

"நான் ஓட்றேன் சார்" என ஒரு சிறுமி முன்வந்தாள்.

"சார், அதுக்கு சரியா ஓட்டத் தெரியாது சார்" என்றனர் சிலர்.

"சார், சார் அது பொண்ணு சார். அதுக்கு சரியா ஓட்ட வராது. நான் ஓட்றேன் சார்", என்றான் மணிகண்டன்.

"டேய், அவளுக்கும் ஒரு வாய்ப்பு கொடுத்துப் பாப்பம்டா. நம்மள ஆள்றவங்களும் ஒரு பெண்தானே" என்றேன்.

"சார், நாட்ட ஆள்றதுக்கும், இதுக்கும் என்ன சார் சம்பந்தம்" எனக் கேட்டான் ஒருவன்.

சிறிது நேரம் மௌனமாக இருந்தனர். பின் அவர்களில் ஒருவன் எழுந்து "சரி சார், அதுவே ஓட்டட்டும். ஆனா, நாங்க எங்கலாம் நிறுத்தச் சொல்றமோ அங்கலாம் நிறுத்தனும்", எனும் உறுதிமொழியையும் பெற்றுக்கொண்டு சம்மதம் தெரிவித்தான். எல்லோரும் அதை ஏற்றுக் கொண்டனர். உறுதிமொழி பற்றி அவள் கொஞ்சம்கூட அலட்டிக் கொள்ளவில்லை.

நாங்கள் எல்லோரும் வண்டியில் ஏறிக்கொண்டோம். நடத்துனர் பேருந்தை இயக்கலாம் என்று சைகை காட்ட பேருந்து வேகமெடுத்தது. இருபுறங்களிலும் மரங்கள் சாரிசாரியாக எங்களுக்குப் போட்டியாக நகர்ந்தன. குளிர்ந்த காற்று வீசத் தொடங்கியது. ஜன்னல் ஓர இருக்கைவேண்டி எங்களுக்குள் சண்டை இட்டுக் கொள்ளத் துவங்கினோம். அமைதியாகப் பயணிக்கவும் என்று அடிக்கடி நடத்துனர் எச்சரிக்கை செய்தபடி இருந்தார். எந்தவிதச் சுணக்கமும் இன்றி அவள் பேருந்தை வெகு லாவகமாக ஓட்டினாள். வானத்தில் மேகங்கள் சிதறிக் கிடந்தன. பேருந்து நிதானமாக மேல்நோக்கி ஏறத் தொடங்கியது. "நாம் இப்போது கடல் மட்டத்திலிருந்து சுமார் 2400 மீட்டர் உயரத்தில் பயணம் செய்து கொண்டிருக்கிறோம்" என நடத்துனர் கூறியவுடன் கீழே பார்த்தோம். நாங்கள் எவ்வளவு ஆபத்தான

பயணத்தை மேற்கொண்டிருக்கிறோம் என்பதை அப்போதுதான் உணர முடிந்தது. பல கொண்டை ஊசி வளைவுகளை அனாயாச மாக அவள் கடந்து சென்றாள். சாலையின் இருபுறங்களிலும் அமர்ந்திருந்த குரங்குகள் திக்குக்கொன்றாகச் சிதறி ஓடின. மரத்தில் பலாப்பழம் வெடித்து, வாசனை வீசிக் கொண்டிருந்தது. வெகுநிதானமாக பயணம்செய்து மலையின் உச்சியை அடைந்தோம். அங்கு பெரிய புல்தரை பரந்து விரிந்து கிடந்தது. அப்போது ஒருவன் கேட்டான்: இன்னா சார், உச்சி தரை மாதிரியே இருக்குது. ஆனா, படத்துல கூரா இல்ல இருக்குது." எனக்கு எப்படி விளங்க வைப்பதெனத் தெரியவில்லை. சட்டென பேச்சை மாற்றி, கீழே பாருங்குடா, எல்லாம் எப்படி தெரியுது", என்றேன். "ஆமா சார்" என ஆச்சரியத்தோடு அவர்கள் பார்த்துக் கொண்டிருக்கும்போது, "இது எத்தனாவது வகுப்பு?" என யாரோ கேட்கும் குரல் வந்த திசையை நோக்கிப் பார்த்தேன். மடிப்புக் கலையாத ஆடையுடன், அழுந்த வாரிய தலையுடன் தோற்றமளிக்கும் ஒருவர் என்னைநோக்கி வந்துகொண்டிருந்தார். எனக்கு ஒன்றும் புரியவில்லை.

"நீங்கதான் நாலாவதை ஹேண்டில் பன்றீங்களா?" எனக் கேட்டார். "எந்த நாலாவது?" என நான் கேட்டேன். "இந்தப் பள்ளியில எத்தனை நாலாவது இருக்குது?" என அவர் கேட்டார். நான் அவரைப் பார்த்து மிகவும் மெதுவான குரலில், "இத்தனாயிரம் மீட்டர் உயரத்துக்கு வந்த அப்புறமும் நான்காவது குறித்த உங்களின் இந்தக் கேள்வி அவசியமானதா?" என்றேன்.

"நான் உங்களின் உயர் அதிகாரி. நான் கேட்கும் கேள்வி களுக்குப் பதில் சொல்வது உங்களது கடமை" எனக் கொஞ்சம் கண்டிப்போடும் வேகமாகவும் கூறினார்.

"நான் என்ன சார் சொல்லிட்டேன்; இதெல்லாம் வகுப்புல வச்சிக் கேக்க வேண்டியது. இவ்ளோ உசரத்துலயும் வந்து நீங்க அதையே கேட்க வேண்டுமா?" என்றேன்.

"நான் மாணவர்களின் அடைவுத்திறனை சோதித்துப் பார்க்கலாமா?"

நான் மௌனமாக இருந்தேன். மாணவர்கள் விளையாடிக் கொண்டிருந்தனர். அவர்களைத் தொந்தரவு செய்துவிடுவாரோ என பயந்தபடி இருந்தேன். "என்ன மிஸ்டர், நான் கேட்டுட்டே இருக்கேன்; நீங்க வாயத் தொறக்க மாட்டீங்களா?" என ஆவேசப்பட்டார்.

"சார், நான் இதுல என்ன சொல்ல வேண்டியிருக்கு ... இவ்ளோ பெரிய அடர்ந்த வனத்துல வந்தும், மாணவர்களைச் சோதிக்கனும்னு சொன்னா என்னால என்ன செய்யமுடியும் சொல்லுங்க" என்றேன் அமைதியான குரலில். மேலும், பட்டாம் பூச்சி பிடித்து விளையாடும் ஒருவனைக் காட்டி, "இதவிட அந்தப் பசங்களுக்கு உங்களால வேற என்னத்த சார் செஞ்சிட முடியும்", என்று கேட்டேன். அவர் ஒன்றும் பேசாமல் வந்தவழியே திரும்பி நடந்தார்.

சிறிதுநேரம் கழித்து உணவு இடைவேளைக்கான மணி ஒலித்தது. நானும் மாணவர்களும் அறையை விட்டு வெளியில் வந்தோம். சூரியன் எங்கள் தலைக்கு மேலாக நிலைகொண்டிருந்தது.

அந்த வாரத்தின் இறுதி நாள். வழக்கம்போல தலைமை ஆசிரியர் அறையில் ஆசிரியர்கள் ஒருங்கிணைப்புக் கூட்டம் நடந்தது. கூட்டம் என்றால் ஏதோ பெரிய சங்கதி என எண்ண வேண்டாம். ஒரு டீயும், ஒரு வடையுடனும் நடக்கும் மிகவும் எளிய கூட்டமிது. பள்ளியில் ஏற்படும் இடர்பாடுகள், மாணவர்களின் கற்றல் அடைவுகள், இன்னபிற செயல்பாடுகள் பற்றி விரிவாக ஆராயப்படும். அதுதான் நடைமுறை. ஆனால், அநேக இடங்களில் அப்படியில்லை. தன் மகனின் நுழைவுத் தேர்வு சாகசங்கள், தன் மகளின் தலைப்பிரசவம், மற்றும் சில உரையாடல்களை நிச்சயம் ஒவ்வொரு கூட்டத்திலும் வெவ்வேறு நபர்களின் மூலமாகக் கேட்க முடியும். டீயை குடித்துவிட்டுத் தான் எங்கள் தலைமை ஆசிரியர் பேசுவது வழக்கம். ஆனால், அன்று என்னவோ சற்று முன்னமே பேச எழுந்தவர், எங்களைப் பார்த்துக் கேட்டார்.

"வேறெதாவது கருத்துக் கூற வேண்டியிருப்பின் கூறலாம்."

நாங்கள் அவரின் அழைப்பைச் செவிமடுக்காதவர்களைப் போல அமர்ந்து கொண்டிருந்தோம். பள்ளிக்கூடம் மிகவும் நிசப்தமாக இருந்தது. விளையாட்டு மைதானத்தில் சில மாணவர்கள் மட்டும் விளையாடிக் கொண்டிருந்தனர். தலைமையாசிரியர் அவரது மேசையில் இருந்த கண்ணாடி உருண்டையை உருட்டியபடியே பேசினார். அவரின் பேச்சு என்னை மையப்படுத்தியதாகவே இருந்தது. எனக்கு ஏன் அவர் அவ்வாறு பேசுகிறார் என்பது புரியவில்லை. என்னை மையப்படுத்துமளவுக்கு நான் எந்தத் தவறையும் செய்திருக்கவில்லை. காலம் தவறாமல் பள்ளிக்கு வருவது; வகுப்பறைகளுக்குத் தகுந்த ஆயத்தத்தோடு செல்வது; முறையாகப் பாடம் நடத்துவது

ஆகியவற்றை மிகவும் நேர்த்தியாகப் பின்பற்றிக் கொண்டிருந்தேன். எனக்களிக்கப்பட்டிருந்த பிற அலுவலக வேலைகளை ஒழுங்காக முடித்து விடுவதும் உண்டு. அப்படியிருந்தும் ஏன் அவர் என்னை மறைமுகமாகக் குத்திக்காட்டுகிறார் என்பதைப் புரிந்து கொள்ள முடியவில்லை.

அவர் பேசப்பேச எல்லோரும் நெளிந்தனர். எதிரேயிருந்த வடை ஆறிப்போயிருந்தது. நான் மெதுவாக வடையைப் பிட்டு உண்ணத் தொடங்கியிருந்த போது, என் சக ஆசிரியர் ஒருவர் என்னிடம் கூறினார்.

"நானும் ஒவ்வொரு மீட்டிங்கிலும் பாக்கறேன். வேற ஏதாவது மாத்தி பேசுவாறானு; அரைச்ச மாவயே அரைச்சிகினு இருக்கிறாரு"

நான் பணிக்கு வந்த புதிது என்பதால் அவரின் கருத்துக்கு என்னால் பதிலளிக்க முடியவில்லை. எல்லோரும் ஏதாவதொரு சத்தியத்துக்குக் கட்டுப்பட்டவர்கள்போல அமர்ந்திருந்தனர். வானம் இருட்டிக்கொண்டு வந்தது. எப்படியும் சீக்கிரமே விட்டுவிடுவார் என எதிர்பார்த்திருக்க, அவரோ சரியாக ஐந்து மணிக்கு தன் சிற்றுரையை முடிப்பதாகக் கூறி அமர்ந்தார். மற்றொரு உதவி ஆசிரியர் அன்றைய தீர்மானங்களை வாசித்தார். பின், எல்லோரும் கையெழுத்திட்டுவிட்டு தலைமையாசிரியரின் அனுமதிக்காகக் காத்திருந்தபோது அவர் பேசினார்.

"விஜய், அந்த வண்டிய கீழ இறக்குங்க"

நான் வண்டிய கீழே இறக்கிவிட்டு வந்து நின்றேன்.

"உக்காருங்க விஜய்"

"இருக்கட்டும் சார்"

"அட, உக்காருங்க"

எனச் செல்லமாகக் கடிந்துகொண்ட பின் என்னிடம் கூறினார்.

"இப்பதான் நீங்க போஸ்டிங்க்கு வந்திருக்கீங்க. அத முதல்ல காப்பாத்திக்கனும் புரியுதா? நாம வர்றது பாடம் நடத்தறக்குத்தான். அததான் நாம மொதல்ல செய்யுனும், புரியுதா?"

"என்ன யோசிக்கிறீங்க?" என்று என்னைக் கேட்டவர் தொடர்ந்து பேசினார்.

காலபைரவன்

"மாட்ட மேச்சமா, கோல போட்டமா"னு இருக்கனும் விஜய். ஒருநாள் உங்க வகுப்பறையக் கவனிக்க வந்தவன் வெளியிலேயே நின்னுட்டேன். நீங்க பசங்களக் காட்டுக்கு கூட்டிட்டு போறதா சொல்லிட்டிருந்தீங்க அப்படியே கூட்டிட்டுப் போயி ஏதாவது பிரச்சனை வந்தா யார் பொறுப்பு? மொத என்னைத்தான் விளக்கம் கொடுன்னு கேப்பான். இதுலாம் தேவையா? பாடத்த மட்டும் பாருங்க விஜய். மத்ததெல்லாத்தையும் ஒதுக்கிடுங்க, புரிஞ்சுதா?"

நான் தலையை மட்டும் ஆட்டினேன். அவருக்கு எந்தப் பதிலையும் அளிக்கும் மனநிலையில் நான் இல்லை. ஆனால், ஒரு முடிவுக்கு வந்து விட்டிருந்தேன். அடுத்த நாளிலிருந்து ஒன்றும் ஒன்றும் இரண்டு என்பதை மட்டும் சொல்லிக் கொடுத்தால் போதும் எனத் தோன்றியது.

புலிப்பாணி ஜோதிடர்

இலைக்கட்டைக் கொண்டுவந்து கீழே வைத்தபோது எல்லோரும் கும்பல்கும்பலாக நின்று பேசிக்கொண்டிருந்தனர். வெளியில் வெப்பம் தகித்தது. பகல் விரிவு கொள்ளத் தொடங்கியதுமே வெப்பத்தின் தாக்கம் உக்கிரமாக வெளிப்பட ஆரம்பித்து விடுகிறது. தோட்டத்தை அடைத்தபடி கொட்டாரப் பந்தல் போடப்பட்டிருந்ததால் உள்ளே அனலின் தாக்கம் மட்டுப்பட்டிருந்தது. பெரியபெரிய அண்டாக்களில் சாதத்தை வடித்து, கீழண்ட அறையில், வைக்கோல் மேல் பரப்பப் பட்டிருந்த காடாத்துணிமீது கொட்டி, ஆற வைத்திருந்தனர். சமையல்காரர்கள்அங்கும்இங்கும் நடந்துகொண்டிருந்தனர். திருபுவனத்திலிருந்து அழைத்து வரப்பட்டவர்கள், தாத்தாவிற்கு வேண்டப் பட்டவர்கள் என்பதால் அவர்களே தொடர்ந்து வரவழைக்கப்பட்டார்கள். நல்ல கைப்பக்குவம். சுவைபடச் சமைப்பதில் திறமை கூடியவர்கள். சந்தவாசலிலிருந்து பூக்கூடைகள் வந்துசேருவது வழக்கம். பூக்கட்டுபவர்கள் வேட்டவலத்துக்காரர்கள். தண்டமாலை கட்டுபவர் மட்டும் தனியாக சுவாமிமலையிலிருந்து அழைத்து வரப்படுவார். அவரவர் வேலைகள் கனகச்சிதமாக நடந்து கொண்டிருக்கும். முதல்தினமே வந்துசேரும் பூக் கூடைகளை ரோட்டிலிருந்து வீட்டிற்குக் கொண்டு வருவது என்னுடைய பொறுப்பு.

தீபாவளிக்கு ஊருக்கு வருபவர்கள், இருந்து சூரசம்கார விழாவைக் கண்டுகளித்து விட்டுச் செல்வது வாடிக்கை. திருவிழா பத்து நாட்கள் வரை நீளும். தாத்தாவீட்டுத் திருவிழா நான்காவது நாள். வீட்டில் இந்தப் பத்து நாட்களும் ஒரே கூச்சல், கும்மாளம்தான். குழந்தைகள் அங்கும்இங்கும் ஓடிப்பிடித்து விளையாடியபடியிருப்பார்கள். உறவினர்கள் தவிர, தாத்தாவிற்குத் தெரிந்தவர்கள் நிறையபேர் வருவது வழக்கம். ஒவ்வொருவரையும் உபசரிப்பதன் அவசியத்தைத் தாத்தாவைப் பார்த்தே நாங்கள் கற்றுக்கொண்டோம். வீடு ரெண்டு கட்டிடமாக இருக்கும். முதல்பாகம் மெத்தைக் கட்டிடமாகவும், அதைத் தொடர்ந்து சீமை ஓடு வேயப்பட்டதாகவும் இருக்கும். திருவிழாவிற்கு முதல்நாள் இரவு யாரும் அனேகமாகத் தூங்குவது கிடையாது. சிறுவர்கள் மட்டும் உறங்கியபடியிருப்பார்கள். பெரியவர்கள் கால்களை நீட்டியபடி கதைபேசிக்கொண்டு காய்கறிகளை நறுக்கிக் கொண்டிருப்பார்கள். ஆயா ஒரு ஓரத்தில் அமர்ந்து, வெற்றிலையை மடக்கி தன் வாயில் வைத்தபடி, ஏதாவது பழங்கதையை பேசிக்கொண்டிருப்பார். தோட்டத்துப் பந்தலில், சமையல்காரர்கள் சிறிய ஸ்டூலில் அமர்ந்து ஜாங்கிரி பிழிந்து கொண்டிருப்பார்கள். சிவன்கோயிலில் தர்மபுரம் சுவாமிநாதனோ, மழையூர் சதாசிவமோ பாடிய ஒலிநாடா ஒலித்துக் கொண்டிருக்கும்.

''டேய், அங்கயே ஏன் மாடு மாதிரி நிக்கிற'' எனும் மாமாவின் குரல் என்னைப் பழைய நினைவுகளிலிருந்து மீளச் செய்யும் விதமாக இருந்தது. விழுப்புரத்துச் சித்திப்பையன் எதையோ தூக்கிக்கொண்டு வேகமாகத் தெருப்பக்கம் ஓடினான். நடுக்கூடத்தைக் கடந்து நான் தோட்டத்திற்குச் சென்றேன். அங்கு கிழக்கில் இருந்த கிணற்றடியில் அம்மாவும் ஆயாவும் பேசிக்கொண்டிருப்பதைக் கண்டு அவர்கள் அருகில் சென்றேன். நான் வருவதைக் கண்டதும் அவர்கள் பேச்சை நிறுத்திவிட்டு பாத்திரம் துலக்குவதில் மும்முரமானார்கள். நான் உளறுவாய் என்பதும், என்னிடம் எதைச் சொன்னாலும் அது தங்காது என்பதும் அம்மாவின் திடமான எண்ணம். நான் அருகில்சென்று பேச்சுக் கொடுத்தேன்.

''என்னம்மா, எல்லோரும் கும்ப கும்பலா நின்னு பேசிக்கிறாங்க?''.

''ஒன்னுமில்லைடா''

அதற்குள் மாமா அந்தப்பக்கமாக வர, அம்மா பாத்திரங் களைத் தண்ணீரில் அலசி எடுத்துக்கொண்டு உள்ளே சென்று

விட்டாள். நான் குள்ளோண்டு ஆயாவைத் தொடர்ந்து நச்சரிக்கத் தொடங்கினேன்.

“ஆயா, நீயாவது சொல்லு”

“ஒங்க தாத்தா வந்துட்டு போனாறான்டா”

“யார் கனவுல”

“போடா போக்கத்தவனே, கனவுல இல்லடா, நெஜத்துல,”

“என்ன பாட்டி ஒளர்ற”

“நானா ஒளர்றன், அங்க போயிப் பாரு, உங்க தாத்தா காலடி அவ்ளோ துல்லியமாப் பதிஞ்சிருக்குது”

“எங்க”

“சமையக் கொட்டாயில”

குள்ளோண்டு ஆயா கூறியதும் எனது நினைவு அடுக்குகள் மெல்ல விரிவடைய ஆரம்பித்தன. ‘புலிப்பானி ஜோதிடர் இல்லம்’ எனப் பொறிந்திருந்த, வண்ணம் மங்கிய தாத்தாவின் வீடு எனது மனதில் அலையடித்தபடி இருந்தது. தாத்தாவைப்பற்றிய மங்கலான சித்திரம் என் மனதில் உருக்கொள்ளத் தொடங்கியது. அவரின் வாழ்வை ஒட்டுமொத்தமாக யோசிப்பதென்பது மலையைக் கெல்லி எலி பிடிப்பதற்கொப்பானதாகும். அந்த அளவிற்கு நீள அகலங்களைக் கொண்டது அவரது வாழ்க்கை. நான் அறிந்த வரையில், அவர் இயல்பைமீறிய வாழ்க்கையையே வாழ்ந்ததாகத் தோன்றுகிறது. நான் அதுகுறித்து எப்போதாவது கேட்டால், பதில் ஏதும் அளிக்காமல் மென்மையான ஒரு சிரிப்பை மட்டும் உதிர்த்து விடுவதை வழக்கமாக்கிக் கொண்டிருந்தார்.

பாட்டியின் மூலமாகத்தான் அவரது இளம் வயது வாழ்க்கைச் சிக்கல்களை அறிய முடிந்தது. ஒரு பிச்சைக்காரனுக்கு ஒப்பானதொரு வாழ்க்கையை அவர் வாழ்ந்து பார்த்திருக்கிறாறென்றும், அவரது பெற்றோர்கள் இறந்தபிறகு ஒரு நாடோடியைப்போல் திரிந்திருக்கிறார் என்பதையும் உறவினர்கள் சொல்லக் கேட்டிருக்கிறேன். பிறகு, பல வீடுகளில் கூலிவேலை செய்து ஜீவனம் நடத்தி வந்ததாகவும், அப்போது கூனமுட்டு வைதேகியின் கர்ப்பத்துக்கு இவர்தான் காரணம் எனக்கூறி சிவன்கோயில் எதிரில் உள்ள கல்தூணில் கட்டிவைத்து அடித்ததாகவும், அன்று இரவே திருவிதாங்கூர் சென்றவர் மந்திரங்களைக் கற்றுக் கொண்டதாகவும் ஒரு செய்தி உலவியதாகப் பாட்டி கூறும்போது

அவளது கண்களில் நீர் திரள்வதைப் பார்க்க ஒரு மாதிரியாக இருக்கும். அவள் கன்னங்களில் மெல்லிய கோடுகள் ஏறி இறங்குவதைக் காணமுடியும்.உணர்ச்சிவசப்படும்போதெல்லாம் தாத்தா எங்களிடம் சொல்லுவார். அப்போது அவரின் காது மடல்கள் துடிப்பதை காணமுடியும்.

"சாமி சாமின்னு இப்பதான் எழையரானுவ.சின்ன வயசுல ஒரு டம்ளர் தண்ணிக்கு நாதியத்துக் கிடந்தப்ப எவனும் கண்டுகினது இல்ல. வாங்க வந்து வடம்புடிச்சுக் குடுங்கன்னு கேக்கற இதே பாளத்தார்தான் அப்ப என்ன ஓடஓட அடிச்சு வெரட்டனாரு. செங்குறிச்சார் வீட்டு மாட்டு கொட்டாயில எத்தன ராத்திரி தூங்கியிருப்பேன் தெரியுமா?" தாத்தா இது மாதிரிப் பேசும்போது பாட்டியின் கண்கள் குளமாகிவிடும். பெரியம்மா, சித்தி, அம்மா ஆகியோர் விசும்பத் தொடங்குவர். ஒரு இறுக்கமான சூழல் நீடித்தபடியிருக்கும். தாத்தா இடுப்பு மடிப்பில் வைத்திருக்கும் பொடி டப்பியை எடுத்து லாவகத் தோடு தட்டித் திறந்து, ஒரு சிட்டிகைப் பொடியை எடுத்து, போட்டுக்கொண்டு தும்முவார். அவரது தும்மலை நாங்கள் எதிர்பார்த்தபடியிருப்போம். தனது தாடி மீசையைக் கோதிக் கொண்டு பேச எத்தனிக்கும் அவரை இடைமறித்து அம்மா பேசுவாள்.

"போதும்பா, போயி படுங்க"

"நா இருக்கறப்பவே சொன்னாதான்... எனக்குப் பின்னாடி எங்கதைய யார் வந்து சொல்லுவா"

"உங்க பசங்களும், பேரப்பசங்களும் கண்டிப்பா சொல்லுவாங்கப்பா"

"சாவாம மூச்சோட இருந்தா பாக்கத்தான போறன்"

எனக் கூறிக்கொண்டே அவர் படுக்கையைத் தயார் செய்யத் தொடங்கும்போது நாங்கள்சென்று தூங்க ஆரம்பித்திருப்போம். நாங்களெல்லாம் தூங்கிய பிறகு தான் பாட்டி உறங்கச் செல்வது வழக்கம்.

பல்வேறுபட்ட தருணங்கள் மூலமாகத்தான் தாத்தாவின் வாழ்க்கையை உணரமுடிந்தது. எதேச்சையாக நிகழும் அவற்றை, சற்றுக் கவனத்தோடு இருந்தாலொழிய அணுகமுடியாது. நெருக்கடியான நேரங்களில், நீண்டபடியிருக்கும் இரவுகளில் தன்னந்தனியே மொட்டை மாடியில் அமர்ந்து அவர் மது அருந்துவதைப் பார்த்திருக்கிறேன். யாரும் அது குறித்து அவரிடம்

கேட்கமுடியாது தவித்தபோது நான் மட்டும் விளையாட்டாகக் கேட்க அவர் சொன்னார்.

"குடிக்கறது தப்பான பழக்கமான்னு தெரியல, செதைஞ்சு கிடைக்கிற மனச அமைதிபடுத்தறதா ஒரு நெனப்பு. அதாலதான் குடிக்க ஆரம்பிக்கறோம். கடைசியில அதோட பிடியில சிக்க வேண்டியிருக்கு. யாரு வாழ்க்கையை முழுசா வாழ்ந்து பார்க்குறா?. அவங்களுக்காக யாருமே வாழறது கெடையாது. பக்கத்துவீட்டுக்காரனுக்காக எவ்ளோ நாள் வாழறது. ஒரே அலுப்பா இருக்குடா. எனக்கு இப்ப கெடைக்கிற மரியாதய பாத்தா ஒரு விதத்துல பயமா இருக்குது. இன்னொரு விதத்துல அது சரின்னுதான் தோணுது".

என்னால் எதையும் புரிந்துகொள்ள முடியவில்லை. அதையெல்லாம் உணரக்கூடிய வயதும் இல்லை. ஒரு புட்டியைத் திறந்து கண்ணாடிக் கோப்பையில் மெல்ல மதுவை ஊற்றுவார். அந்தப் புட்டியை பார்ப்பதற்கு அவ்வளவு அழகாக இருக்கும். வளைந்து நெளிந்து காணப்படும் கண்ணாடிப் புட்டியை அதுவரை நான் கண்டதில்லை. கோப்பையில் அளவாகத் தண்ணீர் கலந்து, மெல்ல எடுத்து உறிஞ்சும்போது அவரிடம் எந்தவித பதற்றத்தையும் காணமுடியாது. ஆனால் அப்பாவும் சித்தப்பாவும் இதுமாதிரி அமைதியாகக் குடித்து நான் கண்டதில்லை. சித்திக்குத் தலைப்பிரசவம் ஆனபோது தாத்தா யாரும் அறியாதபடி மதுவை ஊற்றி சித்திக்குக் கொடுத்ததை நான் மட்டும் கவனித்துக் கொண்டிருந்தேன். அதைப்பற்றி அவ்வப்போது சித்தியிடம் கிண்டலுடன் கேட்பேன்.

"சித்தி நீயுந்தான குடிச்ச"

"போடா தடியா"

உதட்டைக் கடித்தபடி சித்தி என்னை விரட்டுவாள். அதைக்கண்டு எல்லோரும் சிரிப்பார்கள். சிறுவர்கள் ஏதும் புரியாமல் வேடிக்கைப் பார்த்துக் கொண்டிருப்பார்கள்.

வாரத்தில் மூன்று நாட்கள் தாத்தா ஜோதிடம் சொல்லுவது வழக்கம். திங்கள், புதன், வெள்ளிக்கிழமைகளில் வீட்டில் கூட்டம் குழுமியபடி இருக்கும். மிகச்சாதாரணமாக நான்கைந்து விலையுயர்ந்த கார்கள் வீட்டுமுன் நிறுத்தப்பட்டிருப்பதைக் காணமுடியும். தாத்தா ஜோதிடம் சொல்ல ஆரம்பித்தால் யாரும் அருகில் செல்லக்கூடாது. அவரது எதிரில் ஜோதிடம் பார்க்க வந்தவர்கள் மௌனமாக அமர்ந்துகொண்டிருக்க, அவர்அவர்களது ஜாதகத்தைப் புரட்டியபடி இருப்பார். பின்,

அருகில் வைத்திருக்கும் பல்பத்தைக் கொண்டு சிமெண்ட் தரையில் வரிவரியாக எழுதிப்பார்ப்பதும், அழிப்பதுமாக இருப்பார். அருகில் சென்று பார்த்தால் கோபத்தோடு முறைத்துப் பார்ப்பார். பாட்டி அவ்வப்போது குடிக்கத் தண்ணீர்கொண்டு வந்து வைத்துவிட்டுச் சென்றுவிடுவாள். சிறிதுநேரம் கண்களை மூடி, எதையோ யோசித்தபடி இருப்பார். அப்போதுஅவரது தொண்டைக்குழி ஏறி இறங்கும். பிறகு, சரளமாக பேச ஆரம்பிக்கும் அவரிடம் இருந்து அட்சர சுத்தமாக வார்த்தைகள் வந்துவிழும். ஏதோ பாட்டை ஒப்பிப்பது போல இருக்கும் அதைப்பார்ப்பதற்கு. இடையிடையே, எதிரில் அமர்ந்திருப்பவர்களைப் பார்த்துக் கேட்பார். இரண்டொரு வார்த்தைகள்தான் காதில் கேட்கும். ரொம்பவும் கூர்ந்து கேட்டால் எதிரிலிருப்பவர்களின் பேச்சை புரிந்துகொள்ள முடியும். ஆனால், யாரும் அந்தப் பக்கமே வரமாட்டார்கள். ஒரு விளையாட்டைப்போல வெகு லாவகமாக அவர் ஈடுபாட்டுடன் ஜோதிடம் சொல்வதைப் பார்ப்பதற்கு எனக்கு ஆச்சரியமாக இருக்கும். வந்தவர்கள் திருப்தியோடு எழுந்து சென்றபடியிருப்பார்கள். தாத்தா எழுதிய தரையை அழித்தபடியிருப்பார். இன்று அரசியலில் இருக்கும் முதுபெரும் தலைவர்கள், திரைப்பட நட்சத்திரங்கள், அநேகமாக தாத்தாவிடம் தங்களது ஜாதகங்களை ஏதாவதொரு சந்தர்ப்பங்களில் கணித்தவர்களாகத்தான் இருப்பார்கள். அதன் மூலம் அவர் அடையும் அனுகூலங்கள் அனைத்தையும், ஏதாவது கோயில் குளம் துப்பரவுசெய்ய என்று வந்து நிற்பவர்களிடம் கொடுத்துவிடுவார். அதையும் மீறி தாத்தாவிடம் செல்வம் சேர்ந்தபடியே இருந்ததை என்னால் அறியமுடிந்தது.

மாதத்தில் எப்படியும் ஒரு வாரம், பத்து நாட்கள் தாத்தா வெளியூர் சென்று விடுவார். கத்தை, கத்தையாக முகவரி அட்டைகளை வைத்திருக்கும் அவர், அதிகம் படிக்காதவராக இருந்தாலும், எவரின் துணையுமில்லாமல் இந்தியாவில் எங்கு வேண்டுமானாலும் பயணிக்கக்கூடிய திறனைப் பெற்றிருப்பதை அறியும்போது எங்களுக்கு ஆச்சரியமாக இருக்கும். வெளியூர் பயணம் செல்லுமுன்பே அதற்கான ஆயத்த வேலைகள் தொடங்கிவிடும். அடுக்கம் காட்டிலிருந்து கொண்டு வரப்பட்ட நன்கு முற்றிய சூரமுட்கள் கொண்ட குச்சிகளை நன்குகழுவி சிறுசிறு துண்டுகளாக நறுக்கி, அவற்றில் அடர்த்தியாக மஞ் சள் பூசவேண்டும். பின், அவற்றில் நெருக்கமாக வெள்ளை நூலை சுற்ற வேண்டும். நம்முடைய இஷ்டத்திற்கு செய்து விட முடியாது. கூர்ந்து பார்த்தபடி இருக்கும் அவர் உரியமுறையில் சுற்றப்படுகிறதா என்பதையும் அடிக்கடி பரிசோதித்தபடி இருப்பார். பின்னர், அரகண்டநல்லூரில் இருந்து வாங்கி வந்த

கருப்புமுடி கயிற்றால் நன்றாக இறுக்கமாகச் சுற்றவேண்டும். பின்னர் சிறுசிறு துண்டுகளாக இருக்கும் வெள்ளை காடாத்துணியில் தெருமண், தலைமுடி, ஆகியவைகளைப் போட்டு முடிச்சிட்டு, அதில் தொங்கவிட்டுப் பார்க்கவேண்டும். அதில் அவர் சிறுசிறு மாற்றங்களைச் செய்து செய்தித்தாளில் நன்கு சுருட்டி, அருகிலிருக்கும் பையில் அடுக்கிக் கொள்வார். ராமேஸ்வரத்திலிருந்து மொத்தமாக வாங்கிவரப்பட்ட வலம்புரிச் சங்கில் சிலவற்றை எடுத்து, சோதித்துப் பார்த்து, தனது சூட்கேஸில் அடுக்கிக் கொண்டாரென்றால் அன்றிரவு அவர் பயணத்திற்குத் தயாராகி விட்டார் என்று புரிந்து கொள்ளவேண்டும். இந்நிகழ்வுகளில் தொடர்ந்து பங்கேற்றதன் காரணத்தால் ஜோதிடத்தை என்னால் முழுவதுமாக நம்ப முடியாமல் போனது. இத்தோடு மட்டுமல்லாமல் இரண்டு மூன்று முறைகள் நான் அவரிடம் கேட்டது எதுவுமே பலிக்கவில்லை. நான் அதிகபட்சம் அவரிடம் கேட்டது இதுதான்.

“தாத்தா இந்த வேர்ல்ட் கப்ப நாம ஜெயிப்பமா?”

“கண்டிப்பா நமக்குத்தான் கப்பு அதிலென்ன சந்தேகம்”

ரொம்ப ஆர்வமாகச் சொன்னார். அப்போது 1992வது வருஷம். நமக்கு வாய்ப்பில்லாமல் போனது. அடுத்து நான் பத்தாவது பரிட்சை எழுதியவுடன் அவரிடம் என்னுடைய ஜாதகத்தைக் கொடுத்துக் கேட்டேன். எனக்கு விருப்பமில்லாவிட்டாலும் அம்மாவின் பேச்சைத் தட்டமுடியவில்லை.

“தாத்தா, நான் எவ்ளோ மார்க் எடுப்பேன்?”

“நானூத்தி அம்பதுக்கு மேல”

“மேல்படிப்புக்கு போவனா”

“கண்டிப்பா நீ டாக்டருக்கு படிப்பே”

அவரின் பதில் எனக்கு அப்போது ரொம்ப மகிழ்ச்சியை ஏற்படுத்தியது. ஆனால், தேர்வு முடிவுகள் வேறுவிதமாக அமைந்தன. நான் ஆங்கிலத்தில் தவறியிருந்தேன். குறைந்தபட்சம் என்னால் பணம் கொடுத்து ஒரு தனியார் ஐ.டி.ஐயில்தான் இடம்பிடிக்க முடிந்தது. மூன்றாவதாக, அத்தை கருத்தரித்தபோது அவரிடம் கேட்டேன்.

“அத்தைக்கு என்ன கொழந்த பொறக்கும்”

“கண்டிப்பா பொண்ணுதான்”

அவர் கூறியது தவறென அறிந்துகொள்ள சில மாதங்கள் காத்திருக்க வேண்டியிருந்தது. பரிசோதனை செய்து பார்த்ததில் அத்தையின் வயிற்றில் ஒரு பெரிய கட்டி வளர்ந்திருப்பது கண்டுபிடிக்கப்பட்டது. மேற்கண்ட செயல்களால் எனக்கு அவரின் ஜோதிடம் குறித்து ஐயம் ஏற்பட்டது. ஜோதிடம் பிறர்க்குத்தான் பலிக்குமோ என்றும் எண்ண வேண்டியிருந்தது. தன்னுடைய கணிப்புகள் தவறாகிக்கொண்டு வருவது குறித்து அவர் எவ்வித கருத்தையும் என்னிடம் கூறாதது எனக்குக் கோபத்தை ஏற்படுத்தியது. அதன் பிறகு நான் அவரிடம் எதுவும் கேட்கவில்லை, ஆனால் ஜோதிடக்கலையில் உச்சம்நோக்கி நகர்ந்தபடியேயிருந்தார். அவர்பற்றிய எதிர்மறையான சிந்தனை என்னுள் பரவுவதற்கு இவைகூட காரணமாக இருந்திருக்கலாம். நான் ஒரு நாள் அவரிடம் கேட்டேன்.

“தாத்தா, நீங்க ஜாதகம் என்ற பேர்ல பொய்தான சொல்றீங்க”

“உண்மை எது பொய் எதுன்னு உன்னால சொல்லமுடியுமா?”

நான் மௌனமாக இருந்தேன். அவரே தொடர்ந்து பேசத் தொடங்கினார்.

“உண்மைக்கும், பொய்க்கும் ரொம்ப வித்தியாசம் கெடையாது. நாமதான் ரெண்டையும் எதிரெதிர் துருவங்களா நெனச்சிகுனு இருக்கோம். கஷ்டம்னு எங்கிட்ட வராங்க. நாலு வார்த்தை ஆறுதலா சொன்னா அவங்களுக்கு ஒரு திருப்தி. இதுல யாருக்கும், எதுவும் கொறஞ்சிடப் போறதில்ல”

எனக்கு அவரை மறுக்க வேண்டும்போல இருந்தது. ஆனால் முடியவில்லை. அதன்பிறகு தாத்தாவிடம் என்னால் உணர்வுபூர்வமாக நெருங்கமுடியாமல் போனது. விடுமுறைக் காலங்களில் பாட்டி வீட்டிற்குச் செல்வதில் ஏற்பட்ட விருப்பம் மெல்லக் குறையத் தொடங்கியது. அதன்பிறகு வெகுநாட்கள் கழித்து அவரை கடலூர் பொதுமருத்துவமனையில் சென்று சந்தித்ததாக நினைவு. என்னை வாஞ்சையுடன் தடவிக் கொடுத்தவர், தின்பதற்கு உலர்ந்த ரொட்டித்துண்டுகளை எடுத்துக் கொடுத்தார். அவரது விழிகளில் இன்னும் வாழ்ந்து பார்க்காத வாழ்வின் எச்சங்கள் மிதப்பதைக் காண முடிந்தது. தாடி மீசை மழிக்கப்பட்டு, பார்ப்பதற்கு, சிறுவயதுகளில் பாட்டி சொன்ன கதைகளில் வரும் சூனியக்காரனைப் போலக் காணப்பட்டார். அந்த நினைவுகளிலிருந்து மீள இரண்டு, மூன்று நாட்கள் ஆனது. இருட்டில் உற்றுப்பார்த்தால், தாத்தா மருத்துவமனையில் படுத்தபடி என்னைப் பார்த்துச் சிரிப்பதுபோன்ற சித்திரம் தோன்றி மறைந்தபடியிருந்தது.

எனது நினைவைத் துண்டிப்பதாக இருந்தது மாமாவின் குரல். அங்கு யாரையோ அவர் வேலை வாங்கிக் கொண்டிருந்தார். நான் மெல்ல நடந்து தெருப்பக்கம் வந்தேன். வீரவாகு தேவர்கள் வேலெடுத்து வரும் நேரம் நெருங்கிக் கொண்டிருந்தது. தெருவில் நீர் தெளிக்க அம்மாவும் சித்தியும் சென்றனர். சித்தப்பாவும் அப்பாவும் கூடத்தைத் தடுத்திருந்த மரப்பலகையை அகற்றியபடி இருந்தனர். சாமிவந்து ஆடப்போகும் சித்தி, சித்தப்பா பற்றிய சித்திரம் என் மனதில் தோன்றி மறைந்தது. வீரவாகு தேவர்களின் கால்களைக் கழுவ கிணற்றிலிருந்து தண்ணீரைக் கொண்டுவந்து தெருவில் வைத்தேன். தொடர்ச்சியான வேலைப்பளுவின் காரணமாக என்னில் தொய்வு ஏற்படும் போதெல்லாம், "உன்ன விட்டா இவ்ளோ கச்சிதமா யாராலடா செய்யமுடியும்?" என்று கூறும் தாத்தாவை நினைத்த நொடியில் ஏக்கம் பெற்றவனாகி விடுவதன் அர்த்தம் இன்னும் புரிந்தபாடில்லை.

கூடத்தில் சித்தப்பா இலைகளை நறுக்கிக் கொண்டிருந்தார். மேலே மின்விசிறி சுழன்றபடியிருந்தது. கூடத்துச் சுவரில் மாட்டப்பட்டிருந்த புகைப்படங்களைப் பலர் பார்த்தபடி நின்றுகொண்டிருந்தனர். ஒவ்வொரு புகைப்படத்தின் பின்பும் விஸ்தாரமானதொரு கதை ஒளிந்து கொண்டிருப்பதை நிச்சயம் அவர்களால் உணர்ந்துகொள்ள முடியாது. ஒரு புகைப்படத்தைப் பற்றி மட்டும் பாட்டியிடம் கேட்டால், நீட்டி முழக்கி ஒருநாள் கூடச் சொல்லுமளவுக்கு அவளிடம் விஷயமிருக்கும். அந்த அளவுக்குத் தாத்தாவின் உலகம் பெரியது. இலைகளை நறுக்கிக் கொண்டிருக்கும் சித்தப்பா என்னை அழைத்தார்.

"டேய் இந்த எலைகளை கட்டுகட்டி மேல கொண்டுபோயி வை"

நான் இலைகளைத் தரம் வாரியாகப் பிரித்து, அடுக்கிக் கொண்டிருந்தேன். கட்டுவதில் உதவியாக எதிர்வீட்டு மாமா இருந்தார். அவரைப் பார்த்து சித்தப்பா கேட்டார்.

"வேல் எங்க வருதுன்னு தெரியுமா?"

"சந்தபேட்டை தெருவண்ட சத்தம் கேட்டிச்சி"

"அப்ப, கிட்ட வந்துட்டாங்க"

எதிர்வீட்டு மாமா ஆமாம் என்பதுபோல தலையசைத்தார். அக்கம் பக்கத்து வீட்டுக்காரர்கள் வரத்தொடங்கியிருந்தனர். சாப்பாட்டு வகைகள் மெத்தைக்கு எடுத்துச் செல்லப்பட்டுக்

கொண்டிருந்தன. ஷாமியானா விரிக்கப்பட்டிருந்ததால் மெத்தையில் அவ்வளவாக வெயில் தெரியவில்லை. நடுத்தெருவருகே மேளச்சத்தம் நன்கு கேட்டது. மாடியிலிருந்து கீழிறங்கித் தெருவிற்கு வந்தேன். நடுத்தெருவிலிருந்து வளைந்து, ஆயா வீட்டை நோக்கி வீரவாகு தேவர்கள் வேல்களைத் தாங்கி, கந்தர் அலங்காரத்திலிருந்து ஒரு பாடலை உச்சஸ்தாயியில் பாடியபடி வந்து கொண்டிருந்தனர். மேளமும் தாளமும் நுட்பமாக என்னுடம்பில் சிலிர்ப்பை ஏற்படுத்தின. மெல்ல என் உடம்பு நடுங்குவதை உணரமுடிந்தது.

வீட்டிற்கு எதிரே வந்த வீரவாகு தேவர்கள் இரண்டு வரிசையாக நின்றனர். முதலில் ஒரு குடத்து நீரால் அம்மா அவர்களின் கால்களைக் கழுவிச் சுத்தப்படுத்தினாள். தொடர்ந்து, பக்கத்துவீட்டு உண்ணாமலை அக்கா, கால்களின்மேல் மஞ்சளைத் தடவியபடி சென்றாள். அவளைத் தொடர்ந்து விழுப்புரத்துச் சித்தி மஞ்சள் தடவிய இடங்களில் சிவப்புகொண்டு பொட்டிட்டு, அட்சதையை வைத்தபடி சென்றாள். பெரிய மாமா எல்லோரையும் அழைத்தார். துண்டை எடுத்து இடுப்பில் கட்டிக்கொண்டு வீரவாகு தேவர்களை சுற்றிவந்தார். பின்தொடர்ந்து நாங்கள் எல்லோரும் சுற்றிவந்து அவர்களது கால்களில் விழுந்து வணங்கினோம். அக்கம்பக்கத்து வீட்டுக்காரர்கள் வைத்தகண் வாங்காமல் பார்த்துக்கொண்டிருந்தனர். நேர்மேலே கருடன் மெல்ல வட்டமிட்டபடி இருந்ததைக் கண்ட கூட்டம் ஆர்ப்பரித்தது.

மேளமும் தாளச்சத்தமும் விண் அதிர எழுந்தது. "முருகனுக்கு அரோகரா", "கந்தனுக்கு அரோகரா", "வேல் வேல் வெற்றிவேல்" என எல்லோரும் பெருங்குரலெடுத்துக் கூவினர். தளராத வேகத்தில் மேளக்காரர் வாசித்துக்கொண்டிருந்தார். உள்ளிருந்து, வேகவேகமாகச் சாமியாடியபடி சித்தப்பா வீதிக்கு வந்தார். அவரது கண்கள் ரத்தச் சிவப்பாக இருந்தன. முகம் இறுகிக் காணப்பட்டது. வீதிகளில் மக்கள் கூட்டம் சிதறிக்கிடந்தது. மேளத்திலிருந்து பீறிட்டெழும் இசைக்கேற்ப சித்தப்பா ஆடியபடியிருந்தார். சித்தி, இருந்த இடத்திலிருந்தே மெல்ல ஆடத்தொடங்கினாள். சன்னியாசி மாமா மேளக்காரர்களை வேகமாக வாசிக்கும்படி சைகை மூலம் தெரிவித்தார். மேளச்சத்தம் உச்சத்தை அடைந்தபோது சித்தியும் சித்தப்பாவும் உக்கிரமாக ஆடிக்கொண்டிருந்தனர். எனக்கு உடல் முறுக்கேறிக்கொண்டு வந்தது. நா வறண்டு போவதுபோல் இருந்தது. பின், வீரவாகு தேவர்கள் அதிவேகத்துடன் உள்ளே நுழைந்தனர். தாண்டவராயன் மாமா, ஆடிக்கொண்டிருக்கும் இருவரையும் உள்ளே அழைத்துச் சென்றார். இருவரும் ஆடியபடியே சென்றனர்.

பூஜை அறையில் வீரவாகு தேவர்கள் தாங்கள் கொண்டுவந்த வேல்களை இறக்கி வைத்துவிட்டு, தங்களது இடைத்துணிகளைச் சீர்செய்து கொண்டனர். அதிகமான கூட்டத்தால் அறையில் ஒருவித நெடி பரவியது. சித்தப்பாவும் சித்தியும் இன்னும் ஆடிக்கொண்டிருந்தனர். தாண்டவராய மாமா அவர்களைப் பார்த்துப் பேச ஆரம்பித்தார்.

"படைக்கிற நேரமும் நெருங்கிருச்சி, வந்திருக்கிற நீங்க யாருன்னு சொன்னா சௌகரியமாக இருக்கும்"

"மலையனூரு ஆத்தா வந்திருக்கேன்டா"

"ரொம்ப ரொம்ப சந்தோஷம். தாயி, ஏதாவது குத்தம் கொறை உண்டா"

"ரெண்டு வருஷமா நான் கேட்பாரு இல்லாம கெடக்கறேன்டா"

இதைக்கேட்டதும், அம்மா கன்னத்தில் போட்டுக்கொண்டாள். தாண்டவராயன் மாமா அப்பாவிடம் விசாரித்தார்.

"ரெண்டு வருஷமா குலதெய்வத்துக்குப் பொங்க வைக்கலியா?"

இல்லை எனும் விதமாக அப்பா தலையசைத்தார். பின், தாண்டவராய மாமா ஆடிக்கொண்டிருக்கும் சித்தியிடம் பேசினார்.

"இந்த வருஷம் கண்டிப்பா குடும்பத்தோட வரோம் ஆத்தா"

தாண்டவராய மாமா இதைக் கூறியதும் சித்தி பிரசாதம் வாங்குவதைப்போல கைகளை நீட்டினாள். கற்பூரத்தை ஏற்றி அவள் கையில் வைத்ததும் அதை வாயில் போட்டுக்கொண்டு மயங்கிச் சரிந்தாள். எதிர்வீட்டு மாமா அவளை இழுத்து, சுவற்றின் ஓரமாகச் சாத்தினார். சித்தி குடிக்கத் தண்ணீர் வேண்டுமென மெல்லிய குரலில் கேட்டாள். சன்னியாசிமாமா கொண்டுவந்து கொடுக்க அவள் குடித்துவிட்டு அங்கேயே ஒருக்களித்துப் படுத்துக்கொண்டாள். பின், ஆடிக்கொண்டிருந்த சித்தப்பாவிடம்."நேரம் கடந்துகுனு இருக்குது, வந்திருக்கிறது யாருன்னு சொல்லலையே"

"டேய் நான் புலிப்பானி வந்திருக்கேன்டா"

அவர் கூறிய பெயரைக் கேட்டதும் கூட்டம் உணர்ச்சிவசப் பட்டது. சத்தம் மெல்ல அடங்கி நிசப்தமானது. சித்தப்பாவின் சுவாசம் பீதியூட்டுவதாக இருந்தது. கூடத்திலிருந்து பாட்டி

ஓடிவந்து மாமாவைக் கூப்பிட்டு ஏதோ கூறினாள். பின் மாமா, சித்தப்பாவிடம் பேசினார்:

“ஏதாவது கொறையுண்டோ?”

“செத்து நாலு வருஷமாச்சி, நா மூச்சிவுட்ட எடத்த யாராவது வந்து தீட்டு கழிச்சீங்களாடா?”

கூட்டம் ஒருவரையொருவர் பார்த்துக்கொண்டது. அம்மா, அப்பாவைப் பார்த்தார். தாத்தா இறந்தபோது நடந்த நிகழ்வுகள் பின்னலிட்டபடி மெல்ல எனது மனத்திரையிலோடியது. அன்று பகல் பன்னிரண்டு மணியிருக்கும். நான் பணிபுரியும் நிறுவனத்திற்கு, தாத்தா மரணப்படுக்கையில் இருப்பதாகத் தகவல் வந்தது. எனக்குத் தலைசுற்றியது. மெல்ல ஆசுவாசப்படுத்திக் கொண்டு புறப்பட்டேன். வழிநெடுக தாத்தாவின் பிம்பம் என் நினைவுகளில் ஓணான்கொடியைப் போல சுருண்டபடியிருந்தது.

தாத்தா படுக்கையில் சிறுதுரும்பைப்போல கிடந்தார். கண்கள் உள்ளிழுத்துக் கிடந்தன. நெஞ்சுக்கூடு மேலெழுந்து காணப்பட்டது. கடைவாயில் நீர் ஒழுகியபடி இருந்தது. மேல்மூச்சு, கீழ்மூச்சு விடத் தொடங்கியிருந்தார். அருகில் வைத்திருந்த தம்ளரிலிருந்த பாலை எடுத்து அவரது வாயில் விட்டேன். விழிகளில் இருந்த மணிகள் மெல்ல அசைந்தன. கண்களைத் திறக்க முயன்றவர் இயலாமல் மீண்டும் மூடிக்கொண்டார். பாட்டி தரையில் சிறிதளவு நீரைத் தெளித்து கைகளால் இழைத்துத் திரண்டுவரும் அந்தச் சாந்தை எடுத்து அவர் வாயில் வைத்தாள். தொண்டைக்குழியில் மெல்லிய அசைவு தோன்றி மறைந்தது. நான் ஆடைகளைக் களைந்துவிட்டு, சாப்பிடுவதற்கு அமர்ந்தேன். கூடத்திலிருந்து ஓவெனக் கத்தும் ஒலிகேட்கப் ஓடிப்போய்ப் பார்த்தேன். எல்லோரும் மாரில் அடித்துக்கொண்டு அழுது கொண்டிருந்தனர். தாத்தாவின் முகம் எந்தச் சலனமுமற்று, தெளிந்த நீரைப்போல இருந்தது. மீண்டும் மாமா பேசினார்:

“சரி சாமி உன்ன குளிர்ச்சியடைய வச்சிடறோம்”

“ஒவ்வொரு வருஷமும் சொல்றதோட சரி, அப்புறம் யாரும் கிட்ட வர்றதுகூட கிடையாது.”

“தப்புதான் சாமி. இனிமே அப்படி நடக்காது.”

“ம்”

“கடைசியா ஒன்னு கேக்கலாமா?”

சித்தப்பா விழிகளை உருட்டியபடி தலையாட்டினார். பின், மாமா கேட்டார்.

"காலையில சமையக்கூடத்துக்கு வந்தது நீங்க தானா சாமி?"

"அதல என்னடா சந்தேகம்?"

மேல்மூச்சு, கீழ் மூச்சு வாங்கியபடி சித்தப்பா கூறியதும் கூட்டத்தில் சலசலப்புப் பெருகியது. அம்மா வேகமாக ஓடிவந்து, சித்தப்பாவைப் பார்த்துக் கேட்டாள்.

"சாமி இந்த வருஷமாவது என் புள்ளைக்கு வேல வந்துருமா?"

இல்லை எனும் விதமாக அவர் கைகளை ஆட்டியது அம்மாவை மௌனத்தில் ஆழத்தியது. பின் வேப்பிலையை நறநறவென மென்றபடியே பேசினார்.

"அப்ப நான் மலையேறட்டுமா?"

தாண்டவராய மாமா கற்பூரத்தைக் கொளுத்தி சித்தப்பா வின் கைகளில் வைத்தார். அவர் அதை வாயில்போட்டு கண்களை மூடியபடி தளர்ந்து சரிந்தார். கூட்டம் பலவிதமாகப் பேசிக்கொண்டது. தென்னண்ட வீட்டு ராமசாமி மாமா, எல்லோருக்கும் கேட்கும் படியாகவே சொன்னார்.

"ஓடா உழைச்ச மனுஷனை கொஞ்சத்துல மறந்திட்டீங் களேடா பசங்களா."

வீரவாகு தேவர்கள் சாமிக்குப் படைத்துவிட்டு, விரதம் செய்ய மாடிக்குச் சென்றனர். சிறுவர்கள் அனைவரும் மாடிக்குச் சென்று விட்டிருந்தனர். வீட்டில் இன்னும் இயல்புநிலை திரும்பியிருக்கவில்லை. நாங்கள் மட்டுமே பூஜை அறையில் இருந்தோம். சித்தப்பா மெல்லக் கண்விழித்துப் பார்த்தார். பாட்டி அவருக்குக் குடிக்கத் தண்ணீர் கொடுத்தாள். குடித்தபின் மெல்ல எழுந்த அவர், பாட்டியிடம் கேட்டார்.

"யாரு வந்தது?"

"உங்க மாமா தான் வந்தாரு"

"இன்னா சொன்னாரு"

"அவர மறந்துட்டமாம். மூச்சுவிட்ட எடம் இன்னும் தீட்டு கழிக்காம கெடக்காம்"

62 காலபைரவன்

“அப்புறம் ஏதாவது சொன்னாரா?”

“காலம்பற வந்ததுகூட அவருதானாம்.”

“நாந்தான் அப்பவே சொன்னனே”

இருவருக்குமான உரையாடல் முடிந்ததும் பாட்டியின் கண்களில் நீர் கோர்த்தபடியிருந்ததைக் காணமுடிந்தது. அம்மா அவளைத் தேற்றினாள். சித்தி மிகவும் களைப்படைந்தவளாகக் காணப்பட்டாள். சித்தப்பாவின் கண்கள் இன்னும் ரத்தச் சிவப்பாகவே காணப்பட்டன. பாட்டி புலம்பியபடி கூடத்துக்கு வந்தாள். மின்விசிறிக்கு கீழே சித்தியும் சித்தப்பாவும் அமர்ந்து கொண்டனர். தோட்டத்திலிருந்து விழுப்புரத்துச் சித்திப்பையன், கையில் அப்பளத்தைத் தூக்கிக்கொண்டு, தெருவைப் பார்த்து ஓடினான். மேலே பந்தி பரிமாறும் சப்தம் கேட்டது. எப்போதுமே பந்தியைக் கவனித்துக் கொள்ளும் பொறுப்பு அப்பாவினுடையதாக இருந்தது. மிகவும் கச்சிதமாக முடித்துவிடுவார். இலைகளில் அதிகம் எதுவும் மீந்து விடாதபடிக்கு ஆட்களை வேலை வாங்குவார். ஒவவொரு ஆளையும் உணவு குறித்து விசாரித்து, அதன் நிறைகுறைகளை அறிந்து கொள்வதில் சமர்த்தர்.

வானத்தில் பறவைகள் வட்டமிட்டுக் கொண்டிருந்தன. தோட்டத்து முருங்கை மரத்திலிருந்து காகம் கத்தியபடியிருந்தது. வீரவாகு தேவர்கள் சாப்பிட்டுவிட்டு, படுக்க மடத்திற்குச் சென்ற பிறகு நாங்கள் சாப்பிடுவதற்கு மாடிக்குச் சென்றோம். பந்தி தயாராக இருந்தது. என் பக்கத்தில், ரிஷிவந்தியத்து அத்தை அமர்ந்துகொண்டாள். தொணதொணவென்று பேசுவது அவள் இயல்பு. என்னிடம் பேச்சுக் கொடுத்தாள்.

“உங்க அம்மாவுக்கு ஏன்டா சாமி வரல?”

“அம்மாவுக்கு குடும்பகட்டுப்பாடு ஆப்ரேஷன் செஞ்சிருக்குது”

“அதுக்கு என்னடா”

“சாமி வந்து ஆடுனா தையல் பிரிஞ்சுடும், ஆடக்கூடாதுன்னு அப்பா சொல்லிட்டாரு”

நான் சொன்னதைக் கேட்டதும் கூட்டம் கொல்லெனச் சிரித்தது. அம்மா உதட்டைக் கடித்தாள். அப்பா கீழே பார்த்த படி சிரித்துக் கொண்டிருந்தார். நான் ருசித்து சாப்பிட்டுக் கொண்டிருந்தேன். அப்போது சித்தியின் ஐந்துவயது மகன் வந்து கேட்டான்.

"அம்மா காலையில் வந்தது யாரும்மா?"

"உனக்கு எப்படிடா தெரியும்?"

அந்த கேள்விக்கு அவன் பதில் சொல்லாமல் மீண்டும் கேட்டான்.

"யாரும்மா வந்தது"

"உங்க தாத்தாடா"

"நீங்க பாத்தீங்களா"

சூழல் அமைதியானது. சித்தி அவனுக்குப் பதில் ஏதும் சொல்லவில்லை. எல்லோரும் இறுக்கத்தில் இருந்தனர். அவன் கேட்டதற்கு யாரும் பதில் கூறவில்லை. அவர்களால் கூறமுடியாது என்பது எனக்கு மட்டும்தான் தெரியும். தாத்தா வந்ததாக சொல்லப்படும்போது நான்தான் அந்த அறையில் இருந்தவன். ஒரு எருமை மாட்டைத்தவிர வேறு எதுவும் அங்கு வரவேயில்லை என்பதை எப்படிச் சொல்லி அவர்களுக்கு விளங்க வைப்பதென எனக்குப் புரியவில்லை. எருமையின் சேற்றுக்குளம்புகள் பதிந்த இடத்தை எனக்கு பிறகு பார்த்த தாண்டவராய மாமாதான், மனிதனின் காலடித்தடம் போன்று அவை இருப்பதாகக் கூறினார். உண்மையில் யோசித்துப் பார்த்தால் எல்லாக் கதைகளுமே இவ்வாறாகத்தான் முதலில் ஆரம்பிக்கின்றன.

பின்குறிப்புகள்

1. தாத்தாவிற்கு புலிப்பானி எனும் பெயர் ஏன் ஏற்பட்டது எனத் தெரியவில்லை. பல அகராதிகள், நிகண்டுகள் ஆகியவற்றைப் பரிசீலித்துப் பார்த்தும், ஒப்பிட்டும் எந்தமுடிவுக்கும் வரமுடியவில்லை. அவருடைய வயதொத்தவர்களை விசாரித்ததில் எந்தப் பயனும் ஏற்படவில்லை. அந்தப் பெயர் எப்போது வந்தது என்பதை உறவினர்கள் யாராலும் உறுதிசெய்ய முடியவில்லை. ஆனால் தாத்தாவின் லட்டர்பேடில் மட்டும் கொட்டை எழுத்தில் 'ஜோதிட சூறாவளி, புலிப்பானி ஜோதிடர்' என அச்சிடப் பட்டிருப்பதைப் பார்க்கும்போதெல்லாம் இயலாமை என்னைப் பிடுங்கித் தின்றபடியிருக்கும். அதே சிந்தனையில் உழன்று கொண்டிருந்தபோதுதான் தற்செயலாகக் கணக்குப்பிள்ளை ஆசிரியரை சந்திக்க நேர்ந்தது. சில காலங்கள் தாத்தாவுடன் அவரும் பல்வேறு இடங்களுக்குப் பயணித்தவர் என்ற முறை யிலும், நெருக்கடிகளில் கூட இருந்தவர், என்ற முறையிலும் பெயர் குறித்த ரகசியத்தை அவரிடமே கேட்டுத் தெரிந்து கொள்வ

தென தீர்மானித்துக் கேட்டேன்: "தாத்தாவுக்கு புலிப்பானின்னு ஏன் பேர் வந்துச்சு?", "சின்ன வயசுல உம்பாட்டன் எல்லா வீட்லிருந்தும் புலிச்ச பானை தண்ணிய எடுத்துட்டு வந்து கோயில் பக்கத்திலிருந்த மாட்டுப்பட்டியில ஊத்துவான். அதனால அவனை எல்லாம் புலிச்சபானைன்னு கூப்பிடுவாங்க. அது மாறி இப்படி ஆயிருக்கும்."

2. தாத்தாவிற்கு எண்ணற்ற பெண்களிடம் தொடர்பு உண்டெனவும் வேங்கிக்காலிலும், மதுரை அருகே ஆரப்பாளையத்திலும் இரு மனைவியும், பிள்ளைகளும் இன்னும் இருக்கிறார்கள் என்பதும் அவரது மறைவிற்குப் பின்பு தெரியவந்தது, என்னைத் தவிர மற்ற அனைவரையும் அதிர்ச்சியடையச் செய்தது. மேலும், தாத்தா இருமுறை விபச்சாரத்தில் ஈடுபட்டதற்காகக் கைது செய்யப்பட்டிருக்கிறார் என்பது என்னைத்தவிர வீட்டில் வேறு யாருக்கும் தெரிந்திருக்க வாய்ப்பில்லை என நான் நினைத்துக் கொண்டிருந்ததைக் கடைசியில் மாற்றிக்கொள்ள வேண்டியிருந்தது.

3. தாத்தா என்னுடன் பேசிக்கொண்டிருக்கும்போது அடிக்கடி அவரது வலதுதொடையைக் காட்டி, "இதுல தாண்டா பச்சிலையை வச்சிருக்கிறேன், அதாலதான் என் வாக்கு பலிக்குது. இந்தத் தொடையில யாராவது கை வைக்கிறப்ப கட்டாயம் நான் இறந்திருப்பேன்" என்று கூறியதற்கு நான்கைந்து ஆண்டுகளுக்குப் பின்பு விஜயா மருத்துவமனையில் சர்க்கரை நோயின் கடுமை காரணமாக அவரது வலது காலையே முற்றிலுமாக அகற்ற வேண்டி வந்தது. அதன் பிறகும் அவர் நன்றாகத்தான் இருந்தார்.

நீர்க்குமிழி

அதிகாலையில் எப்போதும்போல அவளுக்குத் தாகமெடுத்தது விளக்கைப் போடாமல் சமையல் கட்டிற்குச் சென்று தண்ணீர் குடித்துத் திரும்பும்போது, தோட்டத்து அறையில் எதுவோ தொங்குவதுபோல இருந்தது. மெல்ல அருகில் சென்றவள் அதிர்ந்து போனாள். நாக்குத் துருத்தி, தலைதொங்கிய நிலையில், இப்படியும், அப்படியுமாக மெல்ல ஆடியபடி இருந்தது அவரின் உடல். ஜன்னலுக்கு வெளியே, நீண்டு இருந்த கரிய பாறைகள் பார்ப்பதற்குப் பயத்தை ஏற்படுத்தின. துல்லியமான கடிகாரச் சப்தம் மரணத்தின் சூழலை அதிகரித்தபடி இருந்தது. அவள் உடல் முழுக்க நடுக்கம் மெல்லப் பரவியது. உடலைத் தொட்டுப் பார்த்தாள். இளஞ் சூட்டோடு, கண்கள் வெளித்தள்ளி இருந்தன. நெருங்கியவர்களின் மரணங்கள் தொடர்ச்சியாக அவளது எண்ணத்தில் குமிழிட்டபடி மேல் எழுந்தன. ரத்தமும் சதையுமாக இருந்த தன் கணவன், உயிர் பிரிந்த நிலையில் தூக்கில் ஒரு கோழையைப்போலத் தொங்கிக் கொண்டிருப்பதற்கு யார் காரணம்? காமத்தைச் சரியான முறையில் அவனுக்குக் கடக்கத் தெரியாததும் ஒரு காரணமாக இருக்கலாம் என நினைத்துக் கொண்டாள். சட்டென அழமுடியாத படிக்கு அவளது மனம் சமனிலையற்று வெறுமை படர்ந்துகிடந்தது. கடந்த காலங்களை நினைத்துக் கொண்டபடி, அப்படியே, பிரமைப்பிடித்தவளாக, அவன் எதிரில் அமர்ந்தாள்.

அவரும், ஜானகியும் மாட்டுக் கொட்டைகையினுள் படுத்துக் கிடந்த விதத்தைக் கண்ட இவளுக்கு முன்பு ஒரு நாள் தொப்பளான் அவர்களைப் பற்றிக் கூறியது நினைவுக்கு வந்தது. அன்று இரவு அவர்கள் வீட்டில் சண்டை வலுத்தது. அவரும் ஓரளவு முன்கூட்டியே யூகித்திருந்தார். தான் அவளை மாட்டுக் கொட்டகையில் சந்தித்தது தவறோ என யோசித்தவர், தனது மனைவியின் முகத்தைப் பார்த்தார். கோபத்தில் முகம் சிவந்து, உர்ரென இருந்தது. அந்த அறையின் இரு துருவங்களாக அவர்கள் நின்றுகொண்டிருந்தனர். நாள் முழுக்கக் காய்ந்த வெயிலால், அறை மிகுந்த வெப்பத்துடன் இருந்தது. ஒப்புக்குச் சுழன்றபடி இருந்தது மின்விசிறி. தெருவில் பலர் நடந்துபோய்க் கொண்டிருந்தனர். "மணி ஆவுதுல்ல. வந்து சாப்பாட்ட போடு" என்றார். இவள் அதைக் காதில் வாங்கிக் கொண்டதாகவே தெரியவில்லை. அவரும், அந்தப் பெண்ணும் மாட்டுக் கொட்டகை யில் இருந்த விதமே இவளை அலைக்கழித்தபடி இருந்தது. மீண்டுமொரு முறை அழைத்தார். "அது ஒண்ணுதான் இப்ப கொற" என முனகலுடன் கூறியவள், "ஏன், அந்த வெளக்க அவிச்சவள கூட்டாந்து கொட்டிக்க வேண்டியது தானே" என அவரைப் பார்த்துக் கேட்டாள். அவருக்கும் கோபம் வரத்தான் செய்தது. என்ன செய்வது? இதுவே வேறொரு சந்தர்ப்பமாக இருந்திருந்தால் குண்டான்சட்டியெல்லாம் பறந்திருக்கும். கைகளைப் பிசைந்தபடி மெல்ல அமர்ந்தவர். "ஊரு உலகத்துல எவனும் பண்ணாததயா நான் செஞ்சி புட்டன்; வா, வந்து சாப்பாட்ட போடு" என்றார். அவரை எரித்துவிடுவதைப் போலப் பார்த்தவள், தன் முந்தானையை இழுத்து சொருகிக்கொண்டு கண்களின் ஓரத்தில் துளிர்த்த கண்ணீரைத் துடைத்துக் கொண்டாள். "அதான் சொல்றன் இல்ல, இனிமே இதுமாதிரி நடக்காதுன்னு" எனக் குரலையுயர்த்தி கூறியதுதான் தாமதம், "சும்மா வாய மூடுங்க தூங்கினு இருக்கிற பசங்க எழுந்துடப்போவுது உங்க லட்சணத்த இப்பதானா பாக்கறன்? எட்டு வருஷமால்ல உங்ககிட்ட மாரடிச்சிக்குனு இருக்கன். இந்த ரெண்டுகளுக்காகப் பாக்கறன். இல்லனா, இந்நேரம் ஏதாவது குளம், குட்டையில இறங்கிட்டிருப்பேன். எல்லாம் எங்கப்பன சொல்லனும். பெரிய வாத்தியார் வேலை. எங்க தேடனாலும் கெடைக்காதவன் பாரு", எனப் பொரிந்து தள்ளியவள், வேகவேகமாக மூச்சை இழுத்து விட்டுக்கொண்டாள். தோட்டத்துத் தென்னை மரங்கள் காற்றில் சலசலத்தன. கொட்டகையில் மாடுகள் கத்திக் கொண்டிருந்தன.

அவரும் தன்பிடியைத் தளர்த்திக்கொள்ள விரும்பாதவராக "யார்கிட்ட பேசுறோம்னு தெரிஞ்சிதான் பேசறயா?" எனக்

கேட்டார். அவள் அமைதியாக இருந்தாள். அவளின் நெடிய மௌனம் மேலும் அவருக்குக் கோபத்தைத் தூண்டியது. ஆத்திரத்துடன் கேட்டார்; “நீ மட்டும் யோக்கியமாடி?”. “என் யோக்கியதய பத்தி பேசறதுக்கு உனக்கு அருகதை இல்லை” என அவரைப் பார்த்துக் கூறினாள். “யாருக்கு அருகத இல்ல, தேவிடியா நாயே”, எனக் கூவிக்கொண்டு, பாத்திரங்களை எட்டி உதைத்ததில் குழந்தைகள் அரண்டு எழுந்தன. அறை வசவுகளால் நிரம்பிக் கொண்டிருந்தது. அவர் எழுந்து ஜன்னல் கதவைச் சாத்தினார். “அதையேன் சாத்துற? போற, வரவங்க கேக்கட்டுமே” என்றாள். “கேட்டா எனக்கொன்னும் குறஞ்சிடாது. உன் மானம்தான் சந்தி சிரிக்கும்” என்றார். சிறிது நேரம் வேடிக்கை பார்த்து விட்டுக் குழந்தைகள் உறங்கிப்போனார்கள். ஆனால், அவர்களுக்குள் சண்டையின் உக்கிரம் கூடிக்கொண்டே இருந்தது. ஒரு கட்டத்தில் தன்னை மறந்தவராக அவளைப் பார்த்துக் கேட்டார்: “உங்க ஊர்ல நீ எவ எவங்கூட படுத்தியோ, எனக்காத் தெரியும்?” தன்னைப் பற்றிய சித்திரம் அவர் மனதில் எப்படிப் பதிந்துள்ளது என்பதை இந்தக் கேள்வி வெளிப்படுத்தி விட்டதாக அவள் உணர்ந்தாள். அலசி, ஆராய்ந்த பிறகு வீட்டார்கள் ஏற்பாடுசெய்த திருமணம்தான். மீதம் வைக்காமல் அவன்மீது அன்பைப் பொழிந்தவள்தான். இந்த ஊருக்குக் குடிவந்த புதிதில் வீட்டிற்குப் பின்புறமுள்ள மலைகளைக் காட்டி “காத்து, மழையில அந்த பாறைங்க உருண்டு வந்தா என்ன பண்றது மாமா?” என வெள்ளந்தியாகக் கேட்டவள்தான். இப்போது விஸ்வரூபமெடுத்து நிற்கிறாள். அவளை இந்த நிலைக்குக் கொண்டுவந்த செயல்கள் என்னவாக இருக்குமென அவர் யோசிக்கும்போதே அதன்தொடர்ச்சியாக பல்வேறு சம்பவங் களை அசைபோட வேண்டியிருந்தது.

அப்போதெல்லாம் சினிமா பார்க்க அனந்தபுரம் தான் போக வேண்டும். சினிமா என்றால் அவளுக்குக் கொள்ளைப்பிரியம். பேருந்து வசதிகள் கிடையாது. ஏரி வழியாக நடந்தே செல்வது தான் வழக்கம். அவர்களுடன் தென்னண்ட வீட்டு ஜானகியும் போவாள். வயதிற்கு வந்து நான்கைந்து ஆண்டுகள் ஆகிவிட்ட பெண். அந்தப் பெண் தன் கணவரிடம் இழைந்து இழைந்து பேசுவதையும், ஒருமாதிரிப் பார்ப்பதையும், இவளால் தாங்கிக் கொள்ள முடியாதபடியிருந்த சில நேரங்களில் அவளை உடன் வைத்திருப்பது தவறோ என யோசிக்க வேண்டியிருந்தது. உதயகீதம் படம்பார்க்க மூவரும் சென்றார்கள். படம் பார்க்கையில் அவர் மனைவி விழுந்து விழுந்து சிரித்தாள். அவரால் தாங்கிக் கொள்ள முடியவில்லை. திரும்பி வரும் வழியில் அவர் ஏதும் பேசாதது

அவளைச் சங்கடப்படுத்தியது. வீட்டை அடைந்ததும் அவர் முகத்தில் எள்ளும் கொள்ளும் வெடித்தது, "சினிமா கொட்டாயில இன்னாடி தேவிடியாவாட்டம் சிரிக்குற?" எனக் கோபத்துடன் அவள் கன்னத்தில் அறைந்தார். இருவருக்கும் இடையே விரிசல் ஏற்பட அந்த நிகழ்ச்சியே காரணமாகிப் போனது.

இரண்டாவது ஜானகியைப் பேட்டைக்கு அழைத்துச் சென்றது. ஜானகி நல்ல தாட்டியான பெண். வனப்பும் சுழிப்புமான உடம்பு. "சார், நீங்களும் வாங்க சார்" என அவள் அழைக்க, இவளும் பார்த்துக் கொண்டுதான் இருந்தாள். அவளின் அப்பா, "சார் போறப்ப நாம வேற எதுக்கு?" என்றார். அவளின் அம்மா, "சார் போனாதான் டுடோரியல்ல சேர்த்துவிட்டுட்டு வாத்தியார்கிட்ட சொல்லிவிட்டுட்டு வருவார்" எனக்கூற, அவர்கள் இருவரும் பேட்டைக்கு மலைப்பாதை வழியாக செல்லத் தீர்மானித்தனர். நீண்ட மலைப்பாதை. அண்மையில் பெய்த மழையின் காரணமாக சிறுசிறு செடிகள் பச்சை கட்டி இருந்தன. நொச்சியும் முட்டியும் பூத்துக் குலுங்கின. துரிஞ்சியும் வெப்பாலையும் இலைகளைத் துளிர்க்கத் தொடங்கியிருந்தன. அடர்த்தியான வெயில். சிறுசிறு குன்றுகளை ஏறிக்கடந்து விட்டால், நிழல் படர்ந்த கணவாயை அடைந்து விடமுடியும். ஆள் நடமாட்டம் அவ்வளவாக இருக்காது. கொஞ்சம் வேகமாக நடந்தால் அரைமணியில் பேட்டையை அடைந்து விடலாம். அவளால் சுலபத்தில் கடக்கமுடியாத குன்றைக் கடக்க அவர் உதவிபுரிந்த போது ஓர் அணில் அவர்களைத் தாவிக்குதித்துக் கடந்து சென்றது. இருவரும் நடந்து கொண்டிருந்தபோது, "ஏன் சார் பேசாத வர?" என அவள் கேட்டும், அவர் மௌனமாகவே நடந்தார். கணவாயின் தொடக்கம் சிறிய குகையுடன் துவங்கியது. குகை, இருள் மண்டி இருந்தது. வௌவால்கள் சப்தமெழுப்பியபடி பறந்து கொண்டிருக்க, மலைப்பல்லிகளின் ஒலிகள் பயத்தை எழுப்பிக் கொண்டிருந்தன. சிறிய துவாரத்தின் வழியாக ஒளி உள்ளே ஊடுருவிக் கொண்டிருந்தாலும், குளிர்ச்சியாக இருந்தது. மீண்டும் அவள்தான் பேச்சைத் தொடங்கினாள்: "ஏன் சார், உனக்கும், அக்காவுக்கும் அடிக்கடி சண்டை வருது?" "அதுலாம் உனக்குத் தேவயில்லாத விஷயம் பேசாம இரு" என அவர் கூறிக்கொண்டே முன்னேறினார். வெளியில் ஒரு சில மாடுகள் தனியே மேய்ந்துகொண்டிருந்தன. "சீக்கிரமா நட எவனாவது பார்த்தான்னா இல்லாததும் பொல்லாததுமாகச் சொல்லுவான்" என அவசரப்படுத்தினார்.

"என்னத்த சார் சொல்லுவாங்க?" என இழுத்தாள்.

"ஒன்னும் தெரியாதவளாட்டம் பேசாத."

"தெரிஞ்சுங்கூட எதுவும் பண்ணமுடியல சார்" என சிரித்துக் கொண்டே கூறினாள்.

"உன்ன இப்படியே விட்டா சரிப்பட்டு வராது. உங்க அப்பாகிட்ட சொல்லி எவங்கிட்டயாவது புடிச்சி குடுத்துட வேண்டியதுதான்."

"நீங்க இருக்கறப்ப இன்னொருத்தன் எதுக்கு சார்?" என அவள் வெடுக்கென கீழே குனிந்தபடி கேட்டதும், சூழல்கள் மாறின. அவர் பாதங்கள் பூமியிலிருந்து மெல்ல நழுவின. வார்த்தைகள் குழறின. அவளின் பேச்சைத் தவறென நினைத்தாலும் அவரால் சொல்ல முடியவில்லை. அவளை ஆழ்ந்து நோக்கினார். அவள் கிறக்கத்தின் பிடியில் இருப்பதாகப்பட்டது.

"ஏன் சார் வாத்தியாரா இருந்துகினு புரிஞ்சிக்க மாட்றீங்க?"

"புரியாம இல்ல"

"பின்ன?"

"பின்னாடி வரத யோசிக்கனுமில்லையா?"

"நீங்க பின்னாடி யோசிக்கிறீங்க. நான் முன்னாடி எம்மாத்திரம் திட்டம்போட்டு உங்கள இட்டுகினு வந்திருக்கேன். டுடோரியல்ல சேர்றதுக்கு மட்டுமா உங்க கூடவறேன்?"

அவருக்குப் புரிந்துவிட்டது, எல்லாம் ஒரு திட்டத்துடனேயே நடக்கிறதென. இருவருக்குமான தூரம் குறைந்துகொண்டு வந்தது. அவள் அருகில் வந்து அவரின் கை பிடித்து, தன் உதட்டருகே கொண்டு வந்து, ஆழ முத்தமிட்டாள். மெல்ல உஷ்ணம் பரவி சூடான மூச்சுக் காற்றுகள் குகைகளில் மோதிச் சிதறின. அடிக்கடி நிகழும் தகராறின் காரணமாக தடைபட்டுப்போன தாம்பத்திய சுகம் அவரை வாட்டி எடுத்தது. அனுபவித்தல்தானே சுகம். வெயில் மெல்ல ஊர்ந்து கொண்டிருந்தபோதே அவர்களிருவரும் தங்களது உடல்களை எல்லை கடந்த நிலையில் பரிமாறிக் கொண்டிருந்தனர். வேகவேகமான இயக்கங்களாலும் நெடிய மூச்சொலிகளாலும் அவளது சூன்யம் பிளவுபட்டது. இருவரும் கட்டுண்டு கிடந்தார்கள். சிறிதுநேர ஓய்விற்குப் பிறகு ஆடையை உடுத்திக்கொள்ளக் கீழே குனிந்தபோது பால்கார வீட்டுத் தொப்புளான் பாறை இடுக்கில் படுத்தபடி பார்த்துக் கொண்டிருப்பதை அவரிடம் கூறி முடிப்பதற்குள், பாறைச் சந்திலிருந்து அந்தப் பையன் ஓட்டமெடுத்தான். அவன், அவரிடம் பத்தாம் வகுப்பு படிப்பவன். சுமாராகப் படிப்பான்.

விடுமுறை நாட்களில் மாடுமேய்க்க மலைக்கு வருவது வழக்கம். "போயும் போயும் அவனிடமா மாட்டிக்கொள்வது?" என அவள் சொன்னாள். "திருட்டு ராஸ்கல் இருக்கட்டும் அவன பார்க்கவேண்டிய இடத்துல பாத்துக்கிறேன்?" என முனகியவர், "வெளியில் ஏதும் சொல்ல மாட்டான். சொன்னால் அடிவிழும் என்பது அவனுக்குத் தெரியும். அதால, நீ ஒன்னும் பயப்படாத," என அவளுக்குத் தெம்பூட்டினார். "நீங்க இருக்கறப்ப எனக்கு என்ன கவல சார்" எனக் கூறிக்கொண்டே ஆடையைச் சரிசெய்து கொண்டாள்.

குழந்தைகள் ஆழ்ந்த உறக்கத்தில் இருந்தனர். விளக்கு மங்கலாக எரிந்து கொண்டிருந்தது. சுவரில் இருந்த பல்லி ஓங்கிச் சப்தமிட்டபோதுதான் அவர் இயல்புநிலைக்குத் திரும்பினார். அவள் இன்னும் சாப்பாட்டை எடுத்து வைக்கவில்லை. ஊர் அடங்கி விட்டிருந்தது. அன்று அந்தப் பெண்ணைத் தான் பேட்டைக்கு அழைத்துச் சென்றபோது நடந்த சங்கதி தெரிந் திருந்தால் என்ன நடந்திருக்கும் என நினைத்தபோது அவருக்கு உடம்பு மெல்ல நடுங்கியது. கத்திரி வெயிலால் அறையில் அனல் காற்று வீச சேலைத் தலைப்பால் முகத்தை அடிக்கடி துடைத்தபடியிருந்தாள். தானே சாப்பிட்டுவிட்டு அவரும் உறங்கிப் போனார். அவளுக்கு உறக்கம் பிடிக்கவில்லை. மாட்டுக்கொட்டகையில் கண்ட காட்சியே மீண்டும் மீண்டும் கண்முன் வந்தது. தூங்கிக்கொண்டிருக்கும் தன் கணவனை உற்றுப் பார்த்தபடியே உறங்கியும் போனாள். இரண்டு, மூன்று நாட்கள் நீடித்தது அவர்களுக்கிடையில் இருந்த ஊடல். பின், மெல்ல பேசிக்கொள்ள ஆரம்பித்திருந்தார்கள். அன்றிலிருந்து, ஜானகியும் அங்கு வருவதை நிறுத்தி இருந்தாள். ஜானகிதான் வருவதில்லையே தவிர, அவரது செயல்பாடு முற்றாக நின்று விடவில்லை என்பதையும் இவள் உணர்ந்தே இருந்தாள்.

கத்தரி வெயிலின் தாக்கம் குறைந்து, கோடை மழை கூடிப்பெய்த ஓர் நாளில் அவளிடம் கேட்டார்:

"ஏன் ஒரு மாதிரி இருக்க?"

அவரின் கேள்வியைச் சட்டை செய்யாதவளாக, சாப்பிடுவ தற்கு தட்டை எடுத்து வைப்பதில் மும்முரமாக இருந்தாள். அனல்காற்று காரணமாக அறையில் மின்விசிறி மெதுவாகச் சுழன்றபடியிருந்தது. ஹேங்கரில் மாட்டப்பட்டிருந்த சட்டைகள் காற்றில் படபடத்தன.

"நா மாட்டுக்குனு கேட்டுக்குனு இருக்கறன். பேசாம இருந்தா என்ன அர்த்தம்?" எனக் கேட்டவரிடம், "எம்மொகத்த

பாக்க உங்களுக்கு அப்பிடியா இருக்குது?” எனத் திருப்பிக் கேட்டவள், தட்டை அவரின் அருகில் நகர்த்தி சாப்பாட்டைப் போட்டுவிட்டு, அருகில் அமர்ந்து கொண்டாள். சாதத்தைப் பிசைந்தவாறே, அரசல்புரசலாக ஊர் பேசுவது உண்மையாக இருந்துவிட்டால் தாம் எவ்வாறு நடந்துகொள்ள வேண்டும் என்ற சிந்தனையும் அவர் மனதில் மின்னி மறைந்தது. அவள் கண்களை உற்றுப் பார்த்தார். தவறு செய்பவர்களின் கண்கள் உண்மையைப் பேசுபவை என்பது அவரது எண்ணம். ஆனால், அவளது கண்கள் எதையும் வெளிக் காட்டாதவைகளாக, மிகவும் சாந்தமாக இருந்தன. குளத்தில் கல்லெறிந்தாகி விட்டது; எழும்பி வரும் அலைகளை உற்றுக் கவனித்தபடி இருந்தாலே போதுமென்ற மனநிலைக்கு வந்துவிட்டிருந்தார். “சாப்பிடுங்க” என அவள் கூறியதும், சாதத்தைப் பிசைந்து உண்ணத் துவங்கினார். தெருத்திண்ணையில் பக்கத்து வீட்டுக்காரர்கள் அமர்ந்து பேசிக்கொண்டிருந்தனர். “எங்க, பசங்கள காணம்?” என அவர் கேட்க, “தெருவுல வெளையாடிகினு இருக்கும்”, எனக் கூறிவிட்டு குத்தங்காலிட்டு உட்கார்ந்து கொண்டாள். அதற்குமேல் அவர் களுக்குப் பேச ஏதும் இல்லை. வார்த்தைகளை அளந்து பேசும் பக்குவத்தை ரொம்ப நாட்களுக்கு முன்பே இருவரும் அடைந்து விட்டிருந்தனர். சிறிது நேரத்திற்குப் பிறகு, முழங்கால் வரை மண்படிந்த நிலையில் உள்ளே வேகமாக நுழைந்தவர்களை, “போய் கை கால கழுவிவிட்டு வாங்கடா” என்றதற்கு, அவர்கள் சிணுங்கியவாறே தோட்டத்திற்குச் சென்று அரையும் குறையுமாக கை கால்களைக் கழுவிக்கொண்டு வந்தபோது, தனித்தனித் தட்டுகளில் சாப்பாடு தயார்நிலையில் இருந்தது. பாதி சாப்பாட்டில் அவர்கள் உறக்கத்தின் பிடியில் சிக்குண்டனர். அவள் அதட்டிப் பார்த்தாள். சாதம் மேலும் கீழும் சிந்தியதுதான் மிச்சம். அவர்களது கைகளைக் கழுவிவிட்டு, பாயை விரித்துப் படுக்க வைத்தபோது, அவரும் படுத்துவிட்டிருந்தார். சமையல்கட்டிற்குச் சென்று அனைத்து வேலைகளையும் முடித்து விட்டுத் திரும்பியவள், தனது பிள்ளைகளின் அருகில் வந்து படுத்துக்கொண்டவள், கண்களை மூடி, தூங்க எத்தனித்தாள்.

அநேக இரவுகளில், தூங்கிக் கொண்டிருக்கும் தன் மனைவி யின் முகத்தை அவ்வப்போது பார்த்தபடியிருக்கும் அவரால் நிச்சலனமாக இருக்கும் முகத்தில் எதையும் கண்டுபிடிக்க இயலாது. தனக்குத் துரோகமிழைக்கக் கூடியவளாக நிச்சயம் இருக்கமாட்டாள் என நினைத்துக் கொண்டவராக, புரண்டு படுப்பார். ஒருவேளை அவளின் வயதும் வனப்பும் துணை தேடினால் என்ன செய்வது என்ற ஐயமும் அவரது சிந்தனையில் தோன்றி மறைந்தபடியிருக்கும். தன்மீதுள்ள கோபத்தால்தான்

அவள் திட்டமிட்டு இவ்வாறெல்லாம் செய்கிறாளோ என்றும் யோசிக்கத் தோன்றியது. என்ன இருந்தாலும் தன் கணவனுக் கெதிராக ஒரு மனைவியால் அவளது அந்தரங்கத்தைப் பணயமாக வைக்கமுடியாதென அடிக்கடி தன்னை அவர் சமாதானம் செய்து கொள்ளத் தொடங்கியிருந்தார். தன்னைப்பற்றிய கேள்விகளுக்கு, பதிலோ மறுப்போ சொல்லாமல் மௌனமாக இருக்க அவளும் பழகியிருந்தாள். "மௌனம் சம்மதமா?" என ஒருமுறை அவர் கேட்டதற்கு, "ஆமாம்னு தலையாட்டினா என்ன பண்ணுவீங்க?" என்றாள். அதன்பின், அவளிடம் எதுவும் கேட்பதில்லை. தூங்கியெழுந்திருப்பது, பிள்ளைகளைப் பராமரிப்பது மூன்று வேளையும் சமைப்பது, உறங்குவதென அவளின் பொழுது சுருங்கி விட்டிருந்தது. வீட்டில் சூழ்ந்திருக்கும் வெறுமையைப் பகிர்ந்துகொண்டபடி அவரும் வாழப் பழகியிருந்தார். பிள்ளைகள் எதன்பொருட்டும் தங்களது இயல்பை இழக்கத் தயாராகயில்லை.

"வாத்தியார் வூட்டம்மா அந்த தொப்பளான வச்சிகினு கீதாமே" என அவர் காதுபடவே மக்கள் பேசிக்கொள்ள ஆரம்பித்திருந்தனர். அவரால் அதைப் பொருட்படுத்தாமலும் இருக்கமுடியவில்லை. "என் மனைவி அப்படிப்பட்டவள் அல்ல", என்று சொல்ல வேண்டுமெனவும் நினைத்தார். எங்கப்பன் குதிருக்குள் இல்லை என்றவிதமாகப் புரிந்துகொண்டால் என்னாவது என்று மௌனமாக இருந்தார். மெல்ல வெயிலின் தாக்கம் குறைந்துகொண்டு வந்தது. பகல் நேரங்களில் பேசிக் கொண்டிருக்க டீக்கடைகள் இப்போது உகந்ததாக இல்லை என உணரத் தொடங்கியவர், அடிக்கடி வீட்டிற்கு வரும் தொப்பளானை நுட்பமாக ஆராய்ந்தார். அவன் எப்போதும்போல அவரிடம் பேசிவிட்டுச் சென்றபடி இருந்தான். அவனை மிரட்டிக் கேட்கவும் முடியாத நிலை. அதிகமாக மிரட்டி, அதன் காரணமாக அவன் எல்லாவற்றையும் சொல்லி, மீண்டும் ஒரு ரணகளம் ஏற்படுவதையும் அவர் விரும்பவில்லை. ஆனாலும், அவனுக்கும் அவருக்கும் அடையாளப்படுத்த முடியாத வகையில் வன்மம் துளிர்விட்டபடியே இருந்தது.

கார்த்திகை மாதம் ஆத்திலியம்மன் கோயில் திருவிழா தொடங்கியபோது அவர்களிருவருக்குமிடையில் எவ்விதப் பேச்சுவார்த்தைகளும் இருக்கவில்லை. அவர்கள் வீட்டில் பொங்கலிட அனைவரும் செல்வதுதான் வழக்கம். ஆனால், இந்தமுறை பிள்ளைகளை மட்டும் அழைத்துக்கொண்டு பொங்கலிடச் சென்றது அவருக்கு ஏமாற்றமாக இருந்த அதே நேரம் ஆத்திரமாகவும் இருந்தது. அவளை அடித்து நொறுக்கினால் என்ன, என்று நினைத்தபடி விசுப்பலகையில்

அமர்ந்தார். திருவிழாவை முன்னிட்டு இரண்டு நாட்கள் நாடகம் நடத்துவதாக ஏற்பாடாகியிருந்தது. சனிமூலையில் மேகம் திரண்டு, மழைவரும்போல வானம் போக்குக் காட்டியது. மந்தைவெளியில் ஊரே கூடியிருக்க, பிள்ளைகளுடன் அவளும் வருவதை வாத்தியார் தூரத்தில் அமர்ந்தபடி பார்த்துக்கொண்டிருந்தார். வடக்கத்தி ஆட்டக்காரர்கள். கட்டியக்காரன் வந்து நாடகத்தின் பெயரைக் கூறிவிட்டு, மூன்றாந்தர நகைச்சுவைத் துணுக்குகளையும், விரசம் பீறிடும் அங்க அசைவுகளையும் நிகழ்த்திவிட்டுச் சென்றதும், பெண் வேஷம் வந்தது. அதைத் தொடர்ந்து சூரவேஷமென நகர்ந்துகொண்டிருந்தது நாடகம். பிள்ளைகள் ரசித்துக் கைதட்டியபடியே தூங்கிவிட்டிருந்தனர். தனக்கும் தூக்கம் வருவதை உணர்ந்தவள், அவர்களை எழுப்பி, உட்கார்ந்திருந்த சாக்கை உதறி மடித்துக் கொண்டு வீட்டிற்குப் புறப்பட்டதை அவர் பார்த்துக் கொண்டுதானிருந்தார். மேடைக்கு நாரதர் வந்ததும் ஆட்டம் களை கட்டியது. எங்கிருந்தோ சுக்குக் காபி விற்பவனின் குரல் சீரான கதியில் வந்துகொண்டிருக்க, கையை உயர்த்தி கடிகாரத்தைப் பார்த்தார். மணி ஒன்றாகி விட்டிருந்தது. தூக்கக் கலக்கத்தில் கண்கள் பிசுபிசுத்தன. வீட்டிற்கு சென்று விடலாம் என எண்ணி நடந்தவரை "இன்னா சார், அதுக்குள்ள கிளம்பிட்ட" என பின்னாலிருந்து வந்த குரல் நிறுத்தியது. அவர் திரும்பி "தூக்கம் வர்ற மாதிரி இருக்கு" எனக் கூறி நடக்கத் தொடங்கினார்.

கும்மிருட்டில் தெரு பாம்புபோல நீண்டு கிடந்தது. தெரு விளக்குகள் விட்டு விட்டு எரிந்து கொண்டிருந்தன. யாரும் தெருவில் படுத்துக் கொண்டிருக்கவில்லை. வீட்டை நெருங்குகையில், ஓங்கிக் குரைத்த சட்டாம்பிள்ளை வீட்டு நாய், அருகில் சென்றதும் வாலையாட்டியபடி குழைந்து நின்றது. தெருத்திண்ணை வெறுமையாகக் கிடந்தது. வாசற்கதவை அடைந்ததும், உள்ளே இருவர் பேசிக் கொண்டிருப்பது மிகத் துல்லியமாகக் கேட்டவுடன் அவருக்குச் சட்டெனத் தூக்கம் பிரிந்துவிட்டது. யார் குரலென அறிந்துகொள்ளும் பொருட்டு காதுகளை நன்றாகக் கதவருகே கொண்டு சென்றவர், உள்ளிருப்பது தொப்புளான்தான் எனச் சுலபத்தில் அறிந்துகொண்ட நொடியில், அவரது உடல் மெல்ல நடுங்க ஆரம்பித்தது. எங்கிருந்தோ இரு நாய்கள் ஊளையிட்டபடி ஓடிக்கொண்டிருந்தபோது அவர் கதவைத் தட்டினார். அலங்கோலமாக எழுந்துவந்து கதவைத் திறந்தவள் அப்படியே செய்வதறியாமல் திகைத்து நின்றாள். உள்ளே நுழைந்தவர், தோட்டக் கதவு திறந்திருப்பது கண்டு, அங்கு சென்று பார்த்தார். சந்துப் பக்கமாக இருட்டில் யாரோ ஓடுவதுபோல இருந்தது. அவளும் தோட்டக்கதவருகே வந்து

நின்றுகொண்டு, அவரைப் பார்த்தபடியிருந்தாள். அவரின் பதற்றத்தைக் கண்டுணர்ந்தவளாக, இனி என்ன நடக்கப் போகிறதோ என்ற பயத்தில் முகம் வெளிறிக் காணப்பட்டாள். தோட்டத்திலிருந்து மெல்ல அறைக்கு வந்தவர், தம் குழந்தைகளைப் பார்த்தார். அவர்கள் ஆழ்ந்த உறக்கத்தில் இருந்தனர். அறையைப் பார்வையால் துழாவியபடி கட்டிலுக்குச் சென்று படுத்துக் கொண்டார்.

அவர் தன்னை ஏதாவது கேட்கக் கூடுமென நினைத்துக் கொண்டிருந்தாள். ஆனால், அவளிடம் ஏதும் அவர் கேட்கவில்லை. தன் மனைவியுடன் அந்தப் பையன் இருந்த காட்சி மனதைவிட்டு நீங்காது அவரை அலைக்கழித்தபடி இருந்தது. கட்டிலில் ஒருக்களித்துப் படுத்தபடி அவளைப் பார்த்தார். அவளின் பார்வை கூர்மையான கத்தியைப்போன்று தன் நெஞ்சில் இறங்குவதாக உணர்ந்தவர் மீண்டும் விட்டத்தைப் பார்த்தபடி படுத்துக்கொண்டார். சிறிதுநேர இடைவெளிக்குப் பிறகு அவளும் பிள்ளைகளுடன் படுத்துக் கொண்டாள். அவளின் மெல்லிய குறட்டை ஒலி அறையில் நாராசமாய் எதிரொலித்தது. நாடகக் கொட்டகையில் யாரோ அடிக்குரலில், “வந்தானே ... எம ... ராஜன் ... வந்தானே” என இழுத்து இழுத்துப் பாடிக் கொண்டிருப்பது நன்றாகக் கேட்டது. நேரம் மெதுவாக நகர்ந்து கொண்டிருக்க, மங்கலான வெளிச்சத்தில் அறை அமானுஷ்யமாகக் காட்சியளித்தது. தன்னை வீழ்த்தவே திட்டமிட்டு அவள் இப்படிச் செய்திருக்கிறாள் என நினைத்தவர், மெல்ல புரண்டு படுத்தார். தான் தோற்கடிக்கப்பட்டு விட்டோம் என அவர் யோசித்துக் கொண்டிருக்கும்போது சுவரில் இருந்த பல்லி ஒரு முறை கத்தி விட்டு அடங்கியது.

விடிவதற்கு இன்னும் கொஞ்ச நேரமே இருந்தது. குப்பை மேட்டில் இருந்து சேவல் கூவும் சத்தத்தைக் கேட்டவளாக, அழுது வீங்கிய கண்களைத் துடைத்துக்கொண்டு, தன் குழந்தைகளைப் பார்த்தாள். அவர்கள் எந்தச் சுவடுமற்று ஆழ்ந்த உறக்கத்தில் இருந்தனர். இன்னும் அவரின் உடல் கயிற்றில் அப்படியும் இப்படியுமாக ஆடிக்கொண்டிருந்தது. அழுது ஓய்ந்த கண்களைத் துடைத்தபடி எழுந்து தெருவிற்கு வந்தாள். தனது கணவன் இறந்துவிட்ட செய்தியைச் சொல்வதற்கு, எதிர்வீட்டுக் கதவைத் தட்டத் தொடங்கினாள்.

பூனைகள் யானைகளான கதை

"எங்க சார், கொஞ்ச நாளா ஆள வெளியி லேயே காணோம்" எனும் குரல்கேட்டு, கையில் வைத்துக்கொண்டிருந்த தேநீர்க் கோப்பையுடன் திரும்பிப் பார்த்தேன். தேவசகாயம் நின்று கொண் டிருந்தார். கையில் ஒரு துணிப்பை. கடைத்தெருவிற்கு வந்திருப்பார் என நினைத்துக்கொண்டு அவரைப் பார்த்து மெல்லிய சிரிப்பை இதழ்களில் தவழவிட்ட படி மீண்டும் தேநீர் அருந்துவதில் ஈடுபட்டேன்.

"இன்னா சார், நாபாட்டுக்கினு கேட்டுக்குனு இருக்கிறன், பதிலே சொல்லாம டீ குடிக்கறீங்க?"

என்னால் சட்டென எந்தப் பதிலையும் சொல்ல முடியவில்லை. யோசித்து யோசித்தே பேசிப் பழக்கமாகிவிட்டது. சட்டென யாரிடமும் வாய் திறப்பது முடியாத காரியம்தான் என்றாலும், ஏதாவதொரு பதிலை எதிர்பார்த்துக்கொண் டிருப்பவர்களிடம் இருந்து சுலபத்தில் தப்பிப்பதும் கஷ்டமே. ஆகவே, நானும் பதிலுக்குப் பேசினேன்.

"கொஞ்சம் வேலை, அதான்",

"அந்தப் பிரச்சனைலாம் முடிஞ்சிட்டுதா சார்?"

"எந்த பிரச்சனை சகாயம்?"

சில நேரங்களில் நான் அவரைச் சுருக்கமாக சகாயம் என்றே அழைப்பது வழக்கம்.

“அதான் சார், அந்தப் பூனை மேட்டரு”

சகாயம் பூனை எனக் கூறியவுடன் எனக்குப் பதற்றம் அதிகரிக்கத் தொடங்கியது. கொஞ்ச நாட்களாகத்தான் அதுபற்றிய சிந்தனையின்றி இருக்கிறேன். மனஅழுத்தத்திலிருந்து விடுபட நான் நாடாத மருத்துவர்களே கிடையாது. அப்படியிருந்தும் பூனை சம்பந்தப்பட்ட எந்தவொன்றும் என்னை பீதியடையச் செய்துவிடுகிறது. என் மனைவி என்னிடம், வீட்டில் தொந்தரவு செய்யும் எலிகளைப்பற்றிக் கூட எதுவும் சொல்வது கிடையாது. எங்கு எலி என்று சொல்லப்போய், அது பூனையையும் நினைவூட்டி விடுமோ என்ற எச்சரிக்கை உணர்வுதான். எப்படித்தான் ஜாக்கிரதையாக இருந்தாலும் சமயத்தில் இதுமாதிரி ஏதாவது எக்குத்தப்பாக நடந்துவிடுவதுமுண்டு. அதற்காகத்தான் எப்போதும் என் சட்டைப்பையில் சில ஹோமியோ மருந்துகளை வைத்துக்கொண்டபடி இருக்கிறேன். அந்நேரப் பதற்றத்திலிருந்து விடுபட, சில உருண்டைகளை எடுத்து வாயில் போட்டுக் கொண்டேன்.

“இன்னா சார், ஒரு மாதிரியாக ஆயிட்டீங்க, இப்ப எந்தப் பிரச்சினையும் இல்லாம ஃபிரியாதான இருக்கீங்க?”

‘ஆமாம்’ என்பதுபோல தலையசைத்து, வேகவேகமாகத் தேனீரை காலிசெய்துவிட்டு, வீட்டிற்குத் திரும்பினேன். மனம் பூனையைப் பிடித்தபடி உழன்று கொண்டிருந்தது. பதற்றம் கொஞ் சம்கொஞ்சமாக அதிகரிப்பதை உணரமுடிந்தபோது, சாலையைக் குறுக்காக கடந்து ஒரு நாய் ஓடி மறைந்தது. பூனை தானோ என்ற ஐயத்தில் அதை உற்றுப் பார்த்தேன். சூரியன் மெல்ல மறையத் தொடங்கியிருந்தது. என்ன செய்தும் என்னால் சிந்தனையைத் திசைதிருப்ப முடியவில்லை. பார்வை மங்கிக்கொண்டு வருவதை உணரும்போதே, மூளையில் ஒரு தெறிப்பு. நான் மெல்லக் கீழே சரிவதை மட்டும்தான் உணரமுடிந்தது.

அன்று மதியம், சுமார் பதினோரு மணி இருக்கும். வீட்டில் அமர்ந்து தொலைக்காட்சியைப் பார்த்துக் கொண்டிருந்தேன். என் மனைவி பாத்திரங்களைக் கழுவிக் கொண்டிருந்தாள். அவள் எப்போதும் பாத்திரமும் கையுமாகவே இருப்பாள். நீங்கள் எப்போதாவது வீட்டிற்கு வந்தால்கூட அவளைக் கவனிக்கலாம். நான் அடிக்கடி அவளைக் கிண்டலடிப்பேன்.

“உங்க அப்பா என்ன, ஒன்ன பாத்தரம் கழுவுறதுக்காகவே பெத்துப் போட்டாரா?”

எப்போதும் அவளிடமிருந்து சிரித்தபடியே ஒரே பதில்தான் வரும்.

"இதுல ஒன்னும் கொறச்சல் இல்ல, பத்து கித்து இல்லாம உங்களால ஒரு பாத்திரத்தையாவது கழுவ முடியுதா?"

"அம்மா தாயி, ஆள வுடு" என்றபடி நான்தான் எப்போதும் விட்டுக்கொடுப்பேன்.

அன்றும் அப்படித்தான் நடந்தது. அதன்பின், அவள் எனக்குக் கொஞ்சம் பாலைச் சூடுபண்ணி எடுத்துக்கொண்டு வரவும், தெரு இரும்புக் கதவு திறக்கவும் சரியாக இருந்தது. அவர்கள் நேராக உள்ளே வந்தனர்; நான்கு பேர். வாட்டசாட்டமாக இருந்தனர். என் பெயரைச் சொல்லி, அவர் வீடுதானா எனக்கேட்டு உறுதி செய்துகொண்டபின், வீட்டைச் சுற்றும் முற்றும் பார்த்தனர். மின்விசிறி சுழன்றபடியிருந்தது. ஆனாலும், வியர்வை ஆறாகப் பெருக்கெடுப்பதை ஒன்றும் செய்ய இயலாதவனாக, அவர்களைப் பார்த்துக் கேட்டேன்.

"நீங்கள்லாம் யாரு?"

என் கேள்வியில் எந்த வன்மமும் இல்லையென்பது நிச்சயம் எனக்குத் தெரியும். அப்படியிருந்தும், கூட்டத்திலிருந்த ஒருவன் கேட்டான்.

"அடங் கோத்தா, எங்களைத் தெரியலையா?"

அவர்களின் இந்த எதிர்கேள்வியால், அடுத்துப் பேச எனக்கு நா எழவில்லை. என் மனைவி பயத்தால் அப்படியே அசைவற்று நின்றுகொண்டிருந்தாள். எனக்கு எப்படித் தொடர்ந்து பேசுவதெனத் தெரியவில்லை. இருந்தும், அவர்களிடம் மிகவும் மெதுவான குரலில் சொன்னேன்.

"உங்கள யார்னு எனக்குத் தெரியல, முன்னபின்ன பாத்த மாதிரியும் ஞாபகமில்லை"

அந்த நால்வரில் மிகவும் குள்ளமாக, கழுத்தில் தங்கச்சங்கிலி அணிந்திருந்தவன் பேசினான்.

"தோ பாரு, பெரிய பருப்பு மாதிரி பேசாத, எத்தன தடவ எங்க ஆளுங்க உங்க வீட்டுக்கு வந்து சொல்றது, நீ என்ன பெரிய புடுங்கியா, தேவிடியா மவனே"

இதுபோன்ற வார்த்தைகளை எப்போதுமே நான் கேட்டது இல்லை. அவர்களுக்கு மத்தியில் எதுவும் செய்ய இயலாதவனாக

நின்றுகொண்டிருந்தேன். என் மனைவியின் கண்களில் இருந்து நீர் தாரை தாரையாக வழிந்தபடியிருந்தது. அவளைத் தேற்றும் தைரியமும் எனக்கு இல்லை. ஒரு அடி நகர்ந்தால் கூட எது வேண்டுமானாலும் நடக்கக்கூடும் எனத் தோன்றியது. அந்த அளவிற்கு உள்ளூர என்னைப் பயம் கவ்விக் கொண்டிருந்தபோது அவர்களில் ஒருவன் பேசினான்.

“உங்கிட்ட எத்தன தடவ சொல்றது, பூனையை நாம வளக்கக் கூடாதுன்னு தலைவரு உன் வூட்டான்ட வந்து சொன்னாதான் கேப்பியா?”

நான் வெகுளியாகக் கேட்டேன்.

“ஏன், பூனைய வளர்த்தா என்ன தப்பு?”

“தோ பாத்தியா, நீ ஏதோ படிச்சவனாச்சே, சொன்னா புரிஞ்சுக்குவனு நெனைச்சா, நீ செரிப்பட்டு வரமாட்டே,”

“பூனை சாதாரண வீட்டு விலங்குதானே, அதை ஏன் வளக்கக் கூடாதுன்னு சொல்றீங்க?”

“அடங்கோத்தா”, என அவன் உதட்டைக் கடித்துக் கையை ஓங்கினான். எப்படியும் அடித்து விடுவான் என நினைத்துக் கொண்டிருந்தேன். என்ன நினைத்தானோ, தெரியவில்லை. கையைக் கீழே இறக்கியபடியே மீண்டும் சப்தத்துடன் பேசினான்.

“நீ தமிழனுக்குப் பொறந்தியா இல்ல...” என்று அவன் வாக்கியத்தை இழுத்தான். எனக்குக் கோபத்தால் கண்கள் சிவந்தன. நீங்களே சொல்லுங்கள் பிறப்பைக் கேள்விக்குள்ளாக்கும்போது யாருக்குத்தான் கோபம் வராது? ஆனால், அவர்களுக்கெதிராக எதுவும் செய்து விட முடியும் என்று எனக்குத் தோன்றவில்லை. நான் அவர்களிடத்தில் மீண்டும் கேட்டேன்.

“தம்பி, இது ஜனநாயக நாடுதானே?”

“அதுக்கு இப்ப என்ன?” என்று திமிராக ஒருவன் கேட்டான். அப்போது எதிர்வீட்டுக்காரர் கதவைத் திறந்து கொண்டு வெளியில் வந்து எட்டிப் பார்த்தார். பக்கத்து வீட்டில் தறி நெய்யும் சப்தம் கேட்டது. தொலைக்காட்சியும் அதன் போக்கில் இயங்கிக் கொண்டிருந்தது.

“ஒரு ஜனநாயக நாட்டுல, பூனையை வளக்க ஒருத்தனுக்கு உரிமையில்லையா?”

“அந்த மசுரெல்லாம் உங்கிட்ட கேக்கல, பூனை வெளி நாட்டுக்காரன் வளக்கறது. நீ ஏதாவது ஆடு, மாடு வளக்கறதுதான,

தலைவர்தான் சொல்லிட்டாரே – நம்ம கலாச்சாரத்தைப் பிரதிபலிக்கக்கூடிய எதையும் வளக்கலாம்னு.”

“எத வளக்கனும்னு எனக்குத் தெரியாதா?”

“நீ திருந்த மாட்ட, நம்ப கலாச்சாரத்தப் பத்தி உனக்கெங்க அக்கறை இருக்கு, தமிழ்ல கதை எழுதிட்டாலே போதுமா, நம் கலாச்சாரப்படி நடக்கவேண்டாமா?”

“நா எந்த விதத்துல நம்ப கலாச்சாரத்த சிதைச்சிட்டேன்னு நீங்க நினைக்கிறீங்க?”

“அட, ‘பாடு’, ஊர்ல உன்ன எழுத்தாளர்னு வேற சொல்றாங்க, நீ என்னடான்னா மரமண்டையாயிருக்க, உனக்கு எல்லாத்தையும் விளக்கமாச் சொல்லனும்.”

எனக்கு ஆச்சரியமாக இருந்தது. இவ்வளவு கோர்வையா பேச அவன் எங்கு கற்றிருப்பான்? அவனைப் பார்த்தால் அதிகம் படித்தவனாகவும் தெரியவில்லை. ஆனால் எந்தத் தடங்கலுமின்றி அவனால் பேச முடிகிறது. நான்தான் பேச வார்த்தைகளைத் தேடிக்கொண்டிருந்தேன். “தன்னுடைய கதைகளில் இவர் வார்த்தைகளில் ஏகபோகமாகச் சவாரி செய்கிறார்”, எனும் என் கதைகள் குறித்து வெளியான ஒரு விமர்சனக் கருத்துவேறு தேவையில்லாமல் மனதில் மின்னி மறைந்தது. ‘நானா வார்த்தை சவாரி செய்பவன்’ எனும் கேள்வி எனக்குள்ளேயே தோன்றி என்னைக் கூச்சமடையச் செய்தபடியிருந்தது. அப்போது அவர்களில் வாட்டசாட்டமாக இருந்தவன் என்னைப் பார்த்துக் கேட்டான்.

“ஏற்கனவே பூனை வளக்கக்கூடாதுன்னு சொன்னமில்லையா?”

“ஆமா”

“அத கேக்காம, நீ பூனைக்கு பேர்வச்சி, கொஞ்சி கூத்தடிக்கிறியாமே”

நான் பெயர் வைத்து கொஞ்சி விளையாடுவது கூட இவர்களுக்கு எப்படித் தெரிந்தது எனும் கேள்வி என்னைப் பிடுங்கித் தின்றது. அவர்கள் ஒரு நபரை எந்தளவிற்குக் கண்காணிக்கிறார்கள் என்பதை நினைக்கும்போது ஆச்சரியமாகவும் இருக்கிற அதேநேரம், நான் எவ்வளவு வெள்ளந்தியாக இருக்கிறேன் என்பதையும் உணர முடிந்தது. அப்போது மீண்டும் அவனே கேட்டான்.

“அந்தப் பூனைக்கு என்ன பேர் வச்சிருக்கே”

“அஸ்வத்தாமா”

“பூனைய வளக்கறதே தப்பு. அதுல வடமொழி பேரு வேற. ஏன் சுத்தத் தமிழ் பேரு எதுவும் கெடைக்கலியா?”

“சுத்தத் தமிழ்ப் பேருன்னா ...”

“இந்தக் கிண்டல் மசுறுதான வாணாங்கிறது; தமிழ்ல கதை எழுதற; போதாததுக்கு, பள்ளிகூடத்துல பசங்களுக்கு வேற தமிழ் சொல்லித் தர”

“அதுக்கும், இதுக்கும் ஏதாச்சும் சம்பந்தம் இருக்கா” என நான் கேட்டவுடன், ஒருவன் மிகவும் மோசமான வார்த்தையை என்னைப் பார்த்து உச்சரித்தான். நான் வேறு எந்த சந்தர்ப்பத்திலும் அதுபோன்ற வார்த்தையைக் கேட்டதில்லை.

அவனைத் தொடர்ந்து அவர்களில் குள்ளமாக இருந்தவன் பேசினான்.

“தோ பாரு, நீ ஒருத்தன் மட்டுமில்லை. தமிழ்நாட்டுல உன்ன மாதிரி பலபேரு இருக்கான். உங்களாலதான் நம்ம கலாச்சாரமே சிக்கிச் சீரழிஞ்சி கெடக்கு; அத சரிபண்ணுயான்னா, அத விட்டுட்டு வியாக்கியானம் பேசிகினு இருக்கிற.”

ஒரு நபரை எவ்வாறு கட்டுப்படுத்துவது என்பதை அவர்கள் எங்கிருந்து கற்றார்கள் என்பதைப் புரிந்து கொள்ள முடியவில்லை. அரை மணிநேரம் என்னை அசைவற்று இருக்கச் செய்ததுகூட அவர்களின் மிக நேர்த்தியான திட்டமிடல்தான். கொஞ்சம் அசைவு ஏற்பட்டால்கூட எதிராளி எங்கே துளிர்த்துக்கொண்டு விடுவானோ எனும்விதமாக இருந்தது அவர்களின் செயல்பாடு. அந்தளவிற்கு அவர்களால் நெருக்கடியைத் தரமுடிந்தது. மீண்டும் அந்த வாட்டசாட்டமான ஆளே பேசினான். இந்தச் சிறு கூட்டத்துக்கு அவன்தான் தலைவர்போல.

“உங்கிட்ட பேசிகினு இருக்கிறது இதுதான் கடைசி தடவ. அடுத்த முறை நீ அந்தப் பூனையை வீட்ல வச்சிகினு கூத்தடிக் கிறேனு தெரிஞ்சது, கண்டிப்பா என்ன நடக்கும்னு தெரியாது?”

அவர்களின் ஆக்ரோஷமான பேச்சு என்னுள் கலவரத்தை ஏற்படுத்தியது. நான் உள்ஒடுங்கிக் காணப்பட்டேன். ‘சிறு சருகுகூட காற்றில் அதன் சலசலப்பைத் தெரிவிக்கும்போது, நம்மால் ஏதும் செய்யமுடியாதபடிக்கு எது நம்மைத் தடுக்கிறது’, என்னும் சிந்தனை என்னைத் துளைத்தெடுத்தது. அவர்கள் போர் முடிந்த களிப்புடன் வாசல் நோக்கிச் சென்றனர். அடுத்தவர்களை

மிரட்டும்படியும் அவர்களுக்கு நடக்கத் தெரிந்திருந்தது. நான் மெதுவாக மூச்சை உள்ளிழுத்துவிட்டேன். என் மனைவி இன்னும் இயல்பு நிலைக்குத் திரும்பியிருக்கவில்லை. நான் தெருப் பக்கம் வந்து பார்த்தேன். அவர்கள் சென்று விட்டிருந்தனர். தெருவில் அக்கம்பக்கத்து வீட்டினர் வாசல்களில் நின்று கொண்டிருந்ததைக் காண முடிந்தது. வெயிலின் தாக்கம் குறைந்து காணப்பட்டது.

அன்று இரவு சாப்பிட அமர்ந்தபோது வேறொரு பிரச்சனை கிளம்பியது. படபடப்புடன் காணப்பட்ட என் மனைவி என்னிடம் பேசினாள்.

"ஏங்க, இந்த மாசமாவது டாக்டர்கிட்ட போலாங்க"

அவள் ஏன் அவ்வாறு கூறுகிறாள் என என்னால் புரிந்து கொள்ள முடியவில்லை. நான் திருப்பிக் கேட்டேன்.

"எனக்கு இப்ப என்ன ஆச்சு?"

"இல்ல, உங்ககிட்ட கொஞ்ச நாளா ஒரு வித்தியாசம் தென்படுது."

"என்ன?"

"உங்க நடை, உடை, பாவனையை என்னால விளங்கிக்க முடியல"

"அதுக்கென்ன இப்ப?"

"இப்ப பேசறத, மதியம் வந்தவங்க கிட்ட பேச வேண்டியது தானே"

அவளின் இந்தப் பேச்சு என்னை இருகூறாகக் கிழித்துப் போட்டது. என்னை இவள் என்னவாக உள்வாங்கியிருக்கிறாள் என்பதை நினைக்கும்போது எனக்கு அவமானமாக இருந்தது. அடுத்து அவளுடன் என்னால் இயல்பாகப் பேச முடியவில்லை. நான் கொஞ்ச நேரம் அமைதியாக இருந்தேன். மீண்டும் அவளே பேசினாள்.

"கதை எழுதுங்க வேண்டாங்கில, அதுக்காக, உங்க கதையில வர கதாபாத்திரத்தோட பேசறது, சிரிக்கிறதுலாம் தேவையா?"

"அது எந்த விதத்துல உனக்குத் தொந்தரவா இருக்கு?"

"எனக்கில்ல, ஆனா, பக்கத்து வீட்டுக்காரனுக்கு இருக்காதா?"

"சுத்தி வளைச்சி நீ என்ன சொல்ல வர?"

“நீங்க உங்க கதையில வர பூனைங்ககூட தான் பேசறீங்க, அதுங்களுக்கு பேரு வச்சி கூப்பிடுறீங்கன்றது எனக்கு மட்டும்தான் தெரியும். ஊருக்குத் தெரியுமா?”

“நா பூனைகூட பேசறதால மத்தவங்களுக்கு என்ன பிரச்சினை?”

“தமிழ்நாட்ல பூனையே வளக்கக்கூடாதுன்னு போராட்டம் நடக்கறது உங்களுக்குத் தெரியாதா?”

“அரசாங்கம் சொல்லுதா?”

“இப்படிக் கேட்டா நா என்ன பன்றது. பூனை வளக்கறது மேல் நாட்டு சங்கதி. அது நம்ப கலாச்சாரம் கெடையாது. ஆடு வளக்கலாம், மாடு வளக்கலாம், ஏன், கோழிகூட வளர்த்துட்டு போலாம்னுதான அவங்க சொல்றாங்க.”

“அவங்களே தேவலாம்”

“..................”

அங்கு நிலவிய மௌனம் காரணமாக இருவர் விடும்,. மூச்சுக் காற்றுகளைக் கூட உணரமுடிந்தது. ஆறிவிட்ட சாதத்திற்கு மேலாக ஈக்கள் பறந்தபடியிருந்தன. மீண்டும் அவள் பேசினாள்.

“என்ன கோபமா?”

“உம்மேல எனக்கென்ன கோபம்?”

“பின்ன ஏன் ஒரு மாதிரியா இருக்கீங்க.”

“பஷீர் எழுதாத பூனைகளையா நான் எழுதிட்டேன்.”

“அது மலையாளத்துல.”

“பூனையைப் பத்தி கதை எழுதறதுக்கு மலையாளம், தமிழ்நாடுன்னு வித்தியாசம் இருக்கா.”

“அங்கல்லாம் இந்த மாதிரி பிரச்சனை கெடையாது.”

“எந்த மாதிரிப் பிரச்சனை.”

“திரும்பத் திரும்ப உங்ககிட்ட சொல்லனும்; இங்கதான் எதுக்கெடுத்தாலும் இனம், மொழி, கலாச்சாரம்னு பிரச்சனை கிளம்புதே”

“அதுக்கு நா என்ன பண்ண முடியும்?”

“நீங்க எதுவும் செய்ய வேண்டாம். இது மாதிரி சென்சேஷன லான விஷயத்தை ஜாக்ரதையா எழுதுங்க.”

“எப்படி ?”

“பூனையால ஊரே பத்திகினு கிடக்கு; இந்த நேரத்துல நீங்க பூனையைப் பத்தி எழுதனுமா ?”

“நா எழுதுறத எவன் படிக்கறான் ?”

“நீங்க எழுதறதால பிரச்சனை இல்ல, பூனையப் பத்தி எழுதறீங்கில்ல அதான் பிரச்சினை.”

“என் கதைய எப்படி எழுதறதுன்னு எனக்குத் தெரியாதா ?”

“உங்களுக்குத் தெரியும்தான். ஆனா...”

“என்ன சொல்ல வர நீ?”

“உங்க கதையில வர கற்பனையான பாத்திரத்தோட நீங்க அப்பப்ப பேசறது எனக்கே பயமா இருக்குது ?”

“நா அப்படி யாருகூட பேசிட்டேன் ?”

“இப்ப எழுதிகினு இருக்கற கதையில வர ஒரு பூனையோட ராத்திரி பகலா பேசிட்டு இருக்கீங்க; இது தேவையா ?”

“நா எப்ப பேசறேன் ?”

“அது உங்களுக்குத் தெரிஞ்சாதான் பிரச்சினையே இல்லையே. அதப் போக்கத்தான் இப்ப வைத்தியம் பாத்துகினு இருக்கறம்.”

“அதால என்ன பிரச்சனை ?”

“வைத்தியம் பாக்கறதால ஒன்னுமில்லை; ஆரம்பத்துல ஒரு பூனையோட பேசனீங்க. அப்புறம், அதுக்கு அஸ்வத்தாமான்னு பேர் வைச்சுக் கூப்பிடுறீங்க. அப்புறம், பால் ஊத்தி, ‘மியாவ் மியாவ்’ன்னு ராத்திரி முழுக்கக் கூப்பிடுறீங்க . . . பக்கத்து வீட்டுக்காரன் சும்மா இருப்பானா ?”

“பக்கத்தூட்டுக் காரனுக்கும், என் கதைக்கும் என்ன சம்பந்தம் ?”

“உங்க கதைக்கும், அவனுக்கும் சம்பந்தமில்ல. உங்க பூனைக்கும், அவனுக்கும்தான் சம்பந்தம்”

“என் பூனைக்கும், அவனுக்கும் அப்படி என்ன சம்பந்தம் இருந்திடப்போவுது”

“ஏன்தான் இப்படி விளங்காம இருக்கீங்களோ?”

“எனக்கு எது விளங்கலனு உனக்குத் தெரியுமா?”

“பின்ன என்னங்க; பூனைய வளர்த்ததால் தோப்பூட்டுக்காரர் வீட்டையே கொளுத்தி சூறையாடிட்டாங்க”

“அப்படியா? ஆமா எனக்கு ஒன்னு விளங்கல. ஏன் இவங்களுக்கு பூனையைப் புடிக்கல?”

“அது நம்ம கலாச்சாரத்தோட விலங்கு இல்லையாம், ‘மேல் நாட்டுக்காரனுதாம்”

“நம்ப கலாச்சாரம் பத்திப் பேச அவங்களுக்கு யாரு ரைட்ஸ் கொடுத்தா?”

“இத நீங்க மதியம் வந்தவங்ககிட்ட கேட்ருக்கணும்”

“எனக்கு அப்ப தோணலையே”

“ஏந்தான் இப்படி தொணதொணனு பேசுறீங்களோ”, என என் மனைவி அலுத்தபடியே தோட்டத்துப் பக்கம் சென்றாள். நான் சாப்பிட்டுவிட்டு அறையில் சென்று படுத்துக் கொண்டேன்.

ஒரு வாரம் கழிந்திருக்கும். மீண்டும் அந்தக் கும்பல் வந்தது. என் வீட்டைச் சல்லடைபோட்டுத் துழாவியது. அவர்கள் என்னைப் பொருட்படுத்துவதாகவே தெரியவில்லை. என் புத்தக அலமாரியை ஒருவன் கீழே தள்ளினான். இன்னொருவன் தொலைக்காட்சிப் பெட்டியை அடித்து நொறுக்கினான். கொஞ்ச நேரத்தில் என் வீடு உருமாறியிருந்தது. என் மனைவி கேவிக்கேவி அழுதாள். நான் என்ன சொன்னாலும் அவர்கள் கேட்கும் நிலையில் இல்லை என்பதை உணர முடிந்தது. இருவர் அங்குமிங்கும் நடந்தபடியிருந்தனர். அப்போது என் பக்கத்து வீட்டுக்காரரை ஒருவன் அழைத்து வந்து என் அறையைக் காட்டி, கேட்டான்.

“இந்த ரூம்ல இருந்தா பூனை சத்தம் கேக்குது?”

“ஆமாங்க; செல நாட்கள் தோட்டத்துப் பக்கத்திலிருந்து கூட கேக்குது.”

“சரி, நீ போ” என்று அவரை அனுப்பிவிட்டு என்னை ஒரு மாதிரிப் பார்த்தார்கள். நான் எவ்வளவோ சொல்லிப் பார்த்தேன்., “அது என் கதையில வர ஒரு கற்பனையான பூனை,” என்று. அவர்கள் என் பேச்சைப் பொருட்படுத்தாதவர்களாக

இருந்தனர். அவர்களுக்கு எப்படிப் புரியவைப்பதென்றும் தெரியவில்லை. நான் மீண்டும், மீண்டும் சொல்லிப் பார்த்தேன்.

"அவை கற்பனையான பூனைகள்,"

ஒருவரும் செவி சாய்க்கவில்லை, மீண்டும் மெல்லிய குரலில் அவர்களிடம் சொன்னேன்.

"அது ஒரு கற்பனையான பூனைங்க"

நான் சொல்லி முடிக்கும் முன் ஒருவன் சரேலென என் கன்னத்தில் அறைந்தபடி சொன்னான்.

"கற்பனை, நெஜம்னு எந்த ரூபத்திலும் பூனை இங்க இருக்கக் கூடாது; ஏன், பூனையென்ற எந்த வார்த்தையும் இங்கிருந்து வரக் கூடாது."

கன்னத்தில் விழுந்த அடியால் மயங்கி மெல்லச் சரிந்தேன்.

பூனைகுறித்த பயங்கள் மெல்ல விலகிக் கொண்டிருக்கும்போது, இந்த சகாயம் வந்து சங்கடப்படுத்திவிட்டாரே' என்று எண்ணிக் கொண்டேன். "போனமா டீ குடிச்சமானு வரவேண்டியதுதானே" என என் மனைவி முனகினாள். மயங்கி ரோட்டில் விழுந்தபின் நடந்த எதுவும் எனக்குத் தெரியாது. நான் மருத்துவமனையில் அனுமதிக்கப்பட்டு, இரண்டு நாட்களுக்குப் பிறகுதான் வீடு திரும்பியிருந்தேன். என் உடல்நிலையை விசாரிக்க என் உறவினர்கள் வரத் தொடங்கியிருந்தனர்; அவர்களில் என் அண்ணன் மகனும் இருந்தான். சென்னையில் ஒரு பெரிய கணிப்பொறி மென்பொருள் நிறுவனத்தில் அவனுக்கு வேலை. என் அருகில் வந்து அமர்ந்தவன் என்னிடம் கேட்டான்.

"உடம்பு எப்படி இருக்கு?"

நான் நன்றாக இருப்பதாகத் தலையாட்டினேன்.

"எந்த பிரச்சினையிலும் சிக்கிக்காம கொஞ்ச நாளுக்கு ரெஸ்ட் எடுங்க சித்தப்பா."

இதற்குப் பதில்சொல்லத் தோன்றவில்லை. நான் மௌன மாகவே இருந்தேன். மீண்டும் அவனே பேசினான்.

"இப்ப எதனாச்சும் எழுதறீங்களா"

'இல்லை' எனும் விதமாகத் தலையாட்டினேன். தன் பையிலிருந்து இரண்டு 'சிடி'க்களை எடுத்தபடி அவன் என்னிடம் கூறினான்.

“சித்தப்பா இது ரெண்டும் எழுத்தாளர்களுக்காகவே உருவாக்கப்பட்டிருக்கும் மென்பொருள். இதன்பெயர் ‘தமிழ் மொழி சீராக்கி’. இதைக்கொண்டு இன்னும் நீங்க சிறப்பா எழுத முடியும்”

“அந்தளவுக்கு ஸ்பெஷலானதா?”

“ஆமாம் சித்தப்பா. இப்ப சினிமாவுல புகைபிடிக்கக் கூடாதுங்கறாங்க இல்லையா. அந்த மிரட்டல் நாளைக்கே எழுத்துக்கும்கூட வந்துடலாம். அப்படி ஒரு சட்டம் வந்தாலும் கூடப் பயப்படத் தேவையில்லை. எந்த சிக்கலும் இல்லாமல் உங்களைக் காப்பாற்றிக்கொள்ள இந்த மென்பொருள் கைகொடுக்கும். நீங்க ஏற்கனவே எழுதின கதை, எழுதிக்கொண்டிருக்கிற கதைகள்ல வர புகைப்பிடித்தல் சம்பவத்தை தானாகவே மாற்றிக்கொள்ளும். உதாரணத்துக்கு, ‘குமார் ஒரு ஓரமாக நின்றுகொண்டு புகை பிடித்துக்கொண்டிருந்தான்’, என்று நீங்கள் கம்ப்யூட்டரில் டைப் செய்தால் கூட அது ‘குமார் ஒரு ஓரமாக நின்றுகொண்டு புல்லாங்குழலை ஊதப் பயிற்சி எடுத்துக்கொண்டிருந்தான்’ என மாற்றி அடித்துக்கொள்ளும். உங்களுக்கே கவனம் இல்லாமல் ‘புகை’ என்று அடித்தால் கூட தானாகவே அதை மாற்றிக்கொள்ளும். நீங்க கவலைப்பட வேண்டியதில்லை. அதுவும், நீங்கள் எழுதிக்கொண்டிருக்கும் கதைக்கு ஏற்ற மாதிரியே வார்த்தைகளைத் தேர்ந்தெடுத்துக் கொள்ளும்.”

“ரொம்ப ஆச்சரியமா இருக்கேடா.”

“ஆமாம் சித்தப்பா. அதுமட்டுமல்ல. இப்ப அதிகமா பாலியல் சம்பந்தப்பட்ட காட்சிகளே வரக்கூடாதுன்னு கலாச்சார இயக்கங்கள் போராட்டங்களை நடத்திக் கொண்டிருக்கின்றன. அவர்களிடமிருந்து தப்பித்துக் கொள்ள, ‘புணர்ச்சி, கலவி, காமம், யோனி, முலைகள் போன்ற வார்த்தைகளை மறுக்கவும்’ எனக் கட்டளையிட்டு, ‘அதை எல்லாப் பிரதியிலும் செயல்படுத்தவும்’ என்று சொல்லிவிட்டால் போதும் அதுவே தேவைக்குப் போக மீதியை வெட்டி நீக்கி விடும்.”

“சபாஷ் சபாஷ். வேறெதாவது சிறப்பு இருக்கா?”

“ம். ஆங்கிலச் சொற்கள், வடமொழி எழுத்துக்களை பயன் படுத்தக் கூடாதெனவும் இப்போ நிறையப்பேர் சொல்றாங்க இல்லயா? அதகூட இதப் பயன்படுத்தி சரிப்படுத்திடலாம்.”

“இப்ப சரி பண்ணிடலாம். நாளைக்கு எதையாவது அவங்க எதிர்த்தா என்ன பண்றது?”

"எதை எதையெல்லாம் கூடாதுன்னு எதிர்க்கறாங்களோ அவைகளை நீங்கள் உடனுக்குடன் 'அப்டேட்' செய்துகொள்ளும் வசதியும் இருக்கு. உதாரணத்துக்கு, கலாச்சாரவாதிகள் 'எழுத்தில் அதிக வன்முறை கூடாதெ'ன சொல்கிறார்களென வைத்துக் கொள்ளுங்கள். நீங்கள் இரத்தம், கொலை, வெட்டுக்குத்து இதுமாதிரியான நிகழ்ச்சிகள் வராமல் பார்த்துக்கொள்ளச் சொன்னால் அதுவே பார்த்துக் கொள்ளும்."

"அட இவ்ளோ வசதியிருக்கா இதுல!"

"ஆமாம்."

அவன் கூறியதும் என் கதையில் வர பூனையின் ஞாபகம் வந்தது. நான் ஆச்சரியத்துடன் அவனிடம் கேட்டேன்.

"தம்பி, இத பயன்படுத்தி கதையில வர பூனைகளை எல்லாம் மாத்திட முடியுமா?"

"ரொம்ப ரொம்பச் சிம்பிள்" என்று கூறினான்.

பின், என் கணிப்பொறியை இயக்கினான். விசைப்பலகையில் அவனது விரல்கள் மேய்ந்தன. கொஞ்ச நேரத்தில் என் ஒட்டு மொத்தப் படைப்புகளிலும் இருந்த பூனைகள் எல்லாம் மறைந்து யானைகளாக மாறிவிட்டிருந்ததைக் கண்ட எனக்கு ஆச்சரியமாக இருந்தது.

நாளை அவர்கள் யானைகளைக் கூடாதென்று சொன்னாலும் அதுபற்றி நான் கிஞ்சித்தும் கவலைப்பட வேண்டியிருக்காது. சட்டென என்னால் யானைகளை பானைகளாகக் கூட மாற்றிவிட முடியும்.

வாழ்க ஜனநாயகம்.

இருவழிப் பாதை

பஸ்ஸை விட்டு அவர்கள் இறங்கியதுமே அவன் கேட்ட முதல் கேள்வி “கண்டாச்சிபுரம் ரொம்ப மாறிடிச்சி இல்ல” என்பதுதான். அவன் கேள்வியை ஒருவரும் பொருட்படுத்தவில்லை. பேருந்திலிருந்து தங்களது உடமைகளை இறக்குவதில் அவர்களது கவனமிருந்தது. அண்ணாசிலை கீழே செல்லாயி வீட்டு கண்ணன் டீகடை போட்டிருந்தார். கடைத் தெருவில் ஜனங்களின் நடமாட்டம் இருந்துகொண்டிருந்தது. ஒட்டம்பட்டு வழியாக திருக்கோவிலூருக்கு செல்லும் கடைசிப் பேருந்து நின்றுகொண்டிருந்தது.

கொண்டுவந்திருந்த பெட்டிகளை இறக்கியான பின் அவர்கள் செல்லாயி கடைக்கு டீ குடிக்கச் சென்றனர். தேநீர் குடித்துக்கொண்டே அவன் டீக்கடைக்காரரைப் பார்த்துக் கேட்டான். “இங்க இருந்த நாவமரத்த வெட்டிட்டாங்களா?” அதற்குக் கடைக்காரர் ஆதங்கத்துடன் “ஆமாங்க ... ரோட்ட அகலப்படுத்தறமுன்னு நாவ மரத்த வெட்டிட்டாங்க” என்றான். அவனுக்கு வருத்தமாக இருந்தது. வேகமாக டீயைக் குடித்துவிட்டு தன்னுடைய டிரங்க் பெட்டியை தூக்கிக்கொண்டு மெல்ல நடக்கத் தொடங்கினான். இன்னும் அவர்கள் டீ குடித்துக் கொண்டிருந்தனர். அவன் தனியே புறப்படுவதைப் பார்த்த நாடகக் கம்பெனி மேனேஜர் “என்ன சுப்ரமணி நீ பாட்டுக்கு தனியா கௌம்பிட்ட?” என்று கேட்டார். அதற்கு அவன், “ஆமா நீங்க பொட்டிக்காரர் வந்தாதான் வருவீங்க,

நின்னு இட்டுட்டு வாங்க, நா மெதுவா நடந்து போறேன்" என்று கூறிவிட்டு இடுப்பில் சுற்றியிருந்த பீடி கட்டிலிருந்து ஒன்றை எடுத்துப் பற்றவைத்துக் கொண்டான்.

சிவன் கோயிலை நெருங்க நெருங்க இலுப்பைப் பூவின் வாசனை அவனுள் ஒருவித சிலிர்ப்பை ஏற்படுத்தியது. வாசனையை அவன் ஆழ்ந்து இழுத்தான். கோபுரத்திலிருந்த புறாக்கள் சிறகுகளை அடித்தபடி இலுப்பை மரம்நோக்கிச் சென்றன. கோயில் அருகில் உள்ள அடிகுழாயில் ஒருவர் தண்ணீர் பிடித்துக் கொண்டிருந்தார். நாடகக் கொட்டகையை நெருங்கநெருங்க இலுப்பையின் வாசனை அவனுக்கு அம்சவேணியை ஞாபகப்படுத்தியது. ஒருசில நிமிடம் அவன் சிவன் கோவில் முகப்பு விளக்கையே உற்றுப்பார்த்தான். அவன் நினைவலைகள் மெல்லப் பின்நோக்கி சுழலத் தொடங்கின. அப்போது சகடை கொட்டகை ஓரம் படுத்துக்கொண்டிருந்த ஒரு நாய் அவனைப் பார்த்துக் குறைக்கத் தொடங்கியது.

"சைலேன்ஸ்... சைலேன்ஸ்" என்று கட்டியக்காரன் சொன்னதும் மந்தவெளியில் திரண்டிருந்த கூட்டத்தில் அமைதி ஏற்பட்டது. நாடகம் பார்க்கவந்த சிலர் மேடைக்கு முன்பாகப் பாயைப்போட்டு தூங்கிக் கொண்டிருந்தனர். அங்கொன்றும் இங்கொன்றுமாகக் குழல்விளக்குகள் எரிந்து கொண்டிருந்தன. அவற்றைச் சுற்றி நிறையப் பூச்சிகளும் வண்டு களும் பறந்து கொண்டிருந்தன. காத்தாயி வீட்டு சோமு டீக்கடை போட்டிருந்தார். தூங்கிக்கொண்டிருந்தவர்களைப் பக்கத்திலிருந்தவர்கள் எழுப்பிவிட்டனர். கூட்டத்தில் இன்னும் சலசலப்பு நீடித்தது. மீண்டும் கட்டியக்காரன், "சைலேன்ஸ்... சைலேன்ஸ்" என்று சொல்லி, "இன்னைக்கு நடக்க இருக்கிற நாடகத்தின் பெயரைச் சொல்லப்போகிறேன், கவனமாகக் கேளுங்க" என்று பீடிகை போட்டான். தபேலா வாசிப்பவர் சிறு சுத்தியால் டங்டங்கென தபேலாவைத் தட்டி சரி செய்து கொண்டிருந்தார். மீண்டும் கட்டியக்காரன் கூட்டத்தைப் பார்த்து ஒலிவாங்கி முன்வந்து கூறத் தொடங்கினான், "இன்றைக்கி நடத்தக்கூடிய நாடகத்தின் பெயர் ராமர் பட்டாபிஷேகம் அல்லது ராவண வதம்." இன்னொரு முறை கூறினான். "ராமர் பட்டாபிஷேகம் அல்லது ராவண வதம்." மேலும் அவன் கூட்டத்தைப் பார்த்து, "பெரியோர்களே, தாய்மார்களே, இளைஞர் களே, பாயில் படுத்து உறங்கிக் கொண்டிருக்கும் சிறுவர்களே, நடத்தக்கூடிய நாடகம் அருமையான நாடகம், அதில் ஏற்படும் சொற்குற்றம், பொருட்குற்றம் ஆகிய குற்றங்களைப் பொறுத்து, எங்களது நாடகத்தைக் கண்டுகளிக்க வேண்டுமென அம்மன்

நாடக மன்றத்தின் சார்பாக உங்கள் பாதங்களைத் தொட்டுக் கேட்டுக்கொள்கிறேன்" எனக் கூறி,

நாட்டுக்கு சேவை செய்ய
நாகரீகக் கோமாளி வந்தேனுங்க . . .
பாட்டுப் பாடி ஆட்டமாட
அழகான கோமாளி வந்தேனுங்க . . .

பாட ஆரம்பித்தான். ஆர்மோனியக்காரர் அப்பாடலை உரக்கப் பாடியபடியே வாசித்துக் கொண்டிருந்தார். அவருக்குத் தோதாக தபேலாக்காரரும், தாளம் போடுபவரும் வாசித்தனர். பாடிக் கொண்டே கட்டியக்காரன் மேடையின் ஓரத்திற்குச் சென்று திரையை விலக்கிப் பார்த்தான். அடுத்து வரும் பெண் வேஷம் தயாராக இருந்தது. முகச்சவரம் செய்துகொள்ளத் தயாராகி கொண்டிருந்தார் நங்காத்தூர் சுப்ரமணி. அம்மன் நாடக மன்றத்தின் ஆஸ்தான திருமால் அவதாரம் அவரே. அரிதாரத்தைப் பூசிக்கொண்டு மேடையில் நின்றாரென்றால் நிஜ ராமனே வந்தாலும் எதுவும் செய்ய முடியாமல் தோற்று ஓடிவிடுவான். குரல் கணீர் கணீர் என ஒலிக்கும். அடவுவைத்து ஆடக்கூடிய ஒரு சிலரில் அவரும் ஒருவர். கண்ணாடியைப் பார்த்து அவர் முகச்சவரம் செய்துகொண்டிருந்தபோது மேடையை ஒட்டிப் போட்டிருந்த கீற்றுக் கொட்டகையை நீக்கியபடி ஆசூரார் பாலு, "சுப்ரமணி . . . சுப்ரமணி" என்று அவரைக் கூப்பிட்டு ஒரு எவர் சில்வர் சொம்பை கையில் கொடுத்தார். முகச்சவரம் செய்துகொண்டிருந்த சுப்ரமணி அவர்கொடுத்த எவர் சில்வர் சொம்பை வாங்கி தன் பெட்டி அருகே வைத்து மூடினார்.

மேடையில் கட்டப்பட்டிருந்த திரைக்குப் பின்புறம் இருந்து, "சித்தாட கட்டிக்கிட்டு சிங்காரம் பண்ணிக்கிட்டு" என்று பாடிக்கொண்டே திரையை நீக்கியபடி அரியலூர் தண்டபாணி பெண் வேஷமிட்டு மேடைக்கு வந்து வளைந்து நெளிந்து மிகவும் கவர்ச்சியாக ஆடினார். அவ்வேடத்திற்குத் தோதாக கட்டியக்காரனும் பலவித காம சேஷ்டைகளைச் செய்து கொண்டிருந்தான். கூட்டத்தில் பலத்த கரகோஷம் எழுந்தது. சிறுவர்கள் கைதட்டிச் சிரித்தனர். ஆவூராமுட்டு பாண்டியன் வேகமாக நடந்து மேடையில் ஏறி பெண் வேடமிட்டிருந்தவரின் மார்புமீது பத்துரூபாய் நோட்டைக் குண்டூசியால் குத்திவிட்டு வந்தான். தென்னண்ட வீட்டு ராமு அருகில் அமர்ந்திருந்த செங்குறிச்சியாரைச் சீண்டி "நாடகம் எப்படி சீர்கெட்டுப் போச்சு பாத்தியா?" என்றார். அதற்கு அவர், "ஆமா என்ன பன்றது பொன்ரங்கம் பொம்பல வேஷம் போட்டுக்கினு வந்தாக்க அப்படியே கண்ல ஒத்திக்கத் தோனும்... ம் அதுலாம்

ஒரு காலம்பா" என்று ஆதங்கப்பட்டார். அதற்கு ராமுவே, மீண்டும் "என்ன செய்யறது பா எல்லா நாடகக்காரங்களும்தான் ரெக்காடான்ஸ் ஆடரவங்களா மாறிட்டாங்களே" என ஆதங்கத்தோடு சொன்னார்.

முகச்சவரம் செய்து முடித்தவுடன் சுப்ரமணி தன் பெட்டிக்கு அருகில் மூடிவைத்திருந்த சொம்பை எடுத்து ஏற்கனவே வாங்கி வைத்திருந்த பிளாஸ்டிக் டம்பளரில் கொஞ்சம் ஊற்றிக் குடித்தார். குமட்டிக்கொண்டு வந்தது அவருக்கு. உடனே ஊறுகாய்ப் பொட்டலத்தைப் பிரித்து நாக்கில் தடவிக்கொண்டு இன்னொரு மிடறு குடித்தார். தட்டிக்கு வெளியில் நின்றுகொண்டிருந்த கோடியாமூட்டு சரவணன் பக்கத்தில் நின்றிருந்தவரைச் சீண்டி "இன்னா குடிக்கிறார் தெரியுதா?" எனக் கேட்டு, "சாராயம்" என உதட்டைப் பிதிக்கி கண்ணைச் சிமிட்டியவாறே பதிலையும் சொன்னான். சுப்ரமணிக்கு சாராயத்தின் நெடி தாங்க முடியவில்லை. மீண்டும் ஊறுகாய்ப் பொட்டலத்திலிருந்து உறுகாயைச் சிறிது எடுத்து நாக்கில் தடவிக்கொண்டார். டம்ளரில் மீண்டும் கொஞ்சம் சாராயத்தை ஊற்றிக் குடித்து விட்டுத் தன் பெட்டி அருகில் சொம்பை மூடிவைத்தார். மிதமான போதையில் அவரது கண்கள் சுழன்றன. அந்தப் போதையிலும் அவருக்கு அம்சவேணியின் ஞாபகம் வந்துபோனது. வந்ததிலிருந்து அவர் எப்படியாவது அவளைப் பார்த்துவிட வேண்டும் என்று எண்ணினார். ஆனால் எங்கும் அவளின் நடமாட்டம் தென்படவில்லை. இம்முறை வழக்கமாக அவள் போடும் முறுக்குக் கடையைக்கூடக் காணவில்லை. எங்கு போயிருப்பாள் என்று யோசித்தப்படி இடுப்பு மடிப்பிலிருந்த பீடிக்கட்டை எடுத்து ஒன்றை உருவிப் பற்றவைத்தார். பெட்டியில் வைத்திருந்த கண்ணாடியை எடுத்துப் பார்த்துக்கொண்டே குழைத்து வைத்திருந்த அரிதாரத்தை முகத்தில் பூச ஆரம்பித்தார். மேடையில் சூரவேஷம் போட்டிருந்த கருவாட்சி கிருஷ்ணமூர்த்தி கட்டியக்காரனைச் சாட்டையால் அடித்துக் கொண்டிருந்தார். அடுத்து சுப்ரமணி தான் போக வேண்டும். வேகவேகமாக ஆடைகளை உடுத்தித் தயாராக இருந்தார். மேடையில் இருந்து சூர வேஷமும் கட்டியக்காரனும் இறங்கிய பின் திரைக்குப் பின்னே சென்று குரலெடுத்து,

புல்லாங்குழல் கொடுத்த மூங்கில்களே ...
புருஷோத்தமன் புகழ் பாடுங்களே ...

எனப் பாடிய படியே திரையை விலக்கியபடி மேடைக்கு வந்தார். பெட்டி போடுபவரும், தபேலா வாசிப்பவரும் அவருடன் இணைந்து பாடலைச் சத்தமாகப்பாடி வாசித்தனர்.

சுப்ரமணியின் கால்கள் தாளத்திற்கேற்பச் சக்கரமென மேடையில் சுழன்றது. வாத்தியகாரர்கள் அவரது ஆட்டத்திற்கு ஈடுகொடுத்து வாசித்தனர். கூட்டத்தில் சலசலப்பு ஓரளவு அடங்கியிருந்தது. அவர் பாடிமுடித்து, "அடே காவலா" எனக் கட்டியக்காரனை அழைத்தார். கட்டியக்காரன் ஷார்ட்ஸ் அணிந்து, கலர் கண்ணாடி போட்டுக்கொண்டு வந்தான். அவனைப் பார்த்துக் கூட்டம் கைதட்டிச் சிரித்தது. நாட்டுநலம் பற்றிக் கட்டியக்காரனிடம் விசாரித்தவர்; தன் மனைவி சீதா என்ன செய்கிறாள் எனப் பார்த்து வருமாறுகூறி, திரைக்குப் பின்வந்து சொம்பில் இருந்து கொஞ்சம் ஊற்றிக் குடித்துவிட்டுப் பீடியைப் பற்ற வைத்து ஆழ்ந்து இழுத்தார். மேடைக்கு வலப்புறம் பானையில் வைத்துக்கொண்டு குல்பி ஐஸ் விற்றுக் கொண்டிருந்தான் ஒருவன். சிறுவர்கள் சிலர் அவனைச் சுற்றி நின்றுகொண்டிருந்தனர்.

நேரம் மெல்ல நகர்ந்து கொண்டிருந்தது. நாடகமும் வனவாசம் கட்டத்தை அடைந்திருந்தது. அடுத்தது சீதையை இராவணன் கடத்திச் செல்லவேண்டும். சுப்ரமணி ஒவ்வொருமுறை மேடைக்கு சென்று வந்ததும் ஒரு மிடறு சாராயத்தைக் குடித்துவிட்டு ஒரு பீடியை எடுத்துப் பற்ற வைத்துக்கொண்டார். போதை தலைக்கேறியதும் மீண்டும் அவருக்கு அம்சவேணியின் ஞாபகம் வந்தது. முறுக்குக் கடையும் போடாமல் எங்கு சென்றிருப்பாள் என மீண்டும் யோசித்தவாறே பக்கத்திலிருந்த சித்தாமூர் மூர்த்தியைக் கூப்பிட்டு, "எனக்கு வயித்த என்னமோ பன்னுது. ஏரி வரைக்கும் போய் வந்துடறேன், அது வரைக்கும் பாத்து மெல்ல நகத்துங்க" என்றுகூறி அம்சவேணி வீட்டை நோக்கி நடந்தார். பெட்டிக்காரர் சத்தமாகப் பாடியபடி வாசித்துக் கொண்டிருந்தார். குல்பி ஐஸ்காரனும் வண்டியில் கட்டியிருந்த மணியை ஆட்டியபடி விற்றுக் கொண்டிருந்தான்.

அம்சவேணியின் வீட்டை நோக்கி நடந்து கொண்டிருக்கும் போதே சுப்ரமணிக்கு நான்கைந்து ஆண்டுகளுக்கு முன்பு தனக்கும் அவளுக்கும் இடையில் நிகழ்ந்த அந்த முதல் சந்திப்புகுறித்த சித்திரம் மனத்திரையில் குமிழிட உடல்முழுக்க ஒருவிதப் பரவசம் தொற்றிக்கொண்டது.

அது சித்திரை மாதம், வழக்கமாகவே தமிழ் வருஷப்பிறப்பிற்கு கற்பக வினாயகர் கோவில் திருவிழா களைகட்டும். ஆட்டம் பாட்டம் எல்லாம் கனஜோராக நடக்கும். அந்த வருடமும் இரண்டுநாள் நாடகம் நடத்துவதாக ஏற்பாடு. ஜமீன் கூடலூரைச் சேர்ந்த பந்தல்காரர் ஒரு வாரத்திற்கு முன்பே கோவிலுக்கு வடக்கே விஸ்தாரமாகப் பந்தல்போட்டுச் சென்றுவிட்டார். அதன்பிறகான மாலையில் சிறுவர்கள் பந்தலடியே கதியாகக்

கிடந்தனர். வழக்கமாகப் பெரும்பாக்கம் கதிரேசன் செட்டியார் ஜமா இல்லையென்றால் செ. குன்னத்தூர் சிவாலிங்கம் ஜமாதான் தாம்பூலம் வாங்குவார்கள். அந்த வருடம் என்ன காரணமோ தெரியவில்லை. நாட்டாண்மைக்காரர் தென்பேர் அம்மன் நாடக மன்றம் என்ற புது ஜமாவுக்குத் தாம்பூலம் கொடுத்தார்.

லட்ச தீபத்தன்று முதல் நாள் ஆட்டம். மக்கள் அரசமரத்தடியில் பொங்கலிட்டு வினாயகருக்குப் படைத்து, ஊரைச் சுற்றிக்கொண்டு சென்றபோது செஞ்சியில் இருந்துவரும் ஜோதி பஸ்சில் சந்திரா கடை முகட்டில் வந்து இறங்கினர் நாடக மன்றத்தினர். ஆளாளுக்கு ஒரு இரும்பு ட்ரங்க் பெட்டி வைத்திருந்தனர். அதன்மீது அம்மன் நாடக மன்றம் தென்பேர் என பெயின்ட்டால் எழுதியிருந்தது. வழிகேட்டுக்கொண்டு அவர்கள் சன்னதி தெரு வழியாக நாடக கொட்டகையை அடைந்தனர். அவர்களைக் கண்டதும் சிறுவர்கள் கும்மாளமிட்டனர். தாங்கள் கொண்டுவந்திருந்த பெட்டியைக் கொட்டகையில் வைத்துவிட்டு அம்மன் நாடக மன்றம் என்று எழுதப்பட்ட திரைச் சீலையை முதலில் கட்டினர். பின்னர் மேடையின் பின்புறம் இருந்த கொட்டகையில் ஒவ்வொருவரும் தங்களது பெட்டியைத் திறந்து ஆடைகளை எடுத்துக் கயிற்றில் போட்டனர். வழக்கமாகத் திருக்கோவிலூர் கே.கே.எஸ்.எஸ்.ஆர். சவுண்ட் சர்வீஸ்தான் ஒளி ஒலி அமைக்கும் வேலையை ஏற்பார்கள். அந்த வருடமும் அவர்கள் தான் மேடையில் மைக்கை கட்டிக் கொண்டிருந்தனர். மந்தவெளியில் மக்கள் மெல்ல கூடத் தொடங்கினர். சிலர் பாயைப்போட்டு இடம்பிடித்தனர். சிலர் சாக்கு, இன்னும் சிலர் படுதா ஆகியவற்றைக்கொண்டு இடம்பிடித்தனர். கோயிலடியில் ஒரு சிறுவன் கமர்கட் விற்றுக்கொண்டிந்தான். பந்தலுக்கு மேற்கே சிலர் “பத்து வச்சா இருபது ... இருபது வச்சா ... நாப்பது” எனும் ஆட்டத்தை ஆடிக் கொண்டிருந்தனர். சிலர் அதை வேடிக்கை பார்த்துக் கொண்டிருந்தனர். சிறுவர்கள் அங்கும் இங்கும் புழுதியைக் கிளப்பியப்படி ஓடிக்கொண்டிருந்தனர். செட்டியார் வீட்டு குமார் சர்க்கார் கிணற்று ஓரம் சிறிய கடை ஒன்றைப் போட்டிருந்தார். அந்தக் கடைக்குப் பக்கத்திலேயே நாப்பாளையத் தெரு பரமசிவம் ஒரு டிரம்மில் டீயை வைத்துக்கொண்டு உட்கார்ந்திருந்தான்.

பத்துமணிக்கு மின்சாரம் நின்றுவந்ததும் நாடகம் தொடங்கியது. ஆர்மோனியக்காரரும், தபேலாக்காரரும் சுதியை சரிசெய்து கொண்டிருந்தனர். செட்டுக்காரர் வந்து மைக்கின் முன் நின்று மைக்கை விரலால் தட்டி “ஒன் ... டு ... திரி ... மைக் டெஸ்டிங்” என்று இரண்டு மூன்றுமுறை செய்துவிட்டுச் சென்றார்.

"வந்தனம். வந்தனம் . . . வந்த செனமெல்லாம் குந்தனும்" எனத் திரைக்குப் பின்னால் இருந்து கட்டியக்காரன் பாட, அதையே உரத்தக்குரலில் பெட்டிக்காரரும் தபேலாக்காரரும் பாடி வாசித்தனர். பாடிக்கொண்டே திரையை விலக்கிக்கொண்டு கட்டியக்காரன் பளபளக்கும் உடையில் மேடைக்கு வந்து பெட்டிபோடுவரையும், தபேலா வாசிப்பவரையும் தொட்டு வணங்கினான். மேடைக்கு எதிரே அமர்ந்திருந்த சிறுவர்கள் தாங்கள் வைத்திருந்த பெரிய பெரிய பொட்டலங்களை கட்டியக்காரனிடம் கொண்டு கொடுத்தனர். அவனும் அதை ஆவலோடு வாங்கிக்கொண்டான். அந்த பொட்டலத்தில் இருந்து ஒன்றை எடுத்துப் பிரித்தான். பிரிக்கப் பிரிக்க வெறும் காகிதமாக வந்துகொண்டே இருந்தது. கூட்டம் விழுந்துவிழுந்து சிரித்தது. அவனும் சளிக்காமல் பிரித்துக்கொண்டே இருந்தான். கடைசியில் அவன் எதிர்பார்க்காத நேரத்தில் பொட்டலத்திலிருந்து ஒரு தவளை துள்ளிக்குதித்து ஓடியது. கட்டியக்காரனும் துள்ளிக் குதித்தான் கூட்டத்தில் ஒரே சிரிப்பலை. சிறுவர்கள் விழுந்து விழுந்து சிரித்தனர்.

"சைலேன்ஸ் . . . சைலேன்ஸ்" என்று கட்டியக்காரன் சொன்ன போது தான் கூட்டம் அமைதியானது. கூட்டத்தைப் பார்த்து அவன் பேசத் தொடங்கினான். "பெரியோர்களே தாய்மார்களே, ரசிகப் பெருமக்களே, இன்று இரவு நடத்தக்கூடிய நாடகம் கிருஷ்ணன் தூது அல்லது பதினெட்டாம் போர். மறுபடியும் சொல்றேன் நல்லா கேட்டுக்குங்க இன்றிரவு நடத்தக்கூடிய நாடகம் கிருஷ்ணன் தூது அல்லது பதினெட்டாம் போர்" என்று கூறி "நாடகத்தில் சொற்குற்றம் பொருட்குற்றம் மற்ற ஏனைய குற்றங்கள் இருப்பின் பொறுத்தருளவும்"என்று கூறி பாட ஆரம்பித்தான்.

நாட்டுக்கு சேவை செய்ய . . .
நாகரீகக் கோமாளி வந்தேனுங்க
ஆட்டம் ஆடி பாட்டுப் பாட
அழகான கோமாளி வந்தேனுங்க

எனப் பாடிமுடித்துத் திரைக்குபின் சென்று கம்பெனி மேனேஜரிடம் ஒரு பீடியை வாங்கிப் பற்றவைத்துக் கொண்டான். அப்போது திரைக்குப் பின்னால் இருந்து பழையகருவாட்சி கிருஷ்ணமூர்த்தி சூரவேஷம் போட்டுக்கொண்டு, "அண்டங்கள் ஏழும் படீர் படீர் என அலைகள் எல்லாம் குபீர் குபீரென" எனும் பாடலைக் கர்ஜனையோடு பாடிக்கொண்டிருந்தார்.

"ஏம்பா குடிக்கத் தண்ணி இருந்தா குடுங்கபா" என்று கட்டியக்காரன் கேட்டான். அதற்குக் கிருஷ்ணர் வேஷம்

போடும் சுப்ரமணியிடம், மேனேஜர் "ஏம்பா அங்க முறுக்கு வித்திட்டிருக்க அம்சவேணிகிட்ட போயி ஒரு ஏனத்தில் தண்ணி கொண்டுவரச் சொல்லுப்பா" என்றார்.

அம்சவேணி என்றதுமே அவளது முகம் சுப்ரமணியின் மனத்திரையில் தைலவண்ண ஓவியமெனத் திரண்டது. கோயில் பக்கத்தில் இருந்த மண்டபத்தில் அவர்களுக்கு உணவு பறிமாறிய போது அவள்தான் வளைய வளைய வந்தாள். நல்ல எடுப்பான தோற்றம். வசீகரிக்கக்கூடிய பார்வை. வளைவும் நெளிவுமான உடல்வாகு. ஒவ்வொரு பிடி சோற்றை எடுத்து வாயில் போடும் போதும் அவன் கண்கள் அவளைத் தேடியது. அவளுக்கும் அவனது பார்வை என்னவோ செய்தது. சமையல்செய்த நவுட்டுக்காரர் கூட "அம்சவேணி . . . அம்சவேணி . . ." என்று அவளையே எதற்கெடுத்தாலும் கூப்பிட்டுக் கொண்டிருந்தார். அம்சவேணி அவளுக்குப் பொருத்தமான பெயர்தான் என அவன் நினைத்துக் கொண்டிருக்கும் போது அவள் சாதம் வைத்திருந்த பாத்திரத்தை எடுத்துக்கொண்டு அவன் பார்க்கும் படி அங்குமிங்கும் நடந்தாள்.

"ஏம்பா சொன்னது காதுல உழல?" என்று மேனேஜர் மீண்டும் கேட்டபோதுதான் சுப்ரமணிக்கு நினைவு வந்தது. "தோ போரன் அண்ணே" என்று கூறி கொட்டகையைவிட்டு பந்தலுக்குத் தெற்குப் புறம் பெட்ரமாக்ஸ் வெளிச்சத்தில் முறுக்கு விற்றுக்கொண்டிருந்த அம்சவேணியை நோக்கி நடந்தான்.

ஒரு மரபெஞ்சில் சின்னச் சின்ன சில்வர் பாத்திரங்களில் எள்ளடை, முறுக்கு ஆகியவற்றை வைத்து அம்சவேணியும் அவளது கணவனும் ஆளுக்கொரு மர ஸ்டூலில் அமர்ந்து கொண்டிருந்தனர். சுப்ரமணி வந்து, "மேனேஜர் தண்ணி கொண்டுவரச் சொன்னார்" என அம்சவேணியைப் பார்த்துச் சொன்னான். அதற்கு அம்சவேணியின் கணவன் "த புள்ள தண்ணி கேக்கறாங்க பாரு, போயி ஒரு கொடம் கொண்டுவந்து கொடு" என்றான். அவள் ஏதும் பதில் சொல்லாமல் இவனைப் பார்த்து மெல்லியதாகச் சிரித்தாள். அவளது சிரிப்பு அவனுள் காமத்தின் மொக்குகளை அவிழ்க்கத் தொடங்கின. அவள் கொட்டகையின் பின்பக்கமாகச் சென்று சர்க்கார் கிணற்றைச் சுற்றிக்கொண்டு சென்றாள். அவள் சென்ற சிறிது நேரம் கழித்து, இவன், "வயித்த கலக்கற மாதிரி இருக்குது எந்தப் பக்கம் போறது?" என்று அம்சவேணியின் கணவனிடம் கேட்டான். அதற்கு அவன் சாதாரணமாக, "அம்சவேணியின் பின்னாடியே போங்க. வீடு எறக்கத்துலதான் ஆயிகுளம் இருக்கு" என்று

கூறினான். இவன் துண்டை உதறித் தோளில் போட்டுக்கொண்டு அம்சவேணியின் பின்னால் நடக்கத் தொடங்கினான்.

கூட்டம் நாடகத்தில் ஆழ்ந்திருந்தது. மேடையின் முன்புறம் சில சிறுவர்கள் அப்படியே மண்ணில் படுத்துத் தூங்கிக் கொண்டிருந்தனர். மைக்கில் கட்டியக்காரன் "கற்பக வினாயகர் கோயில் தெருவைச் சேர்ந்த எல்ஜசி ஏஜெண்டாகப் பணிபுரிகின்ற குருநாதன் என்கின்ற அண்ணார் அவர்கள் பப்பூனாக நடிக்கும் கல்பட்டைச் சார்ந்த சரவணன் ஆகிய எனக்கு ரூபாய் பத்தை அன்பளிப்பாக வாரி வழங்கியிருக்கிறார்கள். அவர்களுக்கும், அவர்களது குடும்பத்தார்க்கும் என் சார்பிலும், விழுப்புரம் மாவட்டம், அதே வட்டத்தைச் சார்ந்த தென்பேர் கிராமம் ஸ்ரீஅம்மன் நாடக மன்றத்தாரின் சார்பிலும், வணக்கங்களைத் தெரிவித்துக்கொள்கிறோம்" எனக் கூறிக் கொண்டிருந்தபோது, பின்னால் யாரோ வருவதை உணர்ந்த அம்சவேணி திரும்பிப் பார்த்தாள். சுப்ரமணி வருவதை அறிந்ததும் அவளது மனதிலும் காமத்தின் தித்திப்பு மெல்லிய கீற்றெனத் தோன்றி மறைந்த போது அவனைப் பார்த்து அவள், "இந்த இருட்டுல எங்க கௌம்பிட்டீங்க?" என்றாள். "வயித்த கலக்குற மாதிரி இருக்குது அதான்" என்று கூறி தயங்கித் தயங்கி அங்கேயே நின்றான். அவள், "அதோ தெரு எறக்கத்துல ஆயிகுளம் இருக்குது" என்று அவனிடம் கூறிக்கொண்டே உள்ளே சென்றாள். இவன் கைலியை அவிழ்த்துக் கட்டிக்கொண்டு அவள் வீட்டு எறவானத்தைப் பிடித்தபடி நின்றுகொண்டிருந்தான். உள்ளில் ஒரு குண்டு பல்பு எரிந்துகொண்டிருந்தது. நடையிலிருந்து அவள் தெருவைப் பார்த்தாள். இவன் நின்றுகொண்டிருப்பது தெரிந்தது. அவனுக்கு கேட்கும் விதமாக, "அதுக்குள்ளயா போயிட்டு வந்துட்டீங்க?" எனக் கேட்டாள். இவன் ஒருமாதிரிச் சிரித்தான். ஒரு எவர் சில்வர் குடத்தில் தண்ணீரைக் கொண்டு வந்து திண்ணையின் கீழ் வைத்தாள். சிறிதுநேரம் இருவரும் மாறிமாறிப் பார்த்துக் கொண்டனர். நடு நிசி அவர்களுக்கிடையிலான தொலைவை மெல்ல இல்லாமல் செய்துகொண்டிருந்தது. அவனைப் பார்த்துச் சிரித்துவிட்டு, அவள் மீண்டும் உள்ளுக்கு சென்றாள். சுற்றுமுற்றும் பார்த்தவன் தைரியத்தை வரவழைத்துக்கொண்டு அவள் பின்னாலேயே சென்றான். இவன் உள்ளே வருவதை அறிந்தவள் "யோவ் அப்படியே ஓடியாராதே. கதவைச் சாத்திட்டு வா" என்று திடுதிப்பெனக் கூறுவாள் என்று அவன் எதிர்பார்க்கவில்லை. அவனது மனம் பலவித கணக்குகளை சடுதியில் போட்டு அழித்தது. பயமாகவும் இருந்தது அவனுக்கு. ஒருவித நடுக்கத் தோடே கதவைச் சாத்திவிட்டு மெல்ல நடந்துவந்து அவளை

இறுக்கி அணைத்தான். “தொரைக்கு நாங்களே கூப்பிடனும்” என்று தலையில் மெதுவாகக் கொட்டினாள். அவன் அவளது காதுமடல்களை மெல்லக் கடித்தான். அவள் உடம்பிலிருந்து வீசிய மட்டமான பவுடர் வாசனை மேலும் அவனுள் ஒருவிதக் கிளர்ச்சியை ஏற்படுத்தியது. வீட்டுச் சுவரில் பல்லி ஒருமுறை கத்தி முடித்தபோது அவள் தண்ணீர்க் குடங்கள் வைக்கப்பட்டிருந்த பக்கம் தலையை வைத்துப் படுத்தாள். அவன் கையைப் பிடித்து அவள் இழுத்தாள். இருவரது சுவாசங்களிலும் உஷ்ணம் ஏறி யிருந்தது. அவள் அவனது உதட்டைக் கவ்வி நீண்ட முத்தம் ஒன்றைக் கொடுத்தாள். பின் அவன் அவளுக்குள் எதையோ ஆழ்ந்து தேடினான். அவளும் அவன் தேடலுக்கு ஒத்துழைத்தாள். எங்கும் சூழ்ந்திருந்த இருட்டு அவர்களை அமைதியாக வேடிக்கைப் பார்த்துக்கொண்டிருந்தது.

அவர்கள் எழுந்து ஆடையை உடுத்திக்கொள்ளும்போது தெருவிளக்கு கம்பத்தின்கீழ் படுத்திருந்த நாய் ஊளையிட்டது. தோட்டத்திற்குச் சென்று வந்தபின் கொஞ்சம் தண்ணீர் குடித்துவிட்டு தெருவிற்கு வந்து குடத்தைத் தூக்கிக்கொண்டு “யோவ் செத்த நேரம் கழிச்சி வா” எனக் கூறிவிட்டு நடந்தாள். இவன் தெருத் திண்ணையில் அமர்ந்து ஒலிபெருக்கியில் வரும் குரலைக்கொண்டு யார் மேடையில் நடித்துக் கொண்டிருக்கின்றனர் என்பதை மனத்திரையில் ஓட்டிப் பார்த்துக்கொண்டிருந்தான். சிறிது நேரம் கடந்த பின், துண்டை உதறித் தோளில் போட்டுக் கொண்டு மெல்ல நாடகக் கொட்டகை நோக்கி நடந்தான். அதற்குள் அவள் தண்ணீரைக் கொண்டு வந்து வைத்து விட்டு, முறுக்கு விற்கும் இடத்திற்குச் சென்று தன் கணவன் அருகில் நின்றுகொண்டிருந்தாள். வேஷம் பூசும் கொட்டகைக்குள் நுழையும்போது அவளைத் திரும்பி பார்த்தான். அவள் அவனைப் பார்த்து மெல்லியதாகச் சிரித்தாள்.

இரண்டாம் நாள் மட்டும் அவர்கள் மூன்றுமுறை கூடினார்கள். இரண்டாம்முறை சகடை கொட்டகை இருட்டிலும் மூன்றாவதுமுறை சர்க்கார் கிணற்று ஓரத்திலும் அவர்கள் ஒதுங்கினர். மூன்றாம்முறை அவளைப் புணர்ந்தபோது அவள் அவனை எலும்புகள் நொறுங்கும்படி இறுக்கி அணைத்தாள். தலைமுடியை இறுக்கப் பிடித்துக்கொண்டு அவனுக்குத் தோதாக இயங்கினாள். கிரக்கத்தின் பிடியில் இருந்தவள் அவன் காதில், “சத்தியமா நா இதுவரை இப்படி அனுபவிச்சதே கெடையாதுயா” என்றாள். அவள் வார்த்தைகள் அவனுள் வேகத்தைக் கூட்டியது. கடைசியில் அவனை அருகில் அழைத்து இறுக்கி அணைத்து, உச்சந்தலையில் அழுத்தமாக ஓர் முத்தத்தைத் தந்தாள்.

அவனுக்கு அவளை அங்கேயே விட்டுச் செல்ல விரும்பமில்லை, எப்படியாவது தன்னுடன் அழைத்துச் சென்றுவிட வேண்டும் என எண்ணி "நாம எங்கியாவது போயிடலாமா?" என்று அவளிடம் கேட்டான். அவ்வார்த்தைகளைக் கேட்காதவளைப் போன்று அவன் பிடிக்குள்ளாகவே இருந்தாள் அவள். இருட்டு அவர்களுக்கு தைரியத்தையும் சுதந்திரத்தையும் அளித்தது. ஒரு பெண் தன் பையனைத் தூக்கித் தோளில்போட்டு, பாயை உதறி சுருட்டிக்கொண்டு சன்னதிதெரு நோக்கி நடந்தாள். மழவந்தாங்கல் ரகோத்தமக்கவுண்டர் காளி வேடமிட்டு மேடையில் நடித்துக்கொண்டிருந்தார். மடத்துத் திண்ணையில் அமர்ந்துகொண்டு சிலர் நாடகம் பார்த்துக் கொண்டிருந்தனர். மீண்டும் அவன் கேட்டான். அவள் அவனையே உற்றுப் பார்த்தாள். பின் உடைகளைச் சரிசெய்துகொண்டு எழுந்து உட்கார்ந்தவள் "நெஜமாவா?" என்றாள். அவன் ஆமாம் என்பதுபோல தலையாட்டினான். அங்கு சிறிதுநேரம் மௌனம் நிலவியது. கம்பத்தடியில் அமர்ந்திருந்தவர்கள் எழுந்து தேநீர் அருந்தச் சென்றனர். மீண்டும் அவனே அவளிடம் கேட்டான், "ஏன் எம்மேல் நம்பிக்கை இல்லையா? கூத்தாடிதானேன்னு பாக்கறீயா?" "ச்சே அப்படிலாம் யோசிக்கல" என்று சொன்னாள். "வேற எப்படி யோசிக்கிற." "அவரயும் கொழந்தைகளையும் பத்தி யோசிச்சேன்" என்று அவள் சொன்னபோதுதான் அவனுக்குத் தன் சின்ன மகன், "அப்பா ஆட்டமாடிட்டுத் திரும்ப வரக்குல எனக்கு கவுரு கட்ற ஷீவும் ஜாமின்ரி பாக்சும் வாங்கிட்டு வாப்பா" எனச் சொன்னது மனத்திரையில் தோன்றி மறைந்தது. அவளை விட்டுச் செல்லவும் அவனுக்கு மனம் ஒப்பவில்லை. "எங்கூட வந்தா மகாராணியாட்டம் உன்ன பாத்துக்குவேன்" என்று அவளது கை விரல்களை வருடியபடியே சொன்னான். அதற்கு அவள் "எனக்கும் ஆசையாத்தான் இருக்கு. ஆனா அதுலாம் சரிபட்டு வறாதுயா" என்றாள். அவன் "ஏன் சரிப்பட்டு வராது?" என்று திரும்பக் கேட்டான். அவள் தீர்க்கமாகச் சொன்னாள். "சரிப்பட்டு வராதுனா வராதுதான்." பின் நீண்ட நேரம் இருவருக்கும் இடையில் அமைதி நிலவியது. பெட்டிக்காரர் "செல்லாத்தா... செல்ல மாரியாத்தா..." என்ற பாடலை வாசித்துக் கொண்டிருந்தார். நிலவு உச்சியில் நிலைகொண்டிருந்தது. சர்க்கார் கிணற்றோரம் இருவர் நின்றபடி புகைத்துக்கொண்டிருந்தனர். நாப்பாளையத் தெரு பரமசிவம் ட்ரம்மைச் சாய்த்து டீ பிடித்துக் கொண்டிருந்தான். மூச்சை நன்கு இழுத்து விட்டபடியே அவள் "நா எங்கயும் ஓடிர மாட்டேன். நீ எப்பவேனா இங்க வரலாம். அவருக்கும் புள்ளைகளுக்கு ஆக்கி போடவாவது ஒரு ஆள் வேணுமில்ல" என்று சொன்னாள். அவளின் வார்த்தைகள்

அவனுள் ஒருவித அதிர்வை ஏற்படுத்தியது. பிறகு எதுவும் அவனுக்கு பேசத் தோன்றவில்லை. சிறிதுநேரம் அமர்ந்திருந்தவன் "நான் போவனும்" என்றான். "என்ன கோபமா?" என்றாள் அவள். "அதுலாம் ஒன்னுமில்லை" என்று சொன்னபடியே எழுந்து நாடகக் கொட்டகையை நோக்கி நடந்தான்.

"இந்நேரத்துல எங்க கௌம்பிட்டீங்க நங்காத்தூராரே?" என்று சகடைமேல் உட்கார்ந்து நாடகம் பார்த்துக்கொண்டிருந்த செங்குறிச்சார் கேட்டவுடன்தான் சுப்ரமணி பழைய நினைவுகளில் இருந்து மெல்ல மீள ஆரம்பித்தான். ஒருகணம் நின்று பின்னால் திரும்பிப் பார்த்தான். நாடகம் நடந்து கொண்டிருந்தது. பெட்டிச் சத்தமும் தபேலா சத்தமும் கேட்டுக்கொண்டிருந்தன. சர்க்கார் கிணற்றுமீது சிலர் அமர்ந்து பேசிக் கொண்டிருந்தனர். அம்சவேணியின் வீட்டை நெருங்கநெருங்க சிவன் கோயில் அருகிலிருந்த இலுப்பைப் மரத்திலிருந்து பரவிய இலுப்பை பூவின் வாசனை அவன் மூக்கைத் துளைத்தது.

அம்சவேணியின் வீட்டில் பூட்டு தொங்கியது. உள்ளேயும் எந்த விளக்கும் எரிவதாகத் தெரியவில்லை. சிறிது நேரம் அங்கேயே நின்று பார்த்துவிட்டு மீண்டும் நாடகக் கொட்டகை நோக்கி நடந்தான். அம்சவேணியைப் பற்றி யாரிடம் கேட்பது என்றும், அப்படிக் கேட்டால் யாராவது தப்பாக அர்த்தப் படுத்திக் கொள்வார்களோ என்றும் அவன் மனதில் எண்ணற்ற கேள்விகள் தோன்றி மறைந்தன. பின் டீக்கடை நோக்கிச் சென்றவன் "ஏம்பா . . . ஒரு டீ கொடு" என்று பரமசிவத்தைப் பார்த்துக் கேட்டான். "நீங்க சொல்லி அனுப்பி இருந்தா நானே கொண்டு வந்திருப்பேன்னே" என்று பவ்யமாக அவன் சொன்னான். இரண்டு மூன்று மிடறு தேனீரை குடித்ததும் டீக்கடைக்காரனிடம் அம்சவேணியைப் பற்றிக் கேட்கலாமா என்ற எண்ணம் தோன்றியது. தன்னைப்பற்றி அவன் என்ன நினைத்துக் கொள்வானோ என்றும் யோசித்தான். டீயை முழுவதும் குடித்து முடித்த பின் மெல்ல அவனிடம் சுற்றி வளைத்துக் கேட்டான்.

"ஏம்பா இந்த வருஷம் யாரும் முறுக்கு கடை போடலியா?"

"அம்சவேணி இருந்தா போட்டிருக்கும், வேற யாருங்க போடுவா? " என்றான் அவன்.

இவன் வெகு சாதாரணமாகக் கேட்டான் "அம்சவேணி எங்கயாவது ஊருக்கு கீருக்கு போயிக்கா?"

“அட அந்த கதய ஏஞ்சார் கேக்கறீங்க, சேலத்திலிருந்து கெணறு வெட்ட வந்த ஒரு செட்டியாரு கூட அது ஓடிபோச்சுங்க” என்றான்.

பாம்பை மிதித்ததுபோல உணர்ந்தான் இவன். அடுத்து என்ன கேட்பது என்று தெரியவில்லை. அவளுடனான நினைவுகள் அனைத்தும் தன்னுடைய வண்ணங்களை மெல்ல உதிர்க்கத் தொடங்கியிருந்தன. மலத்தை மிதித்த உணர்வு ஏற்பட்டது அவனுக்கு. தனக்கு ஏன் அவ்வாறு தோன்ற வேண்டும் என்றும் அவன் யோசித்தான். நாடக மேடையில் காளி, வேப்பிலையைக் வாயில் வைத்தபடி உக்கிரமாக ஆடிக்கொண்டிருந்தது. கடையத்திலிருந்து இதற்காகவே வரவழைக்கப்பட்ட பம்மை உடுக்கைகாரர்கள் வேக வேகமாக வாசித்தனர்.

“சரி வரம்பா” என்று இவன் டீக்கடைகாரரிடம் கூறிவிட்டு, நாடகக்கொட்டகை நோக்கி நடந்தான். அம்சவேணியின் முகம் அவனை அலைகழித்தபடியே இருந்தது. அந்த சேலத்துச் செட்டியாரை ஒரே ஒருமுறை அந்த கணத்தில் அவனுக்குப் பார்க்கவேண்டும்போல இருந்தது. தன்னிடம் இல்லாத ஏதோ ஒன்று அவனிடம் இருந்திருக்க வேண்டும், அதுதான் அம்சவேணியை அவனுடன் அழைத்துச் சென்றிருக்கும் என்றும் யோசித்தான். சற்றுமுன்பு தோன்றிய மனநிலைக்கு முற்றிலும் தொடர்பற்ற வேறொரு மனநிலையில் அவன் கொட்டகை நோக்கி நடந்தான். அப்போது “அம்சவேணி பின்னாடியே போங்க, தெரு எறக்கத்துல தான் ஆயிகுளம்” என்று கூறிய அம்சவேணியின் கணவனது குரல் அவன் காதோரம் ஒலித்து மெல்லத் தேயத் தொடங்கியது.

ஆற்றைக் கடத்தல்

மாலை வெயில் பாறையில் பட்டுத் தெறித்துக் கொண்டிருந்தது. அரசமரத்து இலைகள் காற்றின் போக்கில் சலசலத்துக் கொண்டிருந்தன. பள்ளிக்கூட மதில்களில் பதிக்கப்பட்டிருந்த கண்ணாடிகளில் அகப்பட்டுக்கொள்ளாமல் வெகு லாவகமாகக் குரங்குகள் அங்குமிங்கும் தாவிக் குதித்துக்கொண்டிருந்தன. அவற்றுள் சில, பக்கத்து வீட்டுப் பப்பாளி மரத்தை நாசம் செய்துகொண்டிருந்தன. அடுத்த பாடவேளைக்கான மணி அடித்ததும் எட்டாம் வகுப்பு மாணவர்கள் மிகுந்த ஆர்வத்தோடு விளையாட்டு மைதானத்திற்கு வந்தனர். எல்லோரது விழிகளிலும் குதூகலம் நிரம்பிவழிவது தெரிந்தது. மாணவர்கள் சிலர் கால்களால் மண்ணைத் தள்ளித்தள்ளிவிட்டுப் புழுதி ஏற்படுத்திக்கொண்டிருந்தனர். மாணவிகள் வடக்குப்புற மதிலோரத்தில் தங்கள் புத்தகப் பைகளை வைத்துவிட்டு கிளிப்பாரி விளையாட ஆரம்பித்தனர். விசில் சப்தம் கேட்டவுடன் மாணவர்கள் அனைவரும் பெட்டிப்பாம்பாக அடங்கினர். அவர்களை உயரப்படி நிற்கவைத்து, சில எளிய பயிற்சிகளை உடற்பயிற்சி ஆசிரியர் அளித்தார். நின்ற இடத்திலேயே ஓடுதல், வல, இடப்புறமாகச் சாய்ந்து காலைத் தொடுதல், முன்பின்னாக வளைந்து தரையைத் தொடுதல் ஆகியவற்றைச் செய்துகாட்டி, மாணவர்களைச் செய்யச் சொல்லி அவர்களை முறைப்படுத்தினார். அவர்கள் மூச்சுவாங்க அவரது கட்டளைகளுக்கேற்ப தங்களது உடலை இயக்கிக்கொண்டிருந்தனர். இறுதியாக மாணவர்களை நன்றாக எம்பிக் குதிக்கச்

சொல்லி, விசிலை ஊதினார். தங்களால் இயன்ற மட்டும் மாணவர்கள் எம்பிக் குதித்தனர். பெரும்பாலானவர்கள் வியர்வையில் குளித்துவிட்டிருந்தனர். அவரவர் இடத்திலேயே அவர்களைப் பிணம்போல வானத்தைப் பார்த்தபடி படுத்துக் கொள்ளச் சொன்னவர், "நன்றாக மூச்சை இழுத்துவிடுங்கள்" என்று கூறினார். ஒருசிலர் வேண்டுமென்றே தாறுமாறாக சுவாசித்துக்கொண்டிருந்தனர். இன்னும் சிலர் வெகு சிரத்தை யோடு சுவாசித்துக்கொண்டிருந்தனர். வெயில் மெல்லமெல்லக் குறைந்துகொண்டிருந்தது. சில மாணவர்கள் மதில் ஓரங்களில் இருந்த செடிகளுக்கு நீர் ஊற்றிக்கொண்டிருந்தனர். இன்னும் சிலர் கொடிக் கம்பத்தை பிடித்துக்கொண்டு வேகவேகமாக சுற்றிக் கொண்டிருந்தனர். சிறிதுநேரம் கழித்துப் படுத்துக் கொண்டிருந்தவர்களை ஆசிரியர் எழுந்திருக்குமாறு கூறினார். அவர்கள் தங்களது ஆடைகளைத் தட்டிவிட்டுக் கொண்டு எழுந்தனர். மாணவிகள் கிளிப்பாரியில் தங்களது முழு ஈடுபாடு களையும் காட்டிக்கொண்டிருந்தனர். ஆசிரியர் மைதானத்தின் நடுவில் காலால் பெரிய வட்டம் வரைந்தார். அவ்வட்டக் கோட்டின்மீது மாணவர்களை வந்து நிற்குமாறு கூறியவுடன் தங்களது நண்பர்களுக்கு பக்கத்தில் இருக்குமாறு ஒவ்வொருவரும் முண்டியடித்தபடி இடத்தைப் பிடித்தனர். அவர்களை அமைதி யாக இருக்கும்படிகூறிய ஆசிரியர், ஆட்டத்தின் பெயரையும் ஆட்ட விதிமுறைகளையும் கூறத் தொடங்கினார்.

"இதுதான் வட்டப்பாதை. நீங்கள் இதுமேலதான் நடக்கணும். இந்த இடத்துலதான் ஆறு ஓடுது."

அவர் கூறிக்கொண்டிருக்கும்போது சுந்தர்ராஜ் தினேஷை சீண்டி, "டேய் இன்னாடா, வெறும் கட்டாந்தரையைக் காட்டி ஆறு ஓடுதுன்னு சொல்றாரு" என்றான்.

அவன் கூறியதைக்கேட்டு தினேஷ் சிரிக்கவும் ஆசிரியர் அவர்களைப் பார்க்கவும் சரியாக இருந்தது. ஆனாலும், அதை அவர் கண்டுகொண்டதாகக் காட்டிக்கொள்ளவில்லை. அவர் காட்டிய அந்த ஆற்றின் அகலம் கிட்டத்தட்ட ஒரு தப்படி இருந்தது. மாணவர்கள் எப்போது ஆட்டம் தொடங்கும் என்று ஆவலோடு எதிர்பார்த்துக்கொண்டிருந்தனர். மீண்டும் ஆசிரியர் அவர்களிடம் கூறினார்.

"நீங்க எல்லாரும் இந்த வட்டத்து மேலேயே ஓடனும். திடீர்னு நான் விசில ஊதுவேன். அப்போ யாரு ஆத்துக்குள்ளார இருக்காங்களோ அவுங்க அவுட்னு அர்த்தம், புரியுதா?"

மாணவர்கள் அனைவரும் புரிவதாகத் தலையாட்டினர். இதற்குள் இங்கு ஏதோ வித்தியாசமான விளையாட்டு நடக்கப்

போவதை உணர்ந்துகொண்ட பிற வகுப்பு மாணவர்கள் அங்கு குழுமத் தொடங்கினர். எட்டாம் வகுப்பு மாணவிகளும் கிளிப்பாரியை விட்டுவிட்டு ஆட்டத்தைக் காண வந்துசேர்ந்தனர். ஆசிரியர் அவர்களைக் கொஞ்சம் இடம்விட்டு அமரும்படி கூறினார். மாணவர்களில் ஒருசிலர் அவர் கூறியதற்காக, அந்த வட்டப்பாதையைச் சுற்றி உட்கார்ந்து கொண்டனர். மற்றவர் அவர்களுக்குப் பின்புறம் திட்டுத் திட்டாக நின்றுகொண்டிருந்தனர். அப்போது ஒரு குரங்கு மின்சாரக் கம்பியைப் பிடித்துக்கொண்டு தலைகீழாகத் தொங்கியவாறு சமையல் கூடத்திலிருந்த ஐந்தாம் வகுப்புக்குச் சென்றது. அதைக்கண்ட சில மாணவர்கள் சப்தமெழுப்பியும் கைதட்டியும் ஆர்ப்பரித்தனர். ஆசிரியர் விசில் ஊதி அவர்களை அமைதிப்படுத்தி, விளையாடப் போகும் மாணவர்களைப் பார்த்து, "டேய் இங்க கவனிங்க எல்லாம் ரெடியா இருங்க. நா விசில் அடிச்சவுடன் அந்த வட்டத்து மேலேயே நடக்கனும். நா மீண்டும் விசில் அடிச்சவுடன் அவுங்க அவுங்க அப்படியே நின்னுடனும். யாரு ஆத்துக்குள்ள மாட்டிக்கிறாங்களோ அவங்க வெளியில வந்துடனும் புரியுதா?" என்றார்.

மாணவர்கள் கோரசாக, "புரியுதுங்க சார்" என்றனர்.

கூட்டம் விளையாட்டைக் காண ஆர்வத்தோடு இருந்தது. பின்னால் நின்றிருந்த ஒருசிலர் எக்கிஎக்கிப் பார்த்துக்கொண்டிருந்தனர். கும்பலாக நின்று கொண்டிருந்ததால் எல்லோராலும் ஆடுகளத்தை ஒரே சீராகக் காணமுடியாமல் இருந்தது. அங்கே தள்ளுமுள்ளு ஏற்பட்டுக்கொண்டே இருந்தபோது ஆசிரியர் மாணவர்களைப் பார்த்து "எல்லோரும் ரெடியா இருக்கீங்களா?" என்று கேட்டார்.

மாணவர்கள் அனைவரும் தயார்நிலையில் இருப்பதாகக் கூறினர். அங்கு குழுமி இருந்தவர்கள் மத்தியில் ஒருவித எதிர்பார்ப்புக் கூடியிருந்தது. ஆசிரியர் விசில் ஊதினார். அவர்கள் மெல்ல வட்டத்தின்மீது நடக்கத் தொடங்கினர். ஆற்றை நெருங்கநெருங்க அவர்களிடம் ஒரு வேகம் தெரிந்தது. வேகவேகமாக நடக்கத் தொடங்கினர். நடை ஓட்டமாக மாறியது. வேகவேகமாக ஓடி அவர்கள் ஆற்றைக் கடந்த பின்பே ஆசுவாசம் கொண்டனர். ஆசுவாசப்படுத்திக் கொண்டிருக்கும்போதே மீண்டும் அவர்கள் ஆற்றின் நெருக்கத்தில் இருந்தனர். மீண்டும் அவர்கள் ஆற்றைக் கடக்க ஓட வேண்டியிருந்தது.

அனைவரது நடையிலும் ஒரு வேகம் தெரிந்தது. தாங்கள் ஆற்றைக் கடக்கும்போது விசில் ஊதப்பட்டுவிடக் கூடாது என்று அனைவருமே நினைத்தனர். ஆகவே ஆற்றை நெருங்கும்

போது மிக வேகமாக ஓடினர். அனைவரும் வேகமாக ஓடிக் கொண்டிருப்பதைப் பார்த்த கூட்டம் கைதட்டி ஆர்ப்பரித்தது. கூக்குரல் எழுந்தது. ஒரு சிலர் விரல்களை மடக்கி வாயில் வைத்து விசில் அடித்தனர். இன்னும் சிலர் பிற மாணவர்களைக் கேலிசெய்யும் விதமாகப் பாடினர். அனைவரிடத்திலும் ஒரு பதற்றம் தொற்றிக்கொண்டிருந்தபோது ஆசிரியரின் விசில் சப்தம் கேட்டது. ஓடிக்கொண்டிருந்தவர்கள் அப்படியே சிலைகள் போல நின்றனர். எங்கும் மயான அமைதி. வட்டத்தின்மீது நின்றிருந்தவர்கள் கீழே குனிந்து பார்த்தனர். ஒருவன் ஒரு காலை ஆற்றுக்குள்ளும் ஒரு காலை வெளியிலும் வைத்திருந்தான். ஆசிரியர் ஆற்றுக்குள் இருந்த மூவரையும் வெளியே அனுப்பினார். மீண்டும் கூட்டத்தில் ஆரவாரம் கூடியது.

"கும்தலக்கா கும்மாவா ... எங்க எட்டாவதுனா சும்மாவா?" என்று திரும்பத் திரும்பப் பாடிக்கொண்டிருந்தனர். சிறுவர்கள் மிகுந்த ஆர்வத்துடன் ஆட்டத்தையே பார்த்துக்கொண்டிருந்தனர். அரச மரத்தில் பறவைகள் வந்தமர்வதும் பறப்பதுமாக இருந்தன. வெயில் மெல்லச் சரிந்துகொண்டிருந்தது. மீண்டும் ஆசிரியர் விசிலை ஊதினார். மாணவர்கள் மெல்ல ஓடத் தொடங்கினர். வெகு சீக்கிரத்திலேயே அவர்களின் நடை மூர்க்கமாகி வேகமான ஓட்டமானது. கண் இமைப்பதற்குள் ஆற்றைக் கடந்தனர். ஒரு சிலர் கால்களை எட்டிஎட்டி வைத்து ஓடினர். திடீரென ஆசிரியர் விசிலை ஊதினார். ஆற்றுக்குள் இந்தமுறை யாரும் நின்றுகொண்டிருக்கவில்லை. மீண்டும் ஆசிரியர் விசிலை ஊதினார். அவர்கள் வேகத்தோடு ஓடினர். கூட்டம் அவர்களை உற்சாகப்படுத்தப்படுத்த அவர்களின் வேகம் கூடியது. ஆசிரியர் விசிலை ஊதினார். இம்முறை ஆற்றுக்குள் ஐந்துபேர் மாட்டிக்கொண்டிருந்தனர். கூட்டத்தினர் அவர்களைப் பார்த்துக் கைதட்டிச் சிரித்தனர். ஆசிரியர் அவர்களை வெளியில் போகச்சொல்லி விட்டு மீண்டும் விசிலை ஊதினார். மீண்டும் எஞ்சியவர்கள் தலைதெறிக்க ஓடினர். ஆசிரியர் இப்போது உடனுக்குடன் விசிலை ஊதி ஒவ்வொருவராக வெளியில் அனுப்பிக்கொண்டிருந்தார். எவ்வளவுதான் கவனத்தோடு ஓடினாலும் அவர் ஊதும்போது ஒரு சிலர் ஆற்றுக்குள்தான் நிற்கவேண்டி வருகிறது.

கடைசியாக ஆட்டத்தில் விளையாடிக் கொண்டிருந்தவர்கள் வெறும் ஐந்துபேராகச் சுருங்கிவிட்டிருந்தனர். ஆசிரியர் அந்த ஐவரையும் தனித்தனியாகப் பிரித்து நிற்க வைத்தார். பின் விசிலை ஊதினார். விசில் சப்தம் கேட்டதுதான் தாமதம் புயலெனச் சீறிப் பாய்ந்தனர் அவர்கள். காற்றைக் கிழித்துக்கொண்டு ஓடினர். சுற்றி நின்றிருந்த கூட்டம் அவர்களைக் கைதட்டி உசுப்பேற்றியது. தான்

அகப்பட்டுக்கொள்ளக் கூடாது என்று அவர்கள் ஒவ்வொருவரும் நினைத்துக்கொண்டவர்களாக ஓடினர். ஆசிரியர் திடீரென விசிலை ஊத, ஓடிக்கொண்டிருந்தவர்களில் மூன்றாவதாக நின்று கொண்டிருந்தவன் ஆற்றுக்குள் நின்றுகொண்டிருந்தான். உடனடியாக அவன் அப்புறப்படுத்தப்பட்டான். மீண்டும் ஆட்டம் துவங்கியது. ஆசிரியர் விசிலை ஊத எடுக்கும்போதே அவர்கள் ஓடத்தொடங்கினர். பின் எந்தச் சப்தமும் வராதது கண்டு நின்றனர். பின் ஆசிரியர் ஊதியதும் ஓடத் தொடங்கினர். இதற்குள்ளாக வெளியில் இருந்து ஆட்கள் விளையாட்டைக் காண வரத் தொடங்கியிருந்தனர். ஆசிரியர் அவர்களைப் பாராதது போல இருந்தார். மாணவர்களின் போக்கையே அவர் கூர்ந்து கவனித்துக்கொண்டிருந்தார்.

திடீரென விசில் சப்தம் எழவும் இருவர் ஆற்றுக்குள் சிக்கிக்கொள்ளவும் சரியாக இருந்தது. அந்நேரம் யாரும் எதிர்பாராதவகையில் அம்மாணவர்கள் “ஐயோ, அம்மா எங்களைக் காப்பாத்துங்க, வெள்ளம் அடிச்சிகினு போவுது” என்று கூக்குரலெடுத்து கத்தினர். கூட்டம் அரண்டடித்துக்கொண்டு ஓடியது. ஆற்றின் வேகம் யாராலும் கட்டுப்படுத்த முடியாதபடி இருந்தது. நீர் பெரிய சுழற்சியோடு ஆர்ப்பரித்தபடி பாய்ந்து கொண்டிருந்தது. பெரியவர்கள் அனைவரும் ஆற்றை நெருங்கிப் பார்த்தனர். அதீத வேகத்துடன், பெருத்த சப்தத்தோடு ஆறு ஓடிக்கொண்டிருந்தது. யாரும் ஆற்றுக்குள் குதித்து மாணவர் களைக் காப்பாற்றத் துணியவில்லை. ஆசிரியர் பேயறைந்தது மாதிரி நின்றுகொண்டிருந்தார். கூட்டம் அங்கொன்றும் இங்கொன்று மாகக் கூடிக்கூடிப் பேசிக்கொண்டது. தண்ணீரின் சீற்றம் ரொம்ப தூரத்திற்கும் கேட்டபடியிருந்தது. இதற்குள் தலைமை ஆசிரியருக்கும் தகவல்போய் அவரும் பெரும் அதிர்ச்சியுடன் வந்தார். கொஞ்ச நேரத்திற்குள்ளாக ஊர்த்தலைவரும் வரவழைக்கப்பட்டார். என்ன நடந்தது என்று அவர்கள் உடற்கல்வி ஆசிரியரிடம் கேட்டனர். அவரால் எதுவும் பேச முடியவில்லை. சலசலவென வேகத்தோடு ஓடிக்கொண்டிருக்கும் ஆற்றையே பார்த்துக்கொண்டிருந்தார். அவரது உடல் மெல்ல நடுங்கிக் கொண்டிருந்தது. கண்களில் பயத்தின் ரேகைகள் படர்ந்திருந்தன. எவ்வளவு கேட்டும் அவரால் பேச முடிய வில்லை. பின் அங்கு கூடியிருந்த மாணவர்களிடம் விசாரித்தனர். மாணவர்கள் ஒவ்வொருவரும் ஒரு மாதிரியாகக் கூறினார்கள். பெரியவர்கள் மெல்ல அவ்விடத்தைவிட்டு நகர்ந்தனர். தண்ணீரில் அடித்துச் செல்லப்பட்டவர்கள் யார் என்பதை அறிந்துகொள்ள அனைவரும் ஆவேசப்பட்டனர். யார் என்று உறுதியாகத் தெரியவில்லை. விளையாட்டில் கலந்துகொண்டவர்கள்

அனைவரும் இருந்தால்தானே கண்டுபிடிக்க முடியும். ஆற்றின் சீற்றத்தைக்கண்ட நொடியில் அனைவரும் சிட்டாகப் பறந்து விட்டனர். அப்புறம் எப்படி யார் அடித்துக்கொண்டு சென்றார்கள் என்பதைக் கூற முடியும் என்று ஒருசிலர் நினைத்துக்கொண்டனர். மெல்ல கூட்டம் கலையத் தொடங்கியது. ஆனால் செய்தி ஊருக்குள் பரவி ஒருவித அசாதாரண நிலையை ஏற்படுத்தியது.

அவர்கள் இருவரும் தண்ணீரின் போக்கிலேயே வெகு தூரம் செல்ல வேண்டியிருந்தது. ஆற்றின் வேகத்தை எதிர்த்து அவர்களால் எதுவும் செய்ய முடியவில்லை. எங்கு செல்கிறோம் என்பதைக்கூட அவர்களால் உணர முடியவில்லை. சுற்றிலும் ஒரே வனாந்திரமாக இருந்தது. இரு கரைகளிலும் அடர்ந்தோங்கிய மரங்கள். பல்வேறுவிதக் கொடிகள் அவற்றில் படர்ந்து கிடந்தன. குட்டைப் புதர்களும் மண்டிக் கிடந்தன. இதற்கு முன்னர் இவ்வகை மரங்களையோ செடிகொடிகளையோ அவர்கள் பார்த்ததுகூடக் கிடையாது. ஆற்றின் வேகம் பெரும் பாய்ச்சலாகவே இருந்தது. மனித நடமாட்டம் இருப்பதற்கான எந்த சுவட்டையும் அவர்களால் உணர முடியவில்லை. அவர்களுக்கு ஆறுதலான ஒரே விஷயம் மரங்களும் வானத்தில் இருக்கும் சூரியனும்தான். தொடர்ச்சியாகத் தண்ணீரில் இருப்பது அவர்களுக்கு அலுப்பை ஏற்படுத்தியது.

இருவரும் ஒருவரை ஒருவர் பார்த்துக்கொண்டனர். அதைத் தவிர வேறெதையும் அவர்களால் செய்துவிட முடியுமென்று தோன்றவில்லை. வீடு, பள்ளி, நண்பர்கள் என்ற எந்த சிந்தனையுமின்றி அவர்கள் ஆற்றின்போக்கில் நகர்ந்து கொண்டிருந்தனர். தாம் எங்கு கரைசேரப் போகிறோம் என்ற ஆர்வம் அவர்களிடம் மேலோங்கியபோது அவர்களுக்குப் பசிக்க ஆரம்பித்திருந்தது. பசியைப் போக்கிக்கொள்ள ஆற்றுத் தண்ணீரைத் தவிர வேறெதுவும் இல்லை. கரைகளில் பழுத்து வெடித்துக் கிடக்கும் பழங்களைப் பார்த்துக்கொண்டிருந்தவர்களை ஆற்றின் வேகம் வேறிடத்திற்கு இழுத்து சென்றுகொண்டிருந்தது. எதையும் அவர்கள் நிலையாக உணர்ந்து அனுபவிக்க முடியாமல் இருந்தது. மெல்ல இருள் கவியத் தொடங்கியபோது அவர்களை பயம் கவ்வத் தொடங்கியது. சூரியன் மேற்கு நோக்கிச் சரிவதை அவர்களால் பார்க்க முடியாமல் இருந்தது. இப்போது அவர்களுக்கு இருந்த ஒரே ஆறுதல் ஆற்றின் சலசலப்பு மட்டுமே. அந்த சப்தத்தைக்கொண்டே அவர்கள், தனிமையைப் போக்கிக்கொள்ள வேண்டியிருந்தது. அவர்களுக்கு அசதி மேலிட்டது. உடல் நடுங்கத் தொடங்கியது. கை, கால்களை அவர்களால் அசைக்க முடியாமல் போனபோது கண்கள் மங்கின. அப்போது அவர்களால் எதையும் பார்க்க முடியவில்லை. மெல்ல

சுயநினைவை இழந்தனர். இயல்புநிலைக்குத் திரும்ப அவர்கள் எடுத்த முயற்சி எவ்விதப் பலனையும் தந்துவிடவில்லை.

அவர்கள் பிணங்களைப்போல ஆற்றின் போக்கில் அடித்துச் செல்லப்பட்டனர். ஆற்றுக்கு மேலாக தோன்றிய நிலவையோ அதன் குளிர்ச்சியையோ உணர முடியாதபடி அவர்கள் சென்று கொண்டிருந்தனர்.

விழிப்பு வந்தபோது அவர்கள் சொரசொரப்பான தரையில் படுத்திருப்பதை உணர்ந்தனர். கண்களை நன்றாகத் திறந்து பார்த்தனர். பிழைத்துக்கொண்டது அவர்களுக்கு மகிழ்ச்சியாக இருந்தது. எங்கு இருக்கிறோம், எப்படி வந்தோம் என்ற கேள்விகள் அவர்களுக்கு ஆச்சரியத்தை ஏற்படுத்தின. அவர்களால் படுக்கையிலிருந்து எழுந்திருக்க முடியவில்லை. படுத்துக்கிடந்த அவ்விடத்தைத் தாண்டி அவர்களால் வேறெதையும் பார்க்க முடியவில்லை. வெளியில் பலவிதமான சப்தங்கள் உலவுவதை அவர்களால் கேட்க முடிந்தது. அவர்கள் படுத்துக்கிடந்த அறைக்கு மேலாக இருந்த காற்றுவாரி வழியாக சூரிய வெளிச்சம் கசிந்துகொண்டிருந்தது. ஒரு மின்சாதனத்தைக்கூட அவர்களால் அந்த அறையில் காண முடியவில்லை. இந்த காலத்தில் எந்த வசதியும் இன்றி இப்படிக்கூட ஒரு வீடு இருக்க முடியுமா என்று அவர்கள் யோசித்துக்கொண்டிருக்கும்போது யாரோ ஒருவர் உள்ளே வருவதை அவர்களால் உணர முடிந்தது. அவர் கையில் ஒரு மண்பாத்திரம் இருந்தது. அருகில் வந்து அமர்ந்து மண்பாத்திரத்திலிருந்ததைச் சிறிய குவளையில் ஊற்றி இருவருக்கும் புகட்டினார். அப்போதுதான் கொஞ்சம் தெம்பு வந்ததுபோல உணர்ந்த அவர்கள், "நாங்கள் எங்கிருக்கிறோம்?" என்று அவரிடம் கேட்டனர்.

இவர்களின் கேள்வியைச் சட்டை செய்யாதவராக உதட்டில் விரலை மட்டும் வைத்துப் பேச வேண்டாம் என்பதுபோல சைகை செய்தார். பின் சிறிதுநேரம் இருந்துவிட்டு எழுந்து செல்லும்போது நன்றாகத் தூங்குங்கள் என்று சைகையாலேயே காட்டி புன்னகைத்துச் சென்றார். இருவருக்கும் ஒன்றும் புரியவில்லை. தாங்கள் எப்போது இங்கு வந்தோம், இது எந்த இடம், நம் ஊருக்கும் இதற்கும் எவ்வளவு தூரம் என்று தங்களுக்குள்ளாகவே கேட்டுக்கொண்டனர். மீண்டும் அயர்வு காரணமாக இவர்களுக்கு கண்கள் செருக ஆரம்பித்தன. சற்று நேரத்திற்குள் உறங்கி விட்டிருந்தனர். சூரியன் உச்சிக்கு வந்து, பின் நகர்ந்து சரியத் தொடங்கியபோதுதான் இவர்களுக்கு விழிப்பு வந்தது. அப்போது ஓரளவிற்கு இவர்கள் களைப்பு நீங்கியவர்களாக இருந்தனர். அசதி குறைந்து, கண்களில் ஒருவிதக் குதூகலம் தெரிந்தது.

அங்கு சென்று மூன்று நாட்கள் கழிந்த நிலையில் இவர்களுக்கு அவ்வூரைச் சுற்றிப் பார்க்க வேண்டும் என்ற எண்ணம் தோன்றியது. எந்நேரமும் படி படி என்று அதட்டிக்கொண்டே இருக்கும் பெற்றோர்களும் ஆசிரியர்களும் இல்லாத இவ்வுலகம் இவர்களுக்கு அதீத சுதந்திரத்தைக் கொடுத்தது. ஆனாலும் எப்படி ஊருக்குத் திரும்புவது என்ற பயமும் இவர்களுக்குள் எழுந்து மறைந்தது. மேலும் இங்கு அனைவரும் அன்பொழுக இருப்பது இவர்களுக்கு ஆச்சரியத்தை ஏற்படுத்தியது. அறிவியலின் வளர்ச்சிக்கான எந்தத் தடத்தையும் அங்கு காண முடியவில்லை. இரண்டு மூன்று நாட்களில் இவர்களுக்குப் பழகிப் போனது; சூரியனையும் சந்திரனையும் ஒளி மூலங்களாகக்கொண்டு வாழ.

அன்று காலை உணவை முடித்துக்கொண்டு இவர்கள் அவ்வூரின் தெற்கே அமைந்திருந்த பள்ளிக்கூடத்திற்குச் சென்றனர். பள்ளிக்கூடம் பல்வேறு சப்தங்களின் களமாக இருந்தது. இவர்களுக்கு ஆச்சரியமாக இருந்தது. தயங்கித் தயங்கி உள்ளே நுழைந்தனர். இவர்களை யாரும் தடுக்கவில்லை. வகுப்பறைகள் நன்கு விசாலமாக இருந்தன. சுற்றிலும் ஜன்னல். வெளிச்சத்திற்கும் காற்றுக்கும் சிறிதும் பஞ்சமில்லாமல் இருந்தது. வகுப்பறைகளுக்கு மத்தியில் ஒரு பெரிய கூடம் இருந்தது. மாணவர்கள் அங்கு தான் குழுமியிருந்தனர். பல்வேறு குழுக்களாகப் பிரிந்து கிடந்தனர். சிலர் தனித்தனியாக அமர்ந்து படம் வரைந்து கொண்டிருந்தனர். இன்னும் சிலர் களிமண்கொண்டு ஏதோ ஒரு உருவத்தைச் செய்துபழகிக்கொண்டிருந்தனர். இரு சிறுவர்கள் சிறுசிறு குச்சிகளைக்கொண்டு தேர் செய்துகொண்டிருந்தனர். இவர்களுக்கு ஆச்சரியம் தாங்கவில்லை.

"டேய் இது பள்ளிக்கூடமா இல்லை வெளையாடற எடமா?" தினேஷைப் பார்த்து சுந்தர்ராசு கேட்டான்.

"எனக்கும் அதாண்டா புரியல. யாருமே படிக்காம வெளையாடிக்கினு இருக்காங்க. ஒருத்தர்கிட்டக் கூட புஸ்தகத்தக் காணோம். ஒரே டவுட்டா இருக்கு." அவனுடைய கேள்விக்கு ஆர்வம் பீறிட தினேஷ் பதில் கூறினான்.

சுந்தர்ராசும் ஆமாம் என்பதுபோலத் தலையசைத்தான்.

இருவரும் ஒவ்வொரு குழுவாக நெருங்கிச் சென்று பார்த்தனர். அனைத்துக் குழுவும் இவர்களை அன்போடு வரவேற்றது. தங்களுடன் சேர்ந்துகொள்ளுமாறு கேட்டுக்கொண்டது. இவர் களுக்குத் தயக்கமாக இருந்தது. மெல்ல அனைத்தையும் பார்த்துக்கொண்டே சென்றவர்கள் தேர் செய்துகொண்டிருந்தவர் களின் அருகில் சென்று அமர்ந்தபடி பேச்சுக் கொடுத்தனர்.

"நீங்க எத்தனாவது படிக்கறீங்க?" என்று தினேஷ் கேட்டான்.

தேர் செய்வதில் ஈடுபட்டிருந்த அவ்விருவரும் மலங்கமலங்க விழித்தனர். இவர்களுடைய கேள்வியை அவர்களால் புரிந்து கொள்ள முடியவில்லை. மீண்டும் தினேஷ் கேட்டான்.

"நீங்க எத்தனாவது படிக்கிறீங்க?"

"படிக்கிறதுனா என்னன்னு தெரியலையே" என்று அப்பாவியாகச் சொன்னார்கள்.

"அப்ப இங்க பாடம் நடத்தமாட்டாங்களா?" என்று சந்தோஷத்துடன் சுந்தர்ராசு கேட்டான். இந்தக் கேள்வியின் அர்த்தத்தையும் அவர்களால் விளங்கிக்கொள்ள முடியாமல் கேட்டனர்.

"பாடம்னா என்ன?"

பாடம் என்று எதுவுமே இல்லாமல் ஒரு பள்ளிக்கூடமா என்று இவர்கள் ஆச்சரியப்பட்டார்கள். அவர்களிடம் வேறெப்படிக் கேட்டு விஷயத்தைத் தெரிந்துகொள்வது என்று இவர்களுக்குப் புரியவில்லை. சிறிது நேரம் தேர் செய்வதையே பார்த்துக் கொண்டிருந்தவர்கள் எழுந்து கூடத்தின் தெற்கு மூலைக்குச் சென்றனர். அங்கு நான்கைந்து சிறுவர்கள் தனித்தனியாக அமர்ந்து ஓவியம் வரைவதில் ஈடுபட்டுக் கொண்டிருந்தனர். தூரிகையைக் கையாள்வதையும், வண்ணங்களைக் குழைக்கும் விதத்தையும் ஒருவித பரவசத்தோடு பார்த்துக் கொண்டிருந்தவர்களைக் கண்ட அச்சிறுவர்கள் சிரித்தபடி இவர்களை வரவேற்றனர். அவர்களில் ஒருவன் தினேஷிடம் தூரிகை தந்து "நீயும் வரையிறயா?" என்று கேட்டான்.

தனக்கு வரையத்தெரியாது எனும் விதமாக இவன் தலையாட்டினான். அதற்கு அவன் ஆச்சரியத்தோடு தோள்பட்டையை உலுக்கிவிட்டுக்கொண்டான். அவர்களின் தீற்றலில் உயிர்பெறும் இயற்கையையே கூர்ந்து பார்த்துக்கொண்டிருந்தவர்களை "அம்மா" எனும் சத்தம் திடுக்கிடச் செய்தது. சத்தம் வந்த திசையை நோக்கி இருவரும் சென்றனர். இவர்களை ஒருவித பதற்றம் தொற்றிக் கொண்டது. ஏதாவது அசம்பாவிதம் நடக்கிறதோ என்றும் யோசித்துக் கொண்டே சென்றனர். விசாலமான அறையில் மூன்று நடுத்தர வயதுக்காரர்களும் சில இளைஞர்களும் தரையில் அமர்ந்து கொண்டிருந்தனர். ஒரு இளைஞர் மட்டும் அம்மா எனும் வார்த்தையை பல்வேறு ஏற்ற இறக்கங்களோடு சொல்லிக்கொண்டே முகபாவங்களை மாற்றிக் காண்பித்தார்கள். மற்றவர்கள் அவரது குரலை,

முகபாவங்களைக் கூர்ந்து கவனித்துக்கொண்டிருந்தனர். அந்த இளைஞர் தன்னுடைய முறையை முடித்துக்கொண்டதும் வேறு இரு இளைஞர்கள் எழுந்து சென்றனர். அவர்கள் கையில் சேலையை வைத்துக்கொண்டிருந்தனர். அவர்களைத் தொடர்ந்து இன்னும் மூன்று இளைஞர்கள் சென்றனர். நடுத்தர வயது மதிக்கத்தக்கவர் அவர்களை பார்த்து "ஆரம்பிங்கப்பா" என்று கூறினார்.

அங்கு சூழல் மெல்ல மாறத் தொடங்கியது. அவர்கள் கையில் இருந்த சேலை படகாக மாறியது. அவர்கள் மிகவும் தத்ரூபமாகப் படகை கடலில் ஓட்டிச்செல்வதை நடித்துக் காட்டினர். உண்மையில் கடலில் எப்படிப் படகு அசைந்தாடிச் செல்லுமோ அதைப்போல அவர்களது உடல் இயங்கியது. அவர்களைத் தொடர்ந்து சென்றவர்கள் கடல்மீன்களாக மெல்லமெல்ல மாறி அங்கும் இங்கும் நீந்தத் தொடங்கியபோது படகை இயக்குபவன் உச்சஸ்தாயியில் குரலெடுத்துப் பாட ஆரம்பித்தான். அவன் பாடப் பாட, பின்னாலிருந்தவன் அவனைத் தொடர்ந்து பாடினான்.

கம்மம் பூவாம் ஏலேலே
கருகம் பூவாம்...
காத்தடிச்சா ஏலேலே
உதிரும் பூவாம்...

என இருவரும் பாடிக்கொண்டே படகை இயக்கும் விதத்தைக் கண்ட இவர்கள், தாங்களும் அந்தப் படகில் ஏறிக்கொள்ள வேண்டும் என்று நினைத்தனர். கடல் அலையில் அப்படகு தத்தளிப்பதையும், வலைவீசி அம்மீன்களைப் பிடிக்க அவர்கள் முயற்சி செய்வதையும் மிக நுணுக்கமாகக் கண்முன் கொண்டு வந்தனர். அவர்களது வலையில் சிக்கிக் கொள்ளாமல் அம்மீன்கள்,

சலபுல சலபுல கடலுத் தண்ணி பல பல...
நாங்க வெள்ளி மீன் கூட்டம்
உங்க வலையில விழ மாட்டம்
சலபுல சலபுல கடலுத் தண்ணி பல பல...

எனக் கோரசாகப் பாடி நழுவிச் செல்வதைப் பார்த்த இவர்களுக்குத் தாங்கள் மீன்களாக மாறி அவர்களுடன் சேர்ந்து சுதந்திரமாகத் தண்ணீரில் நீந்தித் திரியவேண்டுமெனத் தோன்றியது. சிறிது நேரத்திற்கு பிறகு அக்குழு அவர்களது நடிப்பை முடித்துக்கொண்டு அமர்ந்தபோது அவ்விடம் மிகவும் அமைதியானது. ஆனாலும் இவர்களது மனத் திரையில் கடல் அலையில் இன்னும் அப்படகு அலைமோதியபடி இருந்தது. அவர்களை அந்த நடுத்தர வயதொத்தவர்கள் பாராட்டினர். சிறிது நேரம் கழித்த பிறகு அறையைவிட்டுக் கிளம்பியவர்கள்

இவர்களைப் பார்த்து "நீங்க ஏதாவது நடிக்கறீங்களா?" என்று கேட்டனர்.

"சார் எங்களுக்கு நடிக்கலாம் வராது. ஒரே கூச்சமா இருக்கும்" என்று அவர்களைப் பார்த்து சுந்தர்ராசு கூறினான்.

"ஏன் கூச்சப்படனும். உங்களுக்கு மனசுல என்ன தோணுதோ அதச் செய்யுங்க" என்றார் அவர்களுள் ஒருவர்.

இவர்கள் எதையும் செய்ய முன்வராததால் அவர்கள் வெளியில் வந்தனர். அவர்களைத் தொடர்ந்து இவர்களும் வந்தனர். வெளியில் ஒரு பெரிய பனந்தோப்பு இருந்தது. அங்கும் சில பிள்ளைகள் விளையாடிக்கொண்டிருந்தனர். அவர்களை நோக்கிச் சென்றனர். அப்பிள்ளைகள் பெரிய பாத்திரங்களை வைத்து கூட்டாஞ்சோறு சமைத்துக் கொண்டிருந்தனர். அவர் களைப் பார்த்து, "என்ன, சாப்பாடு ஆயிட்டுதா . . . சாப்புட வரலாமா?" என்று நடுத்தர வயதுக்காரர் கேட்டார்.

அவர் கேட்டதற்கு "ஆயிட்டுது அய்யா" என்று அப்பிள்ளை களுள் ஒருவன் கூறினான்.

அவர்களின் உரையாடலும் அந்தச் சூழலும் இவர்களுக்கு ஆச்சரியத்தையும் மகிழ்ச்சியையும் ஏற்படுத்தியது. அச்சிறுவர்கள் வேகவேகமாக இலைகளைப் பறித்துவந்து அவர்களுக்குப் பரிமாறினார்கள். இவர்களையும் அழைத்து சாப்பாடு கொடுத்தனர். அவ்வளவு சிறப்பாக கூட்டாஞ்சோறு சமைத்தவர்களை இவர்கள் கண்இமைக்காமல் பார்த்துக்கொண்டே சாப்பாட்டை ருசித்துச் சாப்பிட்டனர். சாப்பிட்டு முடித்தவுடன் அவர்கள் பனமட்டையால் செய்யப்பட்ட தடுக்கில் சிறிது நேரம் படுத்து ஓய்வெடுத்தனர். இவர்கள் இருவரும் பனமரத்தடியில் அமர்ந்து, தங்களுடைய பள்ளிக்கூடத்தை நினைத்துக் கொண்டபடி பேசிக்கொண்டிருந்தனர்.

"தினேஷ் இங்க எப்படி இருக்குது பள்ளிக்கூடம் நம்ம பள்ளிக்கூடமும்தான் இருக்குதே, சும்மா படி படின்னு உயிர எடுக்கரானுங்க" என சுந்தர்ராசு கூறினான்.

"படி படின்னு சொன்னாதான் பரவாயில்லையே.மாட்ட அடிக்கிறமாதிரி இல்ல போட்டு அடிக்கறான் அந்த கணக்கு வாத்தி." அதற்கு தினேஷ் சற்று எரிச்சலுடன் பதில் சொன்னான்.

அவன் சொல்லி முடிக்குமுன், மீண்டும் சுந்தர்ராசு "கணக்கு வாத்தி மட்டுமா அடிக்கரான். அந்த இங்கிலீஷ் டீச்சர் கூடத்தான் போட்டு சாத்து சாத்துன்னு சாத்துது" எனப் பதிலளித்தான்.

"பேசாம இங்கேயே படிக்கலாம்போல இருக்குதுடா" தினேஷ் சொன்னான்.

"நானும் அதத்தான் யோசிக்கிறேன். வட்டத்தின் பரப்பு காணும் சூத்திரம் சொல்லிச் சொல்லி போரடிச்சுப் போச்சுடா. கிளாஸ் ரூம்ல டஸ்டரால விளையாடினதுக்கு அந்தக் கணக்கு வாத்தியாரு என்னமா அடிச்சாரு தெரியுமா. ஆனா இங்க பாரு அவுங்க அவுங்களுக்கு புடிச்சதச் செய்யறாங்க" என மாறி மாறி இருவரும் பேசிக்கொண்டனர். சூரியன் மெல்ல மேற்கு நோக்கி நகர்ந்துகொண்டிருந்தது. உக்கிரமான வெய்யிலின் தாக்கத்தை உணர முடியாதபடிக்கு ஓங்கி வளர்ந்திருந்தன மரங்கள். வகை வகையான பறவைகளைக் காண முடிந்தது. பயிர் வகைகள் இவர்கள் பார்த்திராத விதமாக இருந்தன. எங்கும் பறவைகளின் கீச்சொலிகள் பட்டு எதிரொலிக்க சூழல் ரம்மியமாக இருந்தது. சிறிது நேரத்திற்குப் பின் உறக்கம் கலைந்து எழுந்து முகம் கழுவிக் கொண்டு இவர்களைப் பார்த்து, "என்னப்பா எங்க ஊரு எப்படி இருக்கு?" என சிலர் கேட்டனர்.

"ரொம்ப புடிச்சிருக்கு." அவர்கள் குதூகலத்துடன் சொன்னார்கள்.

"ஏன் அவ்ளோ புடிச்சிருக்கு" என்று அவர்களில் ஒருவர் கேட்டார்.

இருவரும் தலையைச் சொரிந்து கொண்டபடியே, "ஏன்னா இங்கதான் படிக்கவேணாமே" என்று கூறினார்கள்.

இவர்கள் கூறியதைக் கேட்டு அவர்கள் புன்னகைத்துக் கொண்டே "அப்புறம்" என்றனர்.

"பெரிய புஸ்தக பை கெடையாது. அப்புறம் அந்தக் கணக்கு வாத்தியாரும் இங்கிலீஷ் டீச்சரும் கெடையாதே."

"ஏன் அவுங்க இன்னா பண்ணுவாங்க."

"அவுங்க இன்னா பண்ணுவாங்கலா. படிக்கத் தெரியலைனா மாட்ட அடிக்கிறமாதிரி போட்டு அடிப்பாங்க."

"உங்க ஊர்ல இத யாரும் தட்டிக்கேக்க மாட்டாங்களா?" அவர்கள் இந்த கேள்வியைக் கேட்டதுமே, "எங்க அப்பாதான் பள்ளிக்கூடம் வந்து வாத்தியார்கிட்ட கண்ண மட்டும் உட்டுட்டு தோல உரிக்க சொல்றாறே" என்று சுந்தர்ராசு கூறினான்.

இவனுக்கு இதைக் கூறி முடிக்கும்போது மூச்சு வாங்கியது. அவர்கள் இவர்களை மிகவும் கனிவோடு பார்த்தனர். சிறிது

நேரம் அங்கு யாரும் எதுவும் பேசிக்கொள்ளவில்லை. இவர்கள் இருவரும் சகஜ நிலைக்குத் திரும்ப சிறிதுநேரம் பிடித்தது. இயல்புநிலைக்குத் திரும்பியதும் தினேஷ் அவர்களைப் பார்த்து, “சார் நாங்களும் இங்கேயே படிக்கலாமா. எங்களை சேர்த்துக்குவீங்களா?” என்று கேட்டான்.

“தம்பிகளா இங்க படிக்கிறது, சேத்துக்கிறதுன்ற பேச்சுக்கே எடமில்லை. உங்களுக்குப் பிடிச்சிருந்தா இங்க இருந்து நீங்க எதவேனா செய்யலாம்.”

அவர் சொல்லச் சொல்ல இவர்களுக்கு சந்தோஷம் பீறிட்டுக் கிளம்பியது. கண்களில் புத்தொளி படர்ந்தது. அங்கேயே தங்கிவிடுவதாக அவர்கள் முடிவு செய்தபடியே “சார் ஒரு சந்தேகம். இங்க வாத்தியார் யாரும் கெடையாதா?” என்று அவர்களைப் பார்த்துக் கேட்டனர்.

“அவுங்க எதுக்கு?” அவர்கள் திரும்பக் கேட்டனர்.

“கத்துக்கொடுக்கறதுக்கு.” இவர்கள் புரியாமல் கேட்டனர்.

“நாம கத்துகிடறதுக்கு வாத்தியாருங்க எதுக்கு?”

ஆசிரியர்கள் இல்லாத ஒரு பள்ளிக்கூடத்தைக் கற்பனை செய்து பார்த்து இவர்கள் மகிழ்ந்தனர். இனிமேல் நாம் நமக்கு விருப்பமானதை செய்யலாம். யாருக்காகவும் பயப்படத் தேவை யில்லை என்று யோசித்துக்கொண்டனர். சூரியன் மெல்ல தன் உஷ்ணத்தை இழக்கத் தொடங்கியிருந்தபோது அவர்கள் நடந்து பனந்தோப்பிற்குள் சென்றனர். இவர்களையும் தங்களோடு அழைத்தனர். அங்கு விளையாடிக் கொண்டிருந்தவர்களும் அவர்களைப் பின்தொடர்ந்து சென்றனர். தோப்பிற்கு மத்தியில் சென்றதும் “தம்பிகளா இங்கயே உட்காருங்க” என்று இவர்களைப் பார்த்துக் கூறினர்.

அங்கேயே உட்கார்ந்துகொண்டனர். பள்ளிக்கூடத்தில் பார்த்த குழுவினர் ஒவ்வொருவராகத் தோப்பிற்குள் வந்த வண்ணம் இருந்தனர். நல்ல வளர்த்தியாக இருந்தவர்கள் தங்கள் சட்டைகளைக் கழற்றி வைத்துவிட்டு பனைமரத்தின்மீது மடமடவென ஏறினார்கள். அவர்கள் மரம் ஏறுவதையும் அதிலிருந்து ஒரு மொந்தையுடன் கீழ் இறங்குவதையும் கண் கொட்டாமல் பார்த்துக்கொண்டிருந்தனர். அனைவரும் அங்கிருந்த பெரிய பானையில் கொண்டுவந்த மொந்தையை கவிழ்த்தனர். இவர்கள் அருகில் சென்று பார்த்தனர். ஒரே புளிப்பு நாற்றம். முகத்தைச் சுருக்கிக் கொண்டனர். கொஞ்ச நேரத்திற்குள் அனைவரும் வட்ட வடிவமாக அமர்ந்துகொண்டனர்.

அனைவரது கைகளிலும் பனைமட்டையால் செய்யப்பட்ட தொன்னை கொடுக்கப்பட்டது. அவர்களில் ஒருவர் ஒரு மொந்தையைக் கொண்டு பானையில் இருந்த கள்ளை அனைவருக்கும் ஊற்றிக்கொண்டிருந்தார். அனைவரும் மிகுந்த ஆவலோடு குடிக்கத் தொடங்கினர். ஆனால் இவர்கள் இருவரும் தனித்து உட்கார்ந்து கொண்டிருந்தனர். அவர்களுள் ஒருவர் இவர்களைக் குடிக்க வருமாறு அழைத்தார். இவர்கள் வேண்டாம் என்பதுபோல தலையாட்டினர்.

"ஏன் புடிக்காதா" என ஊற்றிக்கொண்டிருந்தவர் இவர்களிடம் வந்து கேட்டார்.

"கள் குடிக்கிறது தப்பு இல்லையா, அதுவும் பெரியவங்க முன்னாடி" என இழுத்தனர் இருவரும்.

"கள் குடிக்கிறது தப்புன்னு யார் சொன்னா? இங்க யாரும் பெரியவங்களும் இல்லை சின்னவங்களும் இல்லை." அவர் மீண்டும் சொன்னார்.

அவர் அவ்வாறு கூறியபின் இவர்கள் சற்றுத் தயக்கத்துடனேயே சென்று அவர்களுடன் அமர்ந்தார்கள். இவர்களுக்கும் கொடுக்கப்பட்டது. இவர்கள் அத்தொன்னை செய்யப்பட்ட விதத்தை பார்த்துக்கொண்டிருந்தனர். அவர் ஒரு மொந்தைக் கள்ளைக் கொண்டுவந்து இருவருக்கும் ஊற்றினார். கஷ்டப்பட்டு இருவரும் குடித்தனர். லேசாக தலை கிறுகிறுப்பாக இருப்பதைத் தவிர வேறெதுவும் தெரியவில்லை இவர்களுக்கு. மேலும் வேண்டும் என்று கேட்டனர். இவர்களைப் பார்த்து சிரித்தபடி அனைவரும் கள்ளை மாறிமாறி உறிஞ்சி குடித்தனர். சிலர் போதை தலைக்கேற அங்கேயே சரிந்தனர். ஒருசிலர் எழுந்து அவர்களின் பாரம்பரிய நடனத்தை ஆடினர். கூட்டம் மெல்ல அவர்களோடு சேர்ந்து ஆடத்தொடங்கியது. அவர்களில் ஒருத்தன் ஒரு நாடோடிப் பாடலை உச்சஸ்தாயியில் பாடத் தொடங்கினான். ஒரே ஆரவாரமாக இருந்தது அந்த இடம். சூரியன் மறைந்து இருள் கவியத் தொடங்கியபோது அனைவரிடத்திலும் ஒரு தள்ளாட்டம் தென்பட்டது. பனந்தோப்பு வேகவேகமாகச் சுழல்வதாகப்பட்டது இவர்களுக்கு. நன்றாக இருட்ட ஆரம்பித்தபோது அனைவரும் தள்ளாட்டத்தோடு வீடுநோக்கி நடக்கத் தொடங்கினர். இருளில் நடப்பது இருவருக்கும் கஷ்டமாக இருந்தது. சில்வண்டுகளின் ரீங்காரம் தலைக்கேறியிருந்த போதையை அதிகப்படுத்திக் காட்டியது. ஒருவன் போதையின் மயக்கத்தில் பனைமரத்தைக் கட்டித் தழுவிக்கொண்டிருந்தான். அவனைக்கண்டு அனைவரும் விழுந்துவிழுந்து சிரித்தனர்.

ஆற்றைக் கடத்தல்

"டேய் மொட்டையனுக்கு வெறியேறிடுச்சி ... எல்லாரும் ஓடிடுங்க. ஆட்டுகினிங்க, அவ்ளோதான் உறிஞ்சி எடுத்துடுவான் ... எல்லோரும் ஓடுங்க." அவர்களில் ஒருவன் கூறினான்.

அனைவரும் சிரித்துக்கொண்டே தலைதெறிக்க நாலா திசைகளிலும் கலைந்து ஓடினர். அவர்களுக்கு முன்பாக இருள் நீண்டுகொண்டிருந்தது. இவர்கள் இருவரும் மூச்சுவாங்க ஓடினார்கள். மொட்டையனிடம் மாட்டிக்கொள்ளக் கூடாது என்பதில் குறியாக இருந்தனர். அவர்கள் வெகுதூரம் ஓடிவந்தபின் மூச்சுவாங்க நின்றனர்.

"டேய் தினேஷ் எவ்ளோ நேரம் அங்கயே நிப்ப. அதான் அவுட் ஆயிட்டியே வெளியில வா. சுந்தர்ராசு உனக்கு மட்டும் என்ன தனியா சொல்லனுமா நீயும் வெளிய வா." ஆசிரியர் சத்தமாகக் கூப்பிட்டார்.

ஆசிரியரின் கண்டிப்பான குரலைக்கேட்டுத் திடுக்கிட்ட இருவரும் சுற்றும் முற்றும் பார்த்தனர். மாணவர்கள் கரவொலி எழுப்பிக்கொண்டும் சப்தமாகக் கத்திக்கொண்டும் இருந்தனர். வட்டத்தைப் பார்த்த அவர்கள் தாங்கள் இருவர் மட்டும் ஆற்றுக்குள் இருப்பதை உணர்ந்து சலிப்படைந்தனர். ஆட்டத்தை விட்டு வெளியேறுவதில் சிறிதும் விருப்பமற்றவர்களாக இருந்தனர். இருந்தாலும் ஆசிரியரின் கட்டளைக்கிணங்க இருவரும் வெளியில் வந்தனர். மாணவர்கள் கைதட்டி மகிழ்ந்து கொண்டிருந்தனர். ஆசிரியர் மீண்டும் விசிலை ஊதினார். எஞ்சியிருந்தவர்கள் எப்படியாவது ஆற்றைக் கடந்துவிட வேண்டுமென்று ஓடிக்கொண்டிருந்தனர். இவர்கள் இருவருக்கு மட்டும் ஆற்றின் சலசலப்பு நுட்பமாகக் கேட்டுக்கொண்டே இருந்தபோது மெல்ல மலைகளுக்குப் பின்புறமாக ஒடுங்க ஆரம்பித்திருந்தது சூரியன்.

சூலப்பிடாரி

திருக்கச்சூரிலிருந்து சாமி சிலையை ஊருக்குள் கொண்டுவரும்போது நன்கு இருட்டிவிட்டிருந்தது. சாமி சிலைக்குப் பின் இளைஞர்களும் முதியவர்களும் திரண்டிருந்தனர். தெருவோரங்களில் பெண்களின் கூட்டம் அலைமோதியது. கையில் வேப்பிலையுடன் சிலைக்கு முன்பாக ஆறுமுகம் சாமி வந்து ஆடிக்கொண்டிருந்தார். பம்பையும் உடுக்கையும் அதிர்ந்த போது இவர் ஆட்டத்திலும் வேகம் கூடியது. சுற்றி நின்றிருந்தவர்களெல்லாம் கன்னத்தில் போட்டுக் கொண்டனர். எங்கும் சாராயத்தின் நெடி பரவியிருந்தது. பெரும்பாலானவர்களின் விழிகள் குடித்துக் குடித்துச் சிவந்திருந்தன. போதையில் அவர்கள் பம்பை உடுக்கை வாசிப்பவர்களை வேகமாக வாசிக்கும்படி நச்சரித்தனர். பம்பை உடுக்கைக் காரர்கள் வாசிப்பில் வேகம் கூட்டக்கூட்ட இவரின் நாடி நரம்புகள் முறுக்கேறின. சுற்றிச்சுற்றி ஆடினர். நிலம் அதிர்ந்தது. சூழலை ஒரு இறுக்கம் கவ்விக்கொண்டது. கூட்டம் பெருங்குரலெடுத்து "தாயே மகமாயி" என்று தொடர்ச்சியாகக் கூவிக்கொண்டிருந்தது. தெரு சிறியதாக இருந்ததால் கூட்டத்தைத் தாண்டி சிலையைக் கொண்டுசெல்ல அதிக நேரம் பிடித்தது. சிலையைத் தொடர்ந்து வந்தவர்கள் மிகுந்த அயர்வோடு காணப்பட்டனர். தொடர்ச்சியான நடை அவர்களுக்குள் சோர்வை உண்டுபண்ணியிருந்தது. நேரம் ஆகஆகக் கோயிலை நோக்கிச் செல்ல அனைவரும் வேகம் காட்டினர். ஒரு கட்டத்தில் இவர் வேக வேகமாக ஆடிக்கொண்டே வேப்பிலையை வாயில் போட்டு நறநற என

மென்றபடி கோயில் நோக்கி ஓட ஆரம்பித்தார். கூட்டம் விழுந்தடித்து ஓடியது. ஈடுகொடுக்க முடியாத சிலர் பின்தங்கினர். அவர்களின் விழிகள் மதுவினால் நிரம்பியிருந்ததை உணர முடிந்தது. கோயிலை நெருங்கநெருங்க இவரின் ஆட்டத்தில் மீண்டும் வேகம் கூடியது. பம்பையும் உடுக்கையும் அதிர்ந்தன. மீண்டும் சூழல் இறுக்கமானது. கூட்டம் ஒருவிதச் சிலிர்ப்போடு கட்டுண்டிருந்தது. உடுக்கை ஒலி உச்சத்தை அடையும் போதெல்லாம் கூட்டம் கன்னத்தில் போட்டுக்கொண்டது. கோயில் முகப்பு விளக்கு ஏற்றப்பட்டபோது வாசிப்பு படிப் படியாக குறையத் தொடங்க, இவரின் உடல் மெல்ல தளர்ச்சி யுற்றது. பூசாரி கற்பூரத்தை ஏற்றி இவரிடம் கொடுத்தார். இவர் அதை வாயில்போட்டு விழுங்கியவுடன் மெல்லக் கீழே சரிந்தார். அருகிலிருந்தவர்கள் அவரைத் தாங்கிப்பிடித்து பின் தோதாகப் படுக்க வைத்தனர். அவர் சுவாசத்தில் வேகம் குறைந்திருக்கவில்லை. சாமி சிலை இறக்கப்பட்டு மேற்கிலிருந்த வேப்பமரத்தின் பக்கத்திலிருந்த பீடத்தின்மேல் வைக்கப்பட்டது. சிலைக்குத் தென்புறம் மலைத்தொடர் நீண்டும் உயர்ந்தும் இருந்தது. அண்மையில் பெய்த மழையால் எங்கும் பச்சை கட்டியிருந்ததை வெளிச்சத்தில் உணர முடிந்தது. கோயிலைச் சுற்றி நின்றிருந்த வேம்பின் அசைவுகள் காற்றில் குளிர்ச்சியை ஏற்படுத்தின. இவருக்கு மயக்கம் தெளிய கொஞ்ச நேரமானது. எழுந்துசென்று தண்ணீர் குடித்துவிட்டுக் கோயிலுக்கு வெளியில் வந்து அமர்ந்தபோது, சூளக்காரர் வீட்டு தெய்வசிகாமணி இவரைப் பார்த்துச் சொன்னான்:

“சாமி உங்கள சாப்பிடறதுக்கு தலைவர் வூட்டுக்கு வரச் சொன்னாங்க.” அவன் கூறியதைக் கேட்டுக் கொண்டவராகத் தலையை ஆட்டினார். அவன் போன சிறிது நேரம் கழித்து மஞ் சள் துண்டை உதறித் தோளில் போட்டுக்கொண்டு தலைவர் வீடுநோக்கி நடக்க ஆரம்பித்தார்.

தலைவர் வீடு ஒளி வெள்ளத்தால் பகலைப்போன்று இருந்தது. காம்பவுண்டுக்கு உட்புறம் இரண்டு நாய்கள் கட்டப்பட்டிருந்தன. தெரு வராண்டாவில் ஊர்ப் பிரமுகர்கள் கூடியிருந்தனர். இவர் தெரு கேட்டை திறந்துகொண்டு உள்ளே வருவதற்குள் வீட்டினுள் இருந்து தலைவரும் அவர் மனைவியும் வேகமாக வந்து அவரது காலில் நீர் ஊற்றிக் கழுவி, மஞ்சளும் சிவப்புமிட்டு உள்ளே அழைத்துச் சென்றனர். வராண்டாவில் அமர்ந்திருந்தவர்கள் எழுந்து நின்றனர். இவர் ஒருமுறை அனைவரையும் பார்த்தபடியே உள்ளே சென்றார். நடுக்கூடம் கல்யாண மண்டபம்போல இருந்தது. ஒரே நேரத்தில் குறைந்தது நூறு பேராவது அமர்ந்து சாப்பிட்டுவிட முடியும்; அந்த அளவிற்குப் பரந்து விரிந்திருந்தது.

கூடத்தில் நிறுத்தப்பட்டிருந்த வேலைப்பாடு மிக்க தூண்கள் வீட்டின் பழமையை உணர்த்திக்கொண்டிருந்தன. இவர் அத் தூண்களின் அழகையே பார்த்துக்கொண்டிருந்தபோது தலைவர் பேசினார்.

"சாமி, வந்து உக்காருங்க நேரமாவுது இல்ல."

இவர் மென்மையாகச் சிரித்தபடி தலைவர் காட்டிய இடத்தில் அமர்ந்தார். உடல் தளர்ந்து கண்கள் ஒடுங்கியிருந்தன. காலையும் மதியமும் விரதம். இரவு ஒருவேளைதான் சாப்பாடு. பகல் முழுக்க நடந்த களைப்பு. ஊர்ப் பிரமுகர்கள் இவருக்கு இருபுறமும் அமர்ந்து கொண்டனர். தலைவாழை இலையில் விதவிதமான உணவுவகைகள் பரிமாறப்பட்டன. தலைவரும் அவர் மனைவியும் இவரைக் கவனித்துக் கொண்டனர். எல்லோரும் இவர் சாப்பிடுவதற்காகக் காத்துக்கொண்டிருந்தனர். கண்களைமூடி கைகளைக் கூப்பி சில நிமிடங்கள் முணுமுணுத்தபடி இருந்தவர் பின் மெல்ல சாப்பிட ஆரம்பித்தார். அனைவரும் சாப்பிடுவதில் வேகம் காட்டினர். அவர்கள் சாப்பிடுவதையே தலைவர் பார்த்துக் கொண்டிருந்தார். இவர் மெதுவாகச் சாப்பிட்டார். இவரது கண்களில் இனம்புரியாத வலியின் ரேகைகள் ஓடிக்கொண்டிருந்தன. எதையும் வெளிக்காட்டிக் கொள்ளாமல் இவர் சாப்பிட்டுக் கொண்டிருந்தார். வேண்டாம் என்று சொன்னால்கூட விடாமல், தலைவர் மனைவி இவருக்கு உணவுவகைகளைப் பரிமாறிக்கொண்டே இருந்தாள். சாப்பிட்டுவிட்டு எழுந்தபோது இவருடன் அனைவரும் எழுந்தனர். கை அலம்பிக்கொள்ள தலைவர் செம்பில் தண்ணீர் கொண்டுவந்து கொடுத்தார். இவர் கை கழுவிவிட்டு மற்றவர்களிடம் கொடுத்தார். சிறிதுநேரம் வராண்டாவில் அமர்ந்து பின் அனைவரிடமும் கூறிவிட்டு கோயில் நோக்கி நடந்தார். கோயில் பிரகாரத்தில் ஏற்கனவே சிலர் படுத்துக்கொண்டிருந்தனர். இவர் கிழக்குப் பக்கமாகப் போடப்பட்டிருந்த பந்தலுக்குக் கீழே படுத்துக் கொண்டார். படுத்த கொஞ்ச நேரத்திற்குள் உறங்கியும் போனார்.

கோலக்காரர் வீட்டு நிலம் கண்ணுக்கெட்டிய தூரம் பரந்து விரிந்து கிடந்தது. ஆடிப்பட்டத்துக்காக நிலத்தை உழுது கொண்டிருந்த ஆறுமுகத்தை கோலக்கார வீட்டு அங்கமுத்துப் பெரியவர் கையசைத்துக் கூப்பிட்டார். பெரியவரின் சத்தம் கேட்டதும் ஏர்க் கலப்பையை அப்படியே விட்டுவிட்டு தலையில் கட்டியிருந்த துண்டை அவிழ்த்து உதறி, இடுப்பில் சுற்றிக்கொண்டு பெரியவர் முன் வந்துநின்றார். சூரியனின் கதிர்கள் நெருப்பை உமிழ்ந்து கொண்டிருந்தன. பெரியவர் வெயில் தாங்க முடியாமல் மாமரத்தின்கீழ் போடப்பட்டிருந்த கயிற்றுக்

கட்டிலில் அமர்ந்துகொண்டார். கொஞ்சம் தள்ளியே கைகளைக் கட்டிக்கொண்டு நின்றார் இவர். பெரியவர் தொண்டையைச் செருமிக் கொண்டபடியே இவரிடம் பேசினார்.

"நாளுவேற நெருங்கிடுச்சி. எப்ப ஓட்டி எருவு அடிக்கிறது. எப்ப வெதைக்கிறது. கொஞ்சம் சுருக்கா பார்டா."

"எல்லாம் கரெக்டா முடிஞ்சிடும் சாமி."

"நீ இருக்கிற தெகிரியம்தான்" என அவர் கூறியதும் இவருக்கு உச்சி குளிர்ந்துவிட்டது. காது ரோமங்கள் சிலிர்த்துக்கொண்டன. மாமரத்தில் பறவைகள் சடசடத்துக் கொண்டிருந்தன. ஏர்க் கலப்பையில் பூட்டப்பட்டிருந்த மாடு கத்தத் தொடங்கியதும், அவர் இவரிடம் கூறினார்.

"அப்ப நான் கௌம்புறேன். ஆவவேண்டியத பாரு. புரியுதா?"

இவர் அப்படியும் இப்படியுமாகத் தலையை ஆட்டினார். அவர் கட்டிலைவிட்டு இறங்கி நடக்கத் தொடங்கினார். சேறும் சகதியும் நிறைந்த நிலத்திற்குள் இறங்கி, விட்ட இடத்திலிருந்து உழத் தொடங்கினார் இவர். வெயிலின் தாக்கம் கடுமையாக இருந்தது. மாடுகள் சோர்ந்து கலப்பையை இழுப்பதில் தயக்கம் காட்டின. இவர் அவற்றை விரட்டிக்கொண்டே இருந்தார். இவராலும் வெப்பத்தைத் தாங்க முடியவில்லைதான். என்ன செய்வது? உழுதாக வேண்டுமே. சாயுங்காலம் திரும்பிவந்து பார்க்கும்போது உழுது முடித்திருக்காவிட்டால் கோபம் பீறிட்டு வரும் பெரியவரின் முகத்தை எப்படி எதிர்கொள்வது என்ற எண்ணமே களைப்பைப் பொருட்படுத்தாமல் இவரை இயங்கச் செய்தது. மாடுகளோடு மாடாய் சேற்றுக்குள் உழன்று கொண்டிருந்தபோது கிணற்று மேட்டிலிருந்து தனது பெயர் சொல்லி யாரோ கூப்பிடுகிறார்கள் என்பதை உணர்ந்தவர் திரும்பிப் பார்த்தார். மரத்து நிழலில் பெரியவரின் இளையமகன் தலையில் கூழ்ப் பானையுடன் நின்று கொண்டிருந்தான். கலப்பையிலிருந்து மாட்டைத் தரித்து விட்டுவிட்டு, தலையில் கட்டியிருந்த துண்டை உதறி இடுப்பில் கட்டிக்கொண்டு ஓடிவந்தார். அதற்குள் பெரியவரின் மகன் கூழ்ப்பானையை இறக்கி வைத்துவிட்டு அமர்ந்துகொண்டான். அருகில் வந்த இவர் அவனைப் பார்த்துக் கேட்டார். "சின்னவரே, இந்த வெயில்ல நீங்கள் ஏன் வரனும். சொல்லி அனுப்பியிருந்தா நானே வந்திருப்பேனே."

"இல்ல ஆறுமுகம் கொல்லி காட்ட பாக்கனும்னு ஆசை. அதான் நானே புறப்பட்டு வந்தேன்."

மரத்தின் நிழல் குளிர்ச்சியாக இருந்தது. வெயில் எங்கும் வியாபித்திருந்தது. இவர் அருகிலிருந்த மாமரத்தின் கீழ் வந்தமர்ந்தார். அவன் பானையைத் தூக்கி, இவரின் கையில் கூழை ஊற்றினான். இவர் அதை ருசித்துக் குடித்தார். இவரது விரல்களில் பானையில் விளிம்பு பட்டுவிடக் கூடாது என்ற ஜாக்கிரதை உணர்வோடு கூழை ஊற்றினான். சாப்பிட்டு முடித்து கைகளின் இருபுறமும் தனது நாவால் சுத்தம் செய்துகொண்டே தொட்டிநோக்கிச் சென்றார்.

“ஆறுமுகம் எச்ச கைய அதுல கழுவாத நா மொண்டு ஊத்தறேன்” என்று அவன் கூறிக்கொண்டே தொட்டிக்கருகில் வந்து தண்ணீர்மொண்டு தூக்கி ஊற்றினான். இவர் கைகளைக் கழுவிக்கொண்டு அவனிடம் சொன்னார்.

“சின்னவர, போயி கட்டல்ல படுங்க. வெய்ய சாயறப்ப போலாம்.”

அவனுக்கும் கிணற்றுமேட்டில் மரக்கட்டிலில் படுத்துக் கொள்ள வேண்டுமென்ற ஆசை. இவர் சொன்னதும் அவன் சென்று படுத்துக்கொண்டான். இவர் மண்வெட்டியை எடுத்து வரப்பு மடிக்க மீண்டும் நிலத்திற்குள் இறங்கினார்.

சூரியன் மெல்ல மேற்கு நோக்கிப் பயணித்தது. வெயிலின் தாக்கம் படிப்படியாகக் குறைந்தபோது குளிர்ந்த காற்று வீசத் தொடங்கியது. மரக்கட்டிலில் நன்றாக தூங்கிக் கொண்டிருந்தான் அவன். கலப்பை, மண்வெட்டிகளை மோட்டார் கொட்டகைக்குள் வைத்துவிட்டு,

“சின்னவர, நேரமாயிட்டது எழுந்திருங்க.” தூங்கிக்கொண்டிருந்தவனை எழுப்பும்விதமாகக் கூப்பிட்டார்.

அவன் புரண்டுபடுத்து கண்களைத் திறந்து பார்த்தான். வெயில் முற்றிலுமாகக் குறைந்துவிட்டிருந்தது. கண்களைக் கசக்கியபடியே கட்டிலைவிட்டுக் கீழிறங்கிப் பானையைத் தூக்கித் தலையில் வைத்துக்கொண்டான். இவர் மாடுகளைப் பிடித்துக்கொண்டார். ஏற்கனவே அறுத்துவைத்திருந்த புல்லுக் கட்டைத் தலையில் தூக்கிக்கொண்டு அவனைப் பின்தொடர்ந்து நடந்தார்.

கோலக்காரர் வீட்டு மாட்டுக்கொட்டகையில் சானத்தின் நெடி எங்கும் பரவியிருந்தது. புல்லுக்கட்டை இறக்கி தொட்டி மேடையில் வைத்தார். தவிட்டைக் கொண்டுவந்து தொட்டியில் கரைத்தார். அக்கம் பக்கத்து வீடுகளில் கழிவுநீர் பானைகளில் இருந்த தண்ணீரைக் கொண்டுவந்து தவிட்டோடு ஊற்றி

நன்கு கலக்கினார். பின் ஒவ்வொரு மாடுகளாக அவிழ்த்து, தண்ணீர் காட்டிவிட்டு மீண்டும் கட்டினார். தெற்குப் பக்கமிருந்த வைக்கோல் போரிலிருந்து பன்னை பன்னையாக வைக்கோல் பிடுங்கி மாடுகளுக்குப் போட்டுவிட்டு நிமிர்ந்தபோது முதுகில் கடுமையான வலி ஏற்பட்டதை உணர்ந்தார். தினம் தினம் செய்யும் வேலைதான் என்றாலும் அவருக்கு மிகவும் களைப்பாக இருந்தது. கண்கள் மங்கலாகிக்கொண்டு வந்தபோது மாட்டுக் கொட்டகையின் படலைச் சார்த்திவிட்டு வீடு நோக்கி நடக்க ஆரம்பித்தார்.

வீட்டில் சிம்னி விளக்கு எரிந்து கொண்டிருந்தது. தன் மனைவி ஆக்கி வைத்திருந்ததைச் சாப்பிட்டுவிட்டுப் படுத்தவர் உடனே தூங்கிப் போனார். அந்த அளவிற்கு அவர் களைப்பை உணர்ந்தார். அவர் மனைவி பிற வேலைகளை முடித்துக்கொண்டு படுத்த சிறிது நேரத்திற்குப் பிறகு கதவு தட்டும் சத்தம்கேட்டு எழுந்து, கதவைத் திறந்தாள். தலைவர் வீட்டு வேலைக்காரன் நின்றுகொண்டிருந்தான். அவள் வெளியில் வந்து அவனிடம் கேட்டாள்.

"இந்த நேரத்தில ஏது இவ்ளோ தூரம்."

"ஆறுமுகத்த தலைவர் கையோட கூட்டாரச் சொன்னாரு."

அவன் வார்த்தைகளில் தடுமாற்றம் இருந்ததை உணர்ந்தவள் அவன் கண்களைப் பார்த்தாள். நன்கு சிவந்திருந்தன. அவன் மீது சாராயத்தின் நெடி குப்பென அடித்தது. மீண்டும் அவள் கேட்டாள்.

"எதுக்குனு சொன்னாங்களா?"

அவன் தெரியாது எனும் விதமாகத் தலையாட்டினான். அவள் உள்ளேசென்று தூங்கிக்கொண்டிருந்தவரை எழுப்பினாள். இவர் புரண்டுபுரண்டு படுத்தார். சுலபத்தில் இவரால் கண் களைத் திறக்க முடியவில்லை. கண்கள் பிசுபிசுத்தன. மெல்ல முனகிக்கொண்டே எழுந்தார். கண்களில் தூக்கம் அப்படியே இருந்தது. என்ன செய்வது, தலைவர் வீட்டு அழைப்பு. போகாமல் இருக்க முடியாது. துண்டை எடுத்துக்கொண்டு கீழேகுனிந்து வாசற்படியைத் தாண்டி வெளியில் வந்தார். இவரைப் பார்த்து அவன் மெல்லிய சிரிப்பை உதிர்த்தான். இவர் தன் மனைவியிடம் சொல்லிவிட்டு நடக்கத் தொடங்கினார். அவன் சலசலவெனப் பேசிக்கொண்டே வருவதை இவரால் பொறுத்துக்கொள்ள முடியவில்லை. தூக்கக் கலக்கம் வேறு. கோபம் கோபமாக வந்தது. எதுவும் சொல்லமுடியாதவராக நடந்தார்.

வேலைக்காரன்தான் என்றாலும் அவன் தலைவர் வீட்டு வேலைக்காரனாச்சே. ஆகவே அவனிடம் எதிர்ப்புக்காட்டாமல் அமைதியாக நடந்து கொண்டிருந்தார். காலனியைத் தாண்டி ஊருக்குள் நுழையும்போதுதான் பாதை சீராக இருந்தது. தெருவிளக்குகள் பிரகாசமாக எரிந்துகொண்டிருந்தன. மஞ்சள் வெளிச்சம் இரவை ரம்யமாக்கிக்கொண்டிருந்தது. நாடக மேடையில் ஒரு கும்பல் அமர்ந்து பேசிக்கொண்டிருந்தது. அதற்கு எதிர்ப்புறமிருந்த மாரியம்மன் கோயில் வாசலில் கோலக்காரரும் சிலரும் அமர்ந்திருந்தனர். "ஆறுமுகம் என்ன இந்தப் பக்கம்." இவர் வருவதைப் பார்த்த அவர் கூப்பிட்டார்.

இவர் துண்டை எடுத்து இடுப்பில் கட்டிக்கொண்டு, "தலைவர் வூட்டுக்கு சாமி" என்று தூரத்திலிருந்தே கூறினார்.

எதற்கு தலைவர் வீட்டுக்கு என்று சிறிது நேரம் யோசித்த பெரியவர் மீண்டும் பேசினார்.

"திருவிழா பத்தி சொல்றதுக்கா இருக்கும் போ போ" எனக் கூறி அனுப்பி வைத்தார்.

தலைவர் வீட்டுமுன் வந்துநின்ற ஆறுமுகம் உள்நோக்கி சொன்னார்.

"சாமி ஆறுமுகம் வந்திருக்கேன்."

கூறிவிட்டு கதவு திறக்கிறதா என்று பார்த்தார். எந்த அசைவு மின்றி இருந்தது கதவு. மீண்டும் சொன்னார் இம்முறை குரலில் கொஞ்சம் வலு கூடியிருந்தது.

"சாமி ஆறுமுகம் வந்திருக்கேன்."

கூறி முடிக்குமுன் தெருவிளக்குப் போடப்பட்டது. கதவு திறந்துகொண்டு தலைவர் நடந்து வந்தார். இவர் இடுப்புத் துண்டை சரிசெய்துகொண்டார். தெருவில் நாய்கள் குரைத்துக் கொண்டிருந்தன. காம்பவுண்ட் கேட்டுக்கு உட்பக்கமாகவே நின்றுகொண்டு அவர் சொன்னார்.

"நாளன்னிக்கு சூலப்பிடாரிக்குக் காப்பு கட்றது. வழக்கம் போல பத்து நாளும் ஊருக்குள்ளேயே இருந்திட வேண்டியது. எந்த வேலையா இருந்தாலும் நாளக்கே முடிச்சிடு. இங்க வந்துட்டா திருவிழா முடிஞ்சாதான் காலனிக்குள்ள போக முடியும். அதாலதான் சொல்றேன் என்ன வெளங்கிச்சா?"

தலைவர் படபடவென்று பேசியதையே இவர் உற்றுப் பார்த்துக் கொண்டிருந்தார். கணக்குப்பிள்ளைத் தெரு முக்கில் நாய்கள் ஓலமிட்டுக் கொண்டிருந்தன. மீண்டும் தலைவர் கேட்டார்.

“வேற எதாவது சொல்றதுக்கு இருக்கா ஆறுமுகம்.”

இல்லை என்பதுபோல இவர் தலையாட்டியதும், அவர் உள்ளே சென்று கதவைச் சாத்தி, விளக்கை அணைத்தார்.

நாதஸ்வரம் ஊதும் சப்தம் கேட்டு, திடுக்கிட்டு விழித்தார். தான் எங்கு இருக்கிறோம் என்று உணர்ந்துகொள்ள இவருக்குக் கொஞ்ச நேரம் பிடித்தது. இவ்வளவு நேரமாக தூங்கிக் கொண்டு தான் இருந்தோமா என யோசித்தவாறே கையைப் பார்த்தார். காப்பு கட்டப்பட்டிருந்தது. தான் கண்ட நீண்ட கனவை நினைத்தபடியே மேளக்காரரிடம் கேட்டார்.

“ஏன்னே, செத்த முன்னாடியே எழுப்பியிருக்கக் கூடாது. நடந்து வந்த களைப்பு. அடிச்சிபோட்ட மாதிரி இருந்திச்சி, அதான் . . .”

இவர் சொல்லி முடித்ததும் நாதஸ்வரம் வாசிப்பவர் சொன்னார்.

“தலைவர் வூட்டு சாப்பாடுன்னா சும்மாவா?”

எல்லோரும் சிரித்தனர். மேளமும் நாதஸ்வரமும் தயார் நிலையில் இருந்தது. தீவட்டி கோயிலில் இருந்து கொண்டுவரப்பட்டு இவரிடம் கொடுக்கப்பட்டது. தாளம் போடுபவரை எல்லோரும் எதிர்பார்த்தபடி இருக்க, அவர் மூச்சுவாங்க நடந்து வந்தார். அம்மன் ஊர்வலம் ஆரம்பமாகியது. தீவட்டியைக் கொளுத்தி இவர் தாழ்த்திப் பிடித்துக் கொண்டார். இரண்டு மேளக்காரர்கள், இரண்டு நாதஸ்வரம், ஒரு தாளம், கூட இருவர் என எட்டுபேர்கள் ஊர்வலத்தில் கலந்து கொண்டனர். மேளச் சப்தம் கேட்டதும் ஊரார் யாரும் எதிரில் வந்துவிடாமல் வீட்டிற்குள்ளேயே பதுங்கிக்கொண்டு பார்த்தனர். மேளமும் நாதஸ்வரமும் ஒரே சீராக வாசிக்கப்பட்டன. தெரு வெறிச்சோடிக் காணப்பட்டது. தங்கள் வீட்டைக் கடந்த பிறகே ஒவ்வொரு வீட்டிற்குள்ளிலிருந்தும் ஆட்கள் வந்து ஊர்வலத்தைப் பார்த்தனர். தீவட்டிக்கு எதிரில் யார் வந்தாலும், அடுத்த நாள் ரத்தம் கக்கிச் சாக நேரிடும் என்பது ஐதீகமாக இருந்ததால் மக்கள் அவரவர் வீடுகளிலேயே இருந்தனர்.

ஊர்முழுக்கச் சுற்றிக் கோயிலை வந்தடைந்தபோது மணி இரண்டைத் தாண்டிவிட்டிருந்தது. அனைவரும் பந்தலடியிலேயே படுத்துக்கொண்டனர். இவருக்கு மட்டும் தூக்கம் வரவேயில்லை. மனைவியின் ஞாபகம் வர மனது கணத்தது. புரண்டுபுரண்டு படுத்தார்.

மக்களால் நிரம்பி வழிந்தது கிராமம். மக்கள் எங்கும் கூட்டம் கூட்டமாக நின்று பேசிக்கொண்டிருந்தனர். இசைக் கச்சேரி,

நாடகம் ஆடல் பாடல் போன்ற கேளிக்கைகளால் அன்றாட இரவுகள் திணறிக்கொண்டிருந்தன. தற்காலிகக் கடைகள் நிறையத் தோன்றியபோது ஊரின் பிரதானக் கொண்டாட்டமாக மது அருந்துதல் மாறிவிட்டிருந்தது. எங்கும் சாராயத்தின் நெடி பரவியிருந்தது. வயது வித்தியாசமின்றி இளைஞர்களும் முதியோர்களும் ருசித்துக் குடித்துக் கொண்டிருந்தனர். ஊரின் நிறம் மாறி வேறொன்றாக மாற்றம் கொண்டிருந்தது. விழாவின் அனைத்துக் கூறுகளும் புதுமையின் வெளிப்பாட்டைக் கொண்டிருந்தன. எல்லா வேலைகளையும் ஒதுக்கி வைத்துவிட்டு, மிகுந்த ஆர்வத்தோடு தங்களையும் கொண்டாட்டத்தில் பிணைத்துக்கொண்டிருந்த மக்களின் கண்களில் மகிழ்ச்சியைப் பார்க்க முடிந்தது.இரவையும் பகலையும் பிரித்தறிய முடியாதபடி எந்நேரமும் பேச்சுக் குரலைக் கேட்க முடிந்தது. தொடர்ந்து ஊரை வலம் வந்தபடியேயிருந்தது வாத்தியங்களின் ஒலி. வான வேடிக்கைகளால் காற்றில் கந்தகத்தின் மணம் கூடிக் கிடந்தது.

ஒவ்வொரு நாள் திருவிழாவும் மாலை ஐந்து மணிக்குத் தொடங்கி நள்ளிரவுவரை நீண்டது. இரவைக் கொண்டாடுவது என்ற அளவில் திருவிழா புரிந்துகொள்ளப்பட்டு, ஒரு சாராரிடம் புணர்ச்சியின் சுகிப்பை அதிகப்படுத்தியிருந்தது. இளைஞர்கள் தங்கள் ஸ்நேகிதிகளுடன் அடர்ந்து பரவியிருந்த இருளில் ஆங்காங்கே நின்று பேசிக்கொண்டிருந்தனர். சில இடங்களில் அடர்ந்திருந்த இருள் அவர்களுக்கு அதிக சுதந்திரத்தை வழங்கி யிருந்தது. தப்பையும் சரியையும் பிரித்துப் பார்க்க முடியாமல் மக்கள் திணறிக் கொண்டிருந்தனர். அனைத்துமே கொண்டாட் டத்தின் சிறுசிறு பகுதிகளாகத் தோன்றின.

தீவட்டியோடு ஊரைச் சுற்றி வரும்போது மட்டுமே ஊர் அமைதியின் பிடியில் இருந்தது. மற்ற நேரங்களில் ஊரை மெல்ல வருடிக்கொண்டே இருந்தது சப்தத்தின் நீண்ட நாவு. இதில் எதிலுமே அகப்பட்டுக்கொள்ளாமல் மிகுந்த பயபக்தியுடன் ஒரு குழுவினர் தேரை உருவாக்கிக் கொண்டிருந்தனர். ஒவ்வொரு நாளும் தேரின் வளர்ச்சியைப் பார்க்க முடிந்தது. பத்தாம் நாள் காலையில் தேர் பிரம்மாண்டமாக ஓங்கிநின்று கொண்டிருந்தது. வண்ணத்துணிகளும் தோரணங்களும் தேரின் பொலிவைக் கூட்டிக் காட்டின. உச்சியில் வெண்கலக் குடையும் அதற்கு மேலாக ஒரு கொடியும் கட்டப்பட்டிருந்தது. காற்றின் போக்கில் பறக்கும் கொடியைத் தொடர்ந்து பார்க்கமுடியாதபடி இருந்தது தேரின் உயரம். தேரைச் சுற்றி மக்கள் கூட்டம் அலை மோதியது. தேரை இழுப்பதற்குக் கூட்டம் முண்டியடித்துக்கொண்டிருந்தபோது கூட்டத்திற்குள்ளாகச் சலசலப்புத் தொடர்ந்து கேட்டபடியே

இருந்தது. ஆறுமுகம் கோயிலிலிருந்து அம்மன் சிலையைத் தூக்கிக் கொண்டு கூட்டத்திற்குள்ளாக நடந்து வந்து கொண்டிருந்தார். கண்கள் உக்கிரத்தோடு சிவந்திருந்தன. முகம் இறுகிக் காணப் பட்டது. இவர் சிலையை எடுத்து வருவதைக் கண்ட கூட்டம் ஒதுங்கி வழிவிட்டது. சிலை தங்களைக் கடக்கும்போது கூட்டம் கன்னத்தில் போட்டுக்கொண்டது. தேருக்கருகில் சென்றதும் அவர் தேரை மூன்றுமுறை சுற்றிவந்தார். கூட்டம் திணறிக் கொண்டிருந்தது. வாத்தியங்களின் ஒலிகள் மக்களிடம் அதிர்வை ஏற்படுத்திக்கொண்டிருந்தன. தங்களை மறந்த நிலையில் பலர் சாமிவந்து ஆடிக்கொண்டிருந்தனர். வாத்தியங்களின் ஒலி கூடத் தொடங்கியபோது அவர்களின் ஆட்டத்திலும் ஆக்ரோஷம் கூடியது. அவர் சிலையைத் தேருக்குள் வைத்தார். கற்பூரம் ஏற்றித் தேருக்குப் படைத்தபோது கூட்டம், "தாயே மகமாயி" என்று பெருங்குரல் எடுத்துக் கத்தியது. தேர்நோக்கி பிதுங்கிக் கொண்டிருந்த கூட்டத்தைக் கட்டுப்படுத்த முடியவில்லை. துண்டை எடுத்து இடுப்பில் கட்டிக்கொண்டு சாமியைக் கைகூப்பி வணங்கி தேரின் வடத்தை ஆறுமுகம் பிடித்தார். ஆவலோடு எதிர்பார்த்துக் கொண்டிருந்த கூட்டம் திமுதிமுவென ஓடிவந்து வடத்தைப் பிடித்தது. தேர் மெல்ல நகர்ந்தபோது மக்கள் வெள்ளம் ஆர்ப்பரித்தது. "தாயே மகமாயி" எனும் ஒலி எங்கும் எதிரொலிக்கத் தொடங்கியது.

பிரதான தெருக்களைச் சுற்றிக்கொண்டு தேர் நிலைக்கு வந்துசேர இரவு எட்டு மணியாகிவிட்டது. கூட்டம் குறைந்த பாடில்லை. சுற்றுவட்டாரத்திலிருந்து நிறையப் பேர் வந்திருந்தனர். மின்சாரம் நிறுத்தப்பட்டிருந்ததால் ஊரை இருள் சூழ்ந்திருந்தது. கோயில், தேர் நிற்கும் இடம் ஆகிய இடங்களில் பெட்ரோமாஸ் விளக்கின் வெளிச்சத்தைக் காண முடிந்தது. கூட்டம் கூட்டமாக நின்று பேசிக்கொண்டனர் மக்கள். எங்கும் பேச்சின் ஒலி கேட்டுக்கொண்டே இருந்தது. இருட்டுக்கு எத்தனை வாய்கள்; இத்தனை நாட்கள் இந்தப் பேச்சுகள் யாருக்காகச் சேமித்து வைக்கப்பட்டிருந்தன என்று யோசித்தபடியே பந்தலடியில் இருந்த பெஞ்சின்மீது அவர் அமர்ந்திருந்தார்.

இரவு ஒன்பது மணி சுமாருக்கு மக்கள் பந்தலடியில் குவியத் தொடங்கினர். மந்தவெளியில் ஒரு பிரிவினர் வானவேடிக்கைகளை நிகழ்த்திக் கொண்டிருந்தனர். தெருவின் இரு முனைகளையும் தொட்டபடி நீண்ட சரவெடிகளை வைத்து வெடித்து மகிழ்ந்தது ஒரு கூட்டம். அனைவரிடத்திலும் பயத்தையும் அதிர்வையும் ஏற்படுத்தியது வெடிச்சத்தம். ஒரே புகை மண்டலம். கந்தக நெடி. சட்டென மயானத்தின் தோற்றத்தைக் கொடுத்தது மந்தவெளி.

தேரடியிலிருந்த கூட்டம் மெல்லக் கலைந்து, சிலர் வீட்டிற்கும் கோயிலுக்குமாகப் பிரிந்து சென்றனர். தொடர்ச்சியாக பகல் முழுக்க காய்ந்த வெயிலினால் ஒரே நசநசப்பாக இருந்தது பந்தலடி.

ஆறுமுகம் குளித்துவிட்டுத் தயாராக வந்தபோது மணி பத்தாகியிருந்தது. கூட்டத்தைக் கட்டுப்படுத்த முடியவில்லை. அம்மன் திருமணத்தைக் காணக் கூட்டம் அலைமோதியது. சுற்றியிருந்த கட்டடங்கள், மரங்கள் மீதெல்லாம் மக்கள் ஏறி நின்றுகொண்டிருந்தனர். தர்மகர்த்தா வீட்டிலிருந்து கொண்டு வரப்பட்ட பட்டும் காசுமாலையும் சாமிக்கு அணிவிக்கப்பட்டது. பட்டு வேட்டியை ஆறுமுகம் உடுத்திக் கொண்டார். மிருதங்கமும் நாதஸ்வரமும் மென்மையாக வாசிக்கப்பட்டன. இரண்டின் இசையும் சூழலை ரம்யமாக்கிக் கொண்டிருந்தது. இருளும் ஒளியும் கலந்த சூழல் ஒருவித ஈர்ப்பை ஏற்படுத்தின. ஏதோ கனவில் நடப்பதைப் போன்றிருந்தது. தர்மகர்த்தா கை உயர்த்தி நேரம் பார்த்தார். பின் ஆறுமுகத்திடம் திரும்பிச் சொன்னார்.

"சாமி, நேரம் நெருங்கிடுச்சி. மாங்கல்யம் சாத்திடலாங்களா?"

ஆழ்ந்து யோசித்துக் கொண்டிருப்பவரைப்போல நின்று கொண்டிருந்த ஆறுமுகம் மௌனமாகத் தலையாட்டினார். மாங்கல்யம் இருந்த தட்டை எடுத்து ஆறுமுகத்திடம் கொடுத்தார் தர்மகர்த்தா. மாங்கல்யத்தை கையில் எடுத்துக்கொண்டு அம்மனை நோக்கிச் சென்றவர் மேளக்காரர்களை நிமிர்ந்து பார்த்தார். கூட்டம் "வேகமா அடிங்கப்பா" என்று வாத்தியக்காரர்களை நோக்கிக் கூவியது. வாத்தியங்களின் வேகம் கூட்டப்பட்டது. தாலி கட்டுவதைப் பார்க்க முட்டிமோதிய கூட்டத்தில் சலசலப்பு அடங்கி ஒருவித அமைதி நிலவியது. வாத்தியங்களை ஆவேசத்துடன் வாசித்துக் கொண்டிருந்தனர். அம்மனுக்கு அருகில் சென்றவர் கூட்டத்தை ஒருமுறை சுற்றிப் பார்த்தபின் மாங்கல்யத்தை அம்மன் கழுத்தில் அணிவித்தார். வாத்தியங்களின் பேரிசை கூட்டத்தில் அதிர்வை ஏற்படுத்தியது. தொடர்ந்து கேட்டுக்கொண்டே இருந்தது வெடிச்சத்தம். வாத்தியங்கள் எழுப்பும் அதிர்வைத் தாங்காமல் மூலவீட்டுக் கனகாம்பாள் ஆடிக்கொண்டே அம்மன் சிலைக்கு முன்பாக வந்தாள். அவளிடம் தர்மகர்த்தா பேசினார்.

"வந்திருக்கிறது யாருன்னு சொன்னா வசதியா இருக்கும்."

உக்கிரத்தோடு ஆடிக்கொண்டிருந்த அவள் கூறினாள். "நா ஆத்தா வந்திருக்கேன்டா."

கூட்டம் கன்னத்தில் போட்டுக்கொண்டு ஆர்வமாகப் பார்த்துக் கொண்டிருந்தது. மீண்டும் தர்மகர்த்தாவே பேசினார். "ஆத்தா குத்தம் கொற ஏதுமில்லையே?"

குறை இருப்பதைப்போல அவள் தலையாட்டினாள். கூட்டத்தில் சட்டென ஒரு பதற்றம் தொற்றிக்கொண்டது. அவள் ஆடிக்கொண்டே இருந்தாள். அவளுக்கு உக்கிரத்தைக் கூட்ட மேளக்காரரால் அதற்குமேல் ஈடுகொடுக்க முடியவில்லை. பம்பையும் உடுக்கையும் வரவழைக்கப்பட்டு வாசிக்கப்பட்டபோது சூழலில் மீண்டும் இறுக்கம் கூடியது. அவள் உக்கிரத்தோடு ஆடினாள். உடுக்கை வாசிப்பவரின் குரல் காத்திரம் மிக்கதாக இருந்தது. பம்பையும் உடுக்கையும் உச்சத்திற்குச் சென்றபோது தர்மகர்த்தா அவளிடம் பேசினார்.

"ஆத்தா எந்த கொற இருந்தாலும் உம் பசங்ககிட்ட சொன்னாதான தெரியும்."

"அத எப்படிடா நான் சொல்வேன்." மூச்சு வாங்க அவள் பேசினாள்.

"மனசிலே வச்சிக்கிட்டா எப்படி ஆத்தா சொன்னாதான தெரியும்."

இன்னும் சுவாசம் அவளுக்குச் சீராகியிருக்கவில்லை. கண்கள் சிவந்திருந்தன. மீண்டும் தர்மகர்த்தாவே பேசினார்.

"ஆத்தா நேரமாவுது இல்ல. சீக்கிரம் சொல்லிடு ஆத்தா."

"டேய் இவ்ளோ நாளாகியும் எனக்குனு ஒரு கோயில உங்களால கட்ட முடியலயே." அவள் உக்கிரத்தோடு பேசினாள்.

அவளின் வார்த்தைகள் கூட்டத்தில் அதிர்ச்சியையும் சலசலப்பையும் ஏற்படுத்தின. கோயில் கட்டப்படாததற்கு ஒரு பிரிவினர் மற்றொரு பிரிவினரை காரணமாக்க அங்கு பேச்சு தடித்துக் கைகலப்பு ஏற்படும் போல தோன்றியது. ஆறுமுகம் எதுவும் பேசாது அமைதியாக இருந்தார். ஆடிக்கொண்டேயிருந்த அவளுடன் தர்மகர்த்தா மீண்டும் பேசினார்.

"ஆத்தா வேற ஏதாச்சும் கொற இருக்குதா?"

"மொத இந்தக் கொறைய போக்குங்கடா." அவள் கன்னத்தில் அறைவதுபோலச் சொன்னாள்.

"சரிதாயி அத பூர்த்தி செஞ்சிடறோம்." கூட்டம் அவளின் வார்த்தையை ஆமோதித்தது.

அவளது ஆட்டத்தில் வேகம் குறையத் தொடங்கியபோது கூட்டத்தில் இருந்து யாரோ ஒருவர் கேட்டார்.

"இந்த வருஷமாவது மழை உண்டா?"

மெல்ல ஆடிக்கொண்டே அவள் கூறினாள்.

"எட்டுன தூரத்துக்கு மழைபெய்ற வாய்ப்பே இல்ல" எனக் கூறி அவள் இரு கைகளையும் நீட்டினாள். தர்மகர்த்தா சூடம் ஏற்றிக் கொடுக்க அதை வாயிலிட்டபடியே மயங்கிச் சரிந்தாள். கூட்டம் தங்களுக்குள்ளாகப் பேசிக் கொண்டது. ஆறுமுகம் அமைதியாக அமர்ந்திருந்தார். ஊர்ப் பெரியவர்கள் யாரும் எதுவும் பேசிக்கொள்ளவில்லை. பேசிக்கொண்டே கூட்டம் நாலா திசைகளிலும் கலைந்து சென்றது. ஆறுமுகம் எழுந்து மரத்தடியில் போய் அமர்ந்தபோது, "சாமிக்கு யாரு மாங்கல்யம் சாத்தரதுன்னு வெவஸ்தை இல்லாமப் போச்சு" என்று யாரோ ஒருவர் பேசிக்கொண்டே இருளுக்குள்ளாக மறைவதை இவர் பார்த்தார். அதைக்கேட்ட இவரது உடல் அதிர்ந்தது. கைகள் நடுங்கின. முச்சந்தியில் நிறுத்தி சவுக்கால் அடிப்பதுபோல உணர்ந்தார். சிறிதுநேரம் தனித்திருக்க வேண்டுமெனத் தோன்றியது இவருக்கு. வீட்டிற்குச் சென்றுவிடலாமா என்றும் யோசித்தவர், கையில் கட்டப்பட்டிருந்த காப்பைத் தடவிப் பார்த்தார். காப்பை அவிழ்த்த பின்தான் வீட்டிற்குச் செல்ல வேண்டும் என்று யோசித்தவர், அறுத்தெரிந்தால் என்ன நடந்துவிடும் என்றும் யோசித்தார். மெல்லத் தலை உயர்த்தி கோயிலடியைப் பார்த்தார். யாரையும் காணோம். தனித்து விடப்பட்டதாக உணர்ந்தார். இந்த ஒன்பது நாள் இரவுகளையும் நினைத்துப் பார்த்தவருக்கு மனது கனத்தது. கண்களில் நீர் கோர்த்துக்கொண்டது. தான் ஏன் அழவேண்டும் என யோசித்துக் கொண்டவர், துண்டால் கண்களைத் துடைத்துக் கொண்டார். உடல்சோர்வு காரணமாக அங்கேயே படுத்துக் கொண்டார். உறக்கம் வராமல் நெடுநேரம் புரண்டு படுத்துக்கொண்டே இருந்தவருக்குள் அவ்வார்த்தைகள் ஒரு புழுவைப்போல நெளிந்தபடியே இருந்தன.

மறுநாள் காப்பை அவிழ்க்கும்போதுகூட யாருடனும் அவர் எதுவும் பேசிக்கொள்ளவில்லை. மெல்ல வன்மம் உருக்கொள்கிறதோ என்ற அச்சம் ஆறுமுகத்தின் மனதில் தோன்றியபோது, அவர் காப்பை அவிழ்த்து நடப்பட்டிருந்த சூலத்தில் மாட்டிவிட்டு மெல்ல நடக்கத் தொடங்கினார். ஊர்ப் பிரமுகர்கள் அவரிடம் அவரின் நிலைகுறித்துக் கேட்டதற்குக்கூட அவர் எந்தப் பதிலையும் கூறாமல் அமைதியாக இருந்தார். யாருக்கும் எதுவும் புரியவில்லை. ஆனால் அவரின் அமைதி

அனைவரையும் சங்கடப்படுத்திக்கொண்டிருந்தபோது அவர் நடக்கத் தொடங்கியிருந்தார். ஊரைக்கடந்து காலனிக்கு செல்லும் பாதையில் கால்வைத்தபோது ஒருவித பதற்றத்தோடு கூடிய சுதந்திரத்தை அவரால் உணர முடிந்தது. அவரின் உறவினர்கள் ஆறுமுகத்தின் வரவை ஆவலோடு எதிர்பார்த்துக் கொண்டிருந்தனர். ஆனால் யாருடனும் அவர் பேசாமல் நேராக வீட்டிற்குள் சென்று படுத்துக்கொண்டார். வீட்டுமுன் கூடியிருந்த கூட்டம் எதுவும் புரியாமல் மெல்லக் கலைந்து சென்றது.

அவர் தூங்கி எழுந்தபோது நன்கு இருட்டிவிட்டிருந்தது. முகம் கழுவிக்கொண்டு தெருவில் வந்து அமர்ந்தார். வேலைகளை முடித்துக்கொண்டு அவர் மனைவி அவருக்கு அருகில் வந்து அமர்ந்து கொண்டாள். அவரின் மௌனம் அவளுக்குக் கஷ்டத்தை கொடுத்தபோது அவரிடம் கேட்டாள்.

"ஏன் ஒரு மாதிரி இருக்கீங்க எதாவது பிரச்சனையா?"

அவர் இல்லை எனும் விதமாகத் தலையாட்டினார். பின் இருவரும் எதுவும் பேசிக்கொள்ளாமல் நெடுநேரம் அமைதியாக அமர்ந்துகொண்டிருந்தனர். ஆனால் அவருக்குள் ஏதோ ஒன்று மிகுந்த சங்கடத்தோடு துடிதுடித்துக் கொண்டிருந்ததை அவளால் உணர முடிந்த அன்று இரவு பெருமழை பெய்து ஏரி குளமெல்லாம் நிரம்பி வழிந்தது. மறுநாள் விடியலில் ஊரைச்சுற்றி ஆக்ரோஷத்தோடு துளிர்விட்டிருந்த வன்மத்தின் கொடியை ஆறுமுகத்தைத் தவிர வேறு யாருமே அங்கு உணர்ந்திருக்கவில்லை.

காலபைரவன்

விலகிச் செல்லும் நதி

பகல் முழுக்கப் பயணித்து அவன் கீழ்வாலையில் இறங்கியபோது மெல்ல இருள் கவியத் தொடங்கியிருந்தது. பறவைகள் கூடு நோக்கித் திரும்பிக்கொண்டிருந்தன. ஊர் உள்ளொடுங்கி இருந்தது. சாலை ஓரத்தில் ஒருசில வீடுகளும் ஒரு சிறிய தேநீர்க் கடையும் இருந்தது. பயணச் சோர்வைப் போக்கிக்கொள்ள, அருகிலிருந்த தேநீர்க் கடைக்குச் சென்றவன், சிறிது தண்ணீர் அருந்திவிட்டு, அங்கு போடப்பட்டிருந்த பெஞ்சின்மீது அமர்ந்தான். கோடை அந்திக் காற்று இளஞ்சூட்டோடு வருடிச் செல்வதை உணர்ந்தவன் கடைக்காரரிடம் கேட்டான்.

“அண்ணே. ஒரு டீ கொடுங்க.”

அவன் கடைக்காரரிடம் பேசிக்கொண்டிருக்கும் போதே இரு நாய்கள் சண்டையிட்டபடி கடையினுள் புகுந்து, கீற்றை விலக்கியபடி வெளியில் ஓடி மறைந்தன. தன்னுடன் பேசிக்கொண்டே கடைக்காரர் தேநீர் தயாரிக்கும் லாவகத்தை வெகுவாக ரசித்துக்கொண்டிருந்தான். தேநீர் குவளையின் விளிம்பைத் துடைத்தபடி, “இந்தாங்க சார்” என அவனிடம் குவளையை நீட்டினார். தேநீர் மிகுந்த அடர் வண்ணத்தில் இருந்தது. தன் சினேகிதி பிரத்தியேகமாக தயாரித்தளிக்கும் தேநீர்கூட இவ்வாறாகத்தான் இருக்குமென்ற யோசனையோடே தேநீரை பருகத் தொடங்கினான். கடைக்காரர் ஒரு பழைய பாடலை அதிக சப்தத்தோடு ஒலிக்கச் செய்தது சூழலை மாற்றிக் காட்டியது. தேநீருக்கான பணத்தை கொடுத்தபடியே, கடைக்காரரிடம்

கேட்டான் "அண்ணே ஆத்திலியம்மன் கோயிலுக்கு எப்படி போவனும்?"

அவன் கேட்ட மாத்திரம் கடைக்காரரின் விழிகளில் ஆச்சரியத்தின் கற்றைகள் மின்னி மறைவதைக் கண்டான்.

"அதோ வடக்க போற ரோட்டுல போனா ரெண்டு மைல்ல உடையாநத்தம்னு ஒரு ஊர் வரும். அங்கிருந்து மேக்கால காட்டுக்குள்ள போனா ஆத்திலியம்மன் கோயில் வரும்." கடைக்காரர் அவனிடம் கூறினார்.

கடைக்காரர் சொல்லச் சொல்ல, கோயில் குறித்தும், வனம் குறித்தும் தான் திரட்டியிருந்த தகவல்களை மனதிற்குள் மீண்டும் மீண்டும் ஓடவிட்டு சரிபார்த்துக் கொண்டான். கடைக்காரரிடமிருந்து விடைபெற்று சாலையில் நடந்து, வடக்கு நோக்கிப் பிரிந்த ஒரு மண்பாதையில் நடக்கத் தொடங்கியபோது, கண்ணுக்குப் புலப்படாத எண்ணற்ற கரங்கள் மூலம் ஆத்திலியம்மன் தன்னை முன்னிழுத்துச் செல்வதாக உணர்ந்தான். காடும் மலையும் இருளில் கரிய பந்துபோல திரண்டிருந்தது. வெகுதூரத்தில் வீதி விளக்குகள் ஏற்றப்பட்டிருந்தன. சாலையின் இரு பக்கங்களிலும் சிறு பூச்சிகளின் சப்தங்களைத் தொடர்ந்து கேட்க முடிந்தது.

ஊரை அடையும்போது நன்கு இருட்டிவிட்டிருந்தது. இதற்குமேல் நடப்பது கஷ்டம் என்பதை உணர்ந்தவன் இரவைக் கழிக்கத் தோதான இடமாகப் பார்த்தான். மங்கலான ஒளி கவிந்திருந்த ஒரு மெத்தை வீட்டின் திண்ணையில் அமர்ந்தான். வீதியில் நிறையப் பேர் படுத்திருந்தனர். தெரு விளக்கின்கீழ் சிலர் அமர்ந்து பேசிக்கொண்டிருப்பதைப் பார்த்தபடியே கொண்டுவந்திருந்த உணவுப் பொட்டலத்தை எடுத்துப் பிரித்தபோது, வீட்டுக்குள்ளிருந்து ஒரு வயதானவர் வெளியில் வருவதை அறிந்து எழுந்து நின்றான். அருகில் வந்து அவனை உற்றுப் பார்த்தவர், "கண்ணு புரியல, நீங்க யாரு?" எனக்கேட்டு அருகில் அமர்ந்தபடியே திண்ணையில் கைவைத்துப் பார்த்தார். "இவ்ளோ நாழி ஆயும் இன்னும் கொதிப்படங்கல தம்பி" என்று அவனிடம் கூறினார். அவன் திண்ணையைத் தொட்டு, கொதிப்பை உணர்ந்தவனாகச் சாப்பிட ஆரம்பித்தான்.

ஒரு பத்திரிகையாளன் எனத் தன்னை அறிமுகம் செய்து கொண்டபடி, குடிக்கத் தண்ணீர் தருமாறு கேட்டான். தன்னை நொந்தபடி வயதானவர் உள்ளே சென்று, சிறிய பாத்திரத்தில் தண்ணீரோடு வந்தார். தாகமடங்கத் தண்ணீர் அருந்தி, கால்களை நீட்டி ஆசுவாசப்படுத்திக்கொண்டு அவரிடம் பேச்சுக் கொடுத்தான்.

“பெரியவரே, ஆத்திலியம்மன் கோயிலப் பத்தி உங்களுக்குத் தெரிஞ்சதச் சொல்லுங்க.”

அவரிடம் கேட்டுக்கொண்டே குறிப்பெடுக்க நோட்டையும் பேனாவையும் எடுத்தபடி நிமிர்ந்தபோது, தற்செயலாக அவரின் கண்களைக் கவனித்தான். அவரது விழிகளில் வனம் உருக் கொண்டிருந்ததை உணர்ந்தவனாக அவரின் வார்த்தைகளுக்காகக் காத்துக் கிடந்தான். நீண்ட மூச்சை இழுத்துவிட்டபடி மெல்ல அவர் பேச ஆரம்பித்தார்.

“ஆத்திலியம்மன்னு சொல்றது தாய்தெய்வம் தம்பி. தொட்டதுக்கெல்லாம் காவு கேட்கும் துடியானவ தம்பி.”

இந்தத் தகவல் சுவாரசியமற்று இருந்தது அவனுக்கு. எல்லாக் கடவுள்களுமே ஏறக்குறையத் துடியாகத்தான் இருக் கின்றன. அதீதச் செய்திகளை வேண்டி அவன் பேச்சுக் கொடுத் தான். “பெரியவரே, இந்த காட்டுக்குள்ள நொழஞ்சி கோயிலுக்கு போறதுக்கே ஒரு சாமர்த்தியம் வேணும்னு கேள்விப்பட்டிருக்கேனே, உண்மையா?”

“தம்பி கன்னத்துல போட்டுக்குங்க. இது வெறும் காடு மாத்திரம் கெடையாது. ஆத்தாவோட வூடு. நம்மள மாதிரி ஆத்தாவ ஒரு கட்டடத்துல போட்டு அடச்சிட முடியுமா?”

இந்தக் கேள்வியை அவன் வெகுவாக ரசித்தான். அகிலத்தையே ஆளும் தெய்வங்களை நான்கு சுவர்களுக்குள் அடைப்பது எவ்வளவு பெரிய வன்முறை. அப்புறம் இயற்கை பொங்கி எழத்தான் செய்யும். தெய்வகுத்தம் பொல்லாது என்ற விதத்தில் அவனுக்குள் நினைவலைகள் சுழன்றுகொண்டிருந்தபோது அவர் மீண்டும் பேசினார்.

“சாதாரணமா அதுக்குள்ள நுழைஞ்சி கோயிலக் கண்டிற முடியாது தம்பி. நீ கிட்டக்க போனா தெரிஞ்சிக்குவ” என பொடிவைத்துப் பேசினார். அரைகுறையாக உணர்ந்தவன் விரிவாக அறிந்து கொள்ளும் பொருட்டு அவரிடம் கேட்டான்.

“பெரியவரே, கொஞ்சம் விளக்கமாச் சொல்லுங்க?”

தனது இடது பாதத்தைத் தடவிக்கொண்டே அவர் கூறினார்.

“தம்பி ஆத்தாவோட இருப்பிடம் பல வட்டப்பாதைகளைக் கொண்டது. ஒரு பாதையை விட்டு இன்னொரு பாதைக்குத் தாவற இடத்த யூகிக்கிறதுதான் கஷ்டம். வழி எங்க வேணா, எப்ப வேணா தெறக்குன்றது ஐதீகம். சரியான வழிய அடையலனா புறப்பட்ட எடத்துக்கே திரும்ப வந்துட வேண்டியதுதான்.”

அவன் கண்கள் ஆச்சரியத்தில் மினுங்கின. ஆத்திலியம்மன் குறித்த படிமம் மெல்ல அவனது மனதில் வேறுவிதமாக மாறத் தொடங்கியிருந்தது. அவன் நினைவில், அதுவரை தன் வாழ்வில் கடந்துவந்த ஒட்டுமொத்த வழிகள் குறித்த எண்ணங்கள் ஒன்றன் பின் ஒன்றாகக் குமிழியிட்டன. எப்போதும் தனக்கு சவால் விடாத பாதைகளையே பயன்படுத்திய அவனுக்கு, வனத்தின் இந்த வட்டப்பாதையின் மீது ஈர்ப்பும், ஒருவிதப் பயமும் தோன்றி மறைந்தன. வனம்குறித்த அதுநாள் வரையிலான அவன் சித்திரம் வேறுவிதமாக உருக்கொள்ளத் தொடங்கியிருந்தது.

"என்ன தம்பி பேச்சையே காணோம்?" என்று பெரியவரே அவனிடம் கேட்டார். அவன் "ஒன்னுமில்லை" என்று கூறியவாறு தனது பைக்குள்ளிருந்த கேமிராவை எடுத்து ஒழுங்கு செய்து பெரியவரைப் புகைப்படமெடுத்தான். அவர் பதற்றத்துடன் கேட்டார்.

"இன்னா தம்பி போட்டாவா எடுத்தீங்க? செத்த சொல்லி யிருந்தா நல்லா போஸ் கொடுத்திருப்பேனே" என்று அலுத்துக் கொண்டார். பிளாஷ் வெளிச்சத்தினால் தெருவிளக்கின் கீழ் அமர்ந்து பேசிக்கொண்டிருந்தவர்கள் அவர்களைத் திரும்பிப் பார்த்தனர். தெருக்கோடியில் நாய்கள் குரைத்துக்கொண்டிருந்தன. சிறு இடைஞ்சலுமின்றி ஒருவர் நன்றாகக் குறட்டைவிட்டபடி தூங்கிக் கொண்டிருந்தார். சிறிதுநேர மௌனத்துக்குப் பின் அவரிடம்,

"பெரியவரே கோயிலுக்கு அருகில் ஒரு நதி ஓடறதாவும், அது ஓடுற பாதைய அடிக்கடி மாத்திக்கிறதாவும் கேள்விப்பட்டிருக்கேன். அது மாதிரி சாமி செலைக்கு பின்னாடி இருக்கற பாறை பிளவி லிருந்து கை தட்டினால் தண்ணீர் வருமாமே அத பத்தியும் சொல்லுங்க" என்று கேட்டான்.

பெரிய பாரத்தை இறக்கிவைத்த திருப்தி அவனது முகத்தில். தெருவில் இருந்த மரங்கள் காற்றில் சலசலத்தன. அவர் சிறிதுநேரம் கண்களை மூடி அமர்ந்திருந்தார். தன் கேள்விக்கான பதிலை உருத்திரட்டிக் கொண்டிருக்கக்கூடும் என்று அவன் நினைத்தான். விரல்களில் நெட்டை முறித்தபடி அவர் பேசினார்.

"தம்பி எது முடிவு எது தொடக்கம்னு கண்டுணர முடியாத நதி அது."

"அது எப்படி ஆரம்பமும் முடிவுமில்லாம ஒரு நதி இருக்க முடியும்?" இடைமறித்துக் கேட்டான்.

அவர் கண்களில் கோபம் தீப்பந்தென உருள்வதை அவன் உணர்ந்தான். தான் அவ்வாறு கேட்டிருக்கக் கூடாதென்று எண்ணிக்கொண்டிருக்கும்போது அவர் உக்கிரத்தோடு பேசினார்.

“இது மாதிரிலாம் எடையில பேசக்கூடாது. ஆத்தாவுக்கு எதுவும் சாத்தியம்தான். இப்படிச் சராசரியா கேள்வி கேக்றத மொதல்ல நிறுத்துங்க.”

அவர் கோபத்தின் அர்த்தத்தை உணர்ந்தவன், அமைதியாக இருந்தான். தன் சிநேகிதிகூடத் தன்னை சராசரி என்றுதானே அர்த்தப்படுத்துகிறாள் என நினைத்தபடி அவரையே பார்த்துக் கொண்டிருந்தான். மீண்டும் அவர் பேச ஆரம்பித்தார். அவன் சிறிது தண்ணீர் அருந்தியவாறு அவரைக் கவனித்தான். வாசலில் ஒருவர் கொட்டாவி விட்டபடி புரண்டு படுத்தார்.

“தம்பி அந்த நதியில இதுவரைக்கும் யாரும் கால் நனச்சது கிடையாது தெரியுமா?”

“அப்படியா” என ஆச்சரியத்தோடு கேட்டான்.

“ஆமா தம்பி. தன்னை கட்டுப்படுத்துற ஒருத்தன், நதியில் கால் நனைப்பான்றது ஐதீகம்.”

அவனுக்கு ஆச்சரியமாக இருந்தது. நிறையப் பேச நினைத் தான். வார்த்தைகள் உலர்ந்து காற்றில் மிதந்தன. உடல்முழுக்க நடுக்கம் மெல்லப் பரவியதை உணர்ந்தவன் அவரை வெறித்துப் பார்த்தபடி தரையில் படிய அமர்ந்துகொண்டான். இருந்தும் பூமிக்குமேல் மிதப்பதாகத் தோன்றியது அவனுக்கு. உரையாடலின் ருசி கண்டவராக அவர் பேச ஆரம்பித்தார்.

“எனக்கு உலகம் புரிஞ்ச நாள்ல இருந்து இதுவரை யாரும் நதியில கால் நனச்சது கெடையாது.”

நதிபற்றிய புதிரின் முடிச்சு மெல்ல இறுகிக்கொண்டே வருவதை உணர்ந்தபடி அவன் கேட்டான்.

“உலகம் முழுக்க மனிதன் தன்னைக் கட்டுப்பாட்டுக்குள் கொண்டுவரத் தொடர்ந்து முயற்சி செய்து கொண்டுதானே இருக்கிறான்?”

“அது சும்மா தம்பி. எவனாலையும் மனசக் கட்டுப்படுத்த முடியாது.”

“அப்ப கட்டுப்படுத்தி வாழ்ந்து காட்டிய ஞானிகளும் முனிவர்களும் . . .” என வார்த்தைகள் அவனிலிருந்து சிதறி விழுந்தன.

அவர் புன்னகைத்தபடியே அவனிடம் கூறினார்.

“அவங்க யாருமே வாழ்ந்து காட்ல தம்பி. ஒரு வைராக்கியத்துக்காக அவங்க தொடர்ந்து நடிக்க வேண்டியிருந்துச்சி, அவ்ளோதான். நெருப்பு சுடுதுன்னு சொல்றியே. எப்பவாச்சும் தொட்டுப் பாத்திருக்கியா?” எனக் கேட்டு, அவனைப் பார்த்துக் கண் சிமிட்டினார்.

அவனுக்குக் குழப்பமாக இருந்தது. சிறிதுநேரம் இருளில் பார்வையை அலையவிட்டான். இருட்டு பழக்கமான பின், இருள்குறித்த பிரக்ஞை மெல்ல அழிவதை உணர்ந்தவன் அவரிடம் கேட்டான்.

“அப்ப வாழ்க்கைன்னா என்ன?”

அவர் மெல்லச் சிரித்தபடி, இரு கைகளையும் தூக்கி சோம்பல் களைந்துகொண்டே அவனிடம் கூறினார்.

“மனசுக்கேத்தபடி வாழறதுதான் வாழ்க்கை. ஒரு செடி வளர்றது மாதிரின்னும் வச்சுக்கலாம். நாம அதிலிருந்த விலகி நடக்க ஆரம்பிச்சு ரொம்ப நாட்கள் ஆயாச்சு. ஆனா அடிப்படைகள் பத்தி நமக்கு ஒன்னுமே தெரியாது.”

“கேக்க நல்லாதான் இருக்கு. மனசக் கட்டுப்படுத்திடலாம், அடக்கிட முடியும்னு சொல்றாங்களே.”

“அதுலாம் ஒரு நம்பிக்கைதான் தம்பி. மனக் கட்டுப்பாட்டோடு தான் வாழறோம்னு நாமே கற்பனை செஞ்சிக்கிறோம். அவ்ளோதான்.”

“அப்ப கட்டுப்படுத்தவே முடியாதா?” அவன் ஆதங்கத்தோடு கேட்டான்.

“எரியறதப் புடுங்கி கொதிக்கறத நிறுத்தற விஷயமில்ல மனசக் கட்டுப்படுத்தறது. வெதை வெடிச்சி விருட்சம் ரூபங்கொள்ற வித்த அது. புரிஞ்சிக்கறது ரொம்ப கஷ்டம்.”

அவனுக்கு ஆச்சரியமாக இருந்தது. பார்ப்பதற்குச் சாதாரணமாக இருக்குமிவரிடம், சொற்கள் அடிபணிந்து கிடப்பதன் ரகசியம் விளங்காமல் அவன் விழித்தான். பெரிய தத்துவார்த்தமான கேள்விகளைச் சுலபத்தில் கடக்க எப்படி முடிகிறது இவரால். மொழியின் ஜால வித்தையை எங்கு கற்றுக்கொண்டார் என்று யோசித்தபடியே அவன் கேட்டான்.

“பெரியவரே நீங்க நதியில கால் வச்சிருக்கீங்களா?”

“வாழ்க்கைய அதன்போக்குல போயி வாழற ஒருத்தனுக்கு நதியில கால் வைக்கனும்னு அவசியம் கெடையாதுன்னு தோணுது.”

தன்னை யாரோ மிக அந்தரங்கமாகத் தாக்குவதைப்போல உணர்ந்தவன், அவரது வார்த்தைகளின் வெம்மையைத் தாங்க முடியாதவனாக அமர்ந்திருந்தான். தொடர்ச்சியான பேச்சு சப்தம் தூங்கிக் கொண்டிருந்தவர்களைத் தொந்தரவு செய்திருக்க வேண்டும். ஒரு சிலர் எழுந்து அவர்களை ஒருமாதிரிப் பார்த்து விட்டுப் படுத்தனர். யார் வீட்டுத் தோட்டத்திலோ கட்டப் பட்டிருந்த மாடு தொடர்ந்து கத்திக்கொண்டிருந்தபோது நிலவு மெல்ல உச்சிக்கு வந்திருந்தது.

பெரியவர் சிறுநீர்கழிக்க எழுந்தபோது அவன் கடிகாரத்தைப் பார்த்தபடி கண்களைக் கசக்கிக் கொண்டான். சிறிது நேரம் கழித்துத் திரும்பிய பெரியவர் அமர்ந்தபடியே அவனிடம் கேட்டார்.

"தூக்கம் வர்லயா தம்பி?"

அவன் இல்லை எனும் விதமாகத் தலையாட்டினான். காற்றில் குளுமை ஏறியிருந்தது. நான்கைந்து நாய்கள் குரைத்தபடி வடக்குநோக்கி ஓடியபோது அவன் அவரிடம் கேட்டான்.

"கை தட்டனா தண்ணி வர்ற பாறையைப் பத்திச் சொல்லுங்க."

அவர் ஆழ்ந்து யோசித்தார். மூச்சை நன்றாக இழுத்துவிட்ட படி பேசினார்.

"நெஜந்தான். கை தட்டினா தண்ணி வர்ற பாறை ஆத்தா செலைக்கு பின்புறமா இருக்கு."

"யார் போய்த் தட்டினாலும் தண்ணி வருமா?"

நதியின் விசித்திரமே அவனை விட்டு இன்னும் மறைந்திருக்க வில்லை. அதற்குள் இது வேறு. நம்புவதா வேண்டாமா என்று குழம்பிய நிலையில் இருந்தபோது அவர் சிரித்தபடியே கூறினார்.

"யார் தட்டினாலும் உடனே வந்துடாது தம்பி. அது வெறும் தண்ணி மட்டும் இல்லை. ஆத்தாவோட அருள் சம்பந்தப்பட்டது. செலருக்கு மொத தடவையே கெடச்சிடும். செலபேர் தொடர்ந்து கை தட்றதையும் பாத்திருக்கேன்."

அவன் அர்த்தம் விளங்காமல் அவரிடம் கேட்டான்.

"பாறை வெடிப்புல இருந்து தண்ணி வர்றதுக்கும் ஆத்தா அருளுக்கும் என்ன சம்பந்தம்?"

"ஒரு ஐதீகம்தான்" எனச் சுருக்கமாக அவர் பதில் கூறினார். வெடிப்பிலிருந்து வெளிவரும் தண்ணீர் தெய்வத்தின் குறியீடாக

உருமாற்றம் அடைந்திருப்பதை அவரது பேச்சிலிருந்து உணர முடிந்தது. அவரது கண்கள் தீவிரத்துடன் அலைந்தபடியிருந்தன. வார்த்தைகள் நம்பிக்கையும் நம்பிக்கையின்மையும் நிரம்பியதாக இருந்தன. கரவொலி மூலம் தண்ணீரின் பாதையைத் திறக்க முடியும் என்பதை அவனால் சுலபத்தில் அர்த்தப்படுத்திக்கொள்ள முடியவில்லை. பதற்றமாகவும் இருந்தது. அவரின் வார்த்தைகளையும் நம்பவேண்டிய நெருக்கடி. உடனே சென்று பார்த்துவிட வேண்டுமென்ற துடிப்பு. தன்னைச் சமநிலையில் வைத்துக்கொள்ள முடியாமல் திணறினான்.

அவன் அசைவுகளை உன்னிப்பாகக் கவனித்தபடியிருந்த அவர், சிறிது நேரங்கழித்து அவனிடம் கூறினார்.

“ரொம்ப நேரமாச்சு. படுக்கலாமே.”

அவன் ‘ம்’ எனத் தலையாட்டினான். தெரு வாசலில் போடப்பட்டிருந்த மரக்கட்டிலில் அவர் படுத்துக்கொண்டார். கேமிரா பத்திரமாக இருக்கிறதா என்று சோதித்தபடி கொண்டுவந்திருந்த பையைத் தலைக்குவைத்துத் திண்ணையிலேயே படுத்துக் கொண்டான். சிறிது நேரத்திற்குள்ளாகவே இருவரும் தூங்கிப் போயிருந்தனர். தூரத்தில் நாய் ஒன்று ஊளையிட்டுக் கொண்டிருந்தது.

தன்னை யாரோ தட்டி எழுப்புவதை உணர்ந்தவனாக அரண்டு எழுந்தான். கைகளால் கண்ணைக் கசக்கியபடியே திறந்து பார்த்தான். மங்கலாகப் பெரியவரின் முகம் தெரிந்தபோதுதான், தான் எங்கிருக்கிறோம் என்பதை அவனால் உணரமுடிந்தது. முகத்தைக் கழுவிக்கொள்ள தண்ணீர் கொடுத்தபடி அவனிடம் கூறினார்.

“தம்பி இப்ப கிளம்பனா தோதா இருக்கும். மொகத்தைக் கழுவிக்கினு புறப்படுங்க.”

அவன் கண்களில் தூக்கம் இன்னும் படிந்து கிடந்தது. முற்றாக விடிந்திருக்கவில்லை. எதையும் ஊடுருவிப் பார்க்கவேண்டிய அளவிற்கு இருள் எங்கும் பரவிக்கிடந்தது. சொம்பிலிருந்த தண்ணீரால் முகம் கழுவி, வாய் கொப்பளித்தான். உடைமைகளைச் சரிசெய்தபடி, அவரிடம் விடைபெற்றுக் கோயிலின் அடிவாரம் நோக்கி நடந்தான். தெரு ஓரத்திலிருந்த தேநீர்க் கடையில் அடுப்பு பற்றவைத்துக் கொண்டிருந்த ஒருவர் அவனைக் கூர்ந்து பார்த்தார். யார் வீட்டுக் கொட்டகையிலோ அடைபட்டிருந்த மாடுகள் தொடர்ந்து கத்திக்கொண்டிருந்தன. பெரியவரின் வார்த்தைகள், அவன் மனதில் புதிய புதிய சித்திரங்களை உருவாக்கி அழித்தபடியிருந்தன.

நன்றாக விடிந்திருந்தபோது, அவன் கோயில் அடிவாரத்தை அடைந்தான். துருவேறிய ஒரு தகர விளம்பரப் பலகை நடப் பட்டிருந்தது. ஆத்திலியம்மன் ஆலயம் செல்லும் வழி என்று அம்புக்குறி இடப்பட்டிருந்த திசைநோக்கி நடந்தான். கரடுமுரடாக நீண்டிருந்த பாதை செம்மண் தடமாக இருந்தது. கள்ளியும் முட்டியும் தமதமவென வளர்ந்திருந்தன. வெப்பாலை பச்சை கட்டியிருந்தது. சூரியஒளி உள்நுழைய முடியாதபடிக்கு மரங்கள் வளர்ந்தும் அடர்ந்துமிருந்தன. ஒருசில மரங்களைத் தவிர மற்றவற்றை அவன் கேள்விப்பட்டதுகூடக் கிடையாது; அவ்வளவு வகைகள். அடர்ந்த வனம் என்பதை இப்போதுதான் அவன் காட்சிரூபமாக உணர்கிறான். அங்குமிங்கும் பறந்து திரியும் பறவைகளைப் பார்த்தபடியே நடந்துகொண்டிருக்கும் அவன் விழிகள் எதிர்பார்ப்புகளால் நிரம்பியிருந்தன. வனத்தின் பாதை புதிர் நிரம்பியதெனப் பெரியவர் கூறியதை நினைத்த வினாடி அவனுள் பயமும் பதற்றமும் பரவியது. எந்த நொடியில் இந்த வனம் தன்னைப் புறந்தள்ளப் போகிறதோ என்ற பதற்றம் அவனில் நடுக்கத்தை ஏற்படுத்தியது. எங்கு வழி திறக்குமோ என்ற ஆர்வம் அவனைத் தொற்றிக் கொண்டபோது, சருகுகளுக்கிடையே ஏதோ ஊர்ந்து செல்லும் சப்தத்தைத் தொடர்ந்து கேட்க முடிந்தது.

வெகுநேரம் நடந்ததன் சோர்வை உணர்ந்தபோது சிறிது நின்று, மூச்சை நன்கு இழுத்துவிட்டுக் கொண்டான். திரும்பத் திரும்பப் புறப்பட்ட இடத்திற்கே வந்து சேர்வதைப்போன்று உணர்ந்தவன், பாதையைப் பார்த்தான். அது ஏற்கெனவே நடந்து வந்ததாகத் தோன்றியது. அதீத குழப்பத்தோடு தலையுயர்த்தி வானத்தைப் பார்த்தான். மரங்களின் ஊடாக வானம் சிறுசிறு துண்டுகளாகச் சிதறிக் கிடந்தது. சோர்வோடு தலையைத் தாழ்த்தி, பார்வையைச் சுழலவிட்டான். இப்போது எல்லாம் மாறிவிட்டிருந்தது. சிறிது நேரத்திற்கு முன்பு பார்த்த எதுவுமே அங்கு இல்லை. கணந்தோறும் தன்னை உருமாற்றிக் கொள்ளும் புதிர்ப்பாதையை எண்ணி அவன் ஆச்சர்யத்தாலும் பயத்தாலும் வெளிறிப் போனான். அப்போது காற்றில் கசிந்த ஒருவித வாசனை போதை ஊட்டக்கூடியதாக இருந்தது.

அவனுக்கே தெரியாமல் அவன் வட்டப்பாதையின் புதிருக்குள் நுழைந்து விட்டிருந்தான். காற்று சில்லென வீசியது. குறுகிய கால இடைவெளிக்குள், வழி திறக்கும் அப்பாதையின் அதிசயத்தைக் காண வேண்டுமென்ற ஆவல் அவனைத் தொற்றிக் கொண்டது. வனத்தின் உள்ளுக்குள் செல்லச்செல்ல வனம்பற்றிய அவனது அறிதல் மாறத் தொடங்கியது. கலைந்து கிடப்பதே தன்னுடைய ஒழுங்கென வனம் தன்னிடம் தொடர்ந்து உணர்த்த முயற்சிப்பதாக உணர்ந்தான். கண்ணுக்குத் தெரியாத பூச்சிகளின்

ஓசைகள் தேர்ந்த செறிவுமிக்க இசையை ஒத்திருந்தன. புதிரின் வழியை எந்த நொடியில் வனம் திறக்கிறதென கடைசிவரை அவனால் அறிந்துகொள்ளவே முடியவில்லை. யோசிப்பை முற்றாகத் துடைத்துவிட்டுச் செல்லும் ஒருவித வாசனையைக் கசியவிட்டு மயக்கத்தை ஏற்படுத்தி, வட்டப்பாதையின் வழியை வனம் திறந்துகொள்கிறது என்பதை மட்டும் அவனால் உணரமுடிந்தது. எவ்வளவு விழிப்போடு இருந்தும் அவனால் வட்டப்பாதையின் புதிர் முடிச்சை அவிழ்க்கவே முடியவில்லை. வனம் தன்னைத் தோற்கடித்து விட்டதாக அவன் உணர்ந்தபோது ஆத்திலியம்மன் கோயிலை அடைந்துவிட்டிருந்தான். பகல் தேய்ந்து இரவின் ரேகைகள் வனத்தின் ஊடாக மெல்லக் கீழிறங்கிக்கொண்டிருந்தன. பறவைகளின் கீச்சொலிகள் எங்கும் வியாபித்திருந்தன.

அவனுக்கு நடப்பதில் சிரமம் ஏற்பட்டது. பாதங்கள் தரையில் புதைவதை உணர்ந்தவன் கீழே குனிந்து பார்த்தான். மணற்பரப்பு தொலைவு வரை விரிந்திருந்தது. அவ்வெண்ணிற மணற்பரப்பு களுக்கிடையில் சலனமேயற்று ஒரு நதி ஓடிக்கொண்டிருந்தது. வெளிர் பளிங்குக் கல்லென நீண்டிருந்தது நதி. அவ்வளவு தெளிவு. நீரின் நகர்ச்சியையே உணரமுடியாதபடிக்கு இருந்தது. அவன் குனிந்து கைகளால் ஒரு பிடி மணலை அள்ளிப் பார்த்தான். அதுவரை அவன் கண்டுணராததாக இருந்தது மணலின் தன்மை. அவ்வளவு வெண்மை. அவ்வளவு சன்னம். திரும்பும்போது கண்டிப்பாகப் பை நிறைய அள்ளிச் சென்றுவிட வேண்டுமென்று மனதிற்குள் நினைத்துக்கொண்டான். நிலவு மெல்ல நதியோட்டத்தில் தெரிய ஆரம்பித்தபோது அவன் தனது முதல் முயற்சியைத் துவக்கினான்.

நதிக்குள் தனது வலது காலை முதலில் எடுத்து வைத்தான். நீருக்குள் கால் நுழையும்போது ஏற்படும் ஜில்லிப்பு எதையும் அவனால் உணர முடியவில்லை. கால் மணலில் புதைவதை உணர்ந்தவன் கீழே குனிந்து பார்த்தான். சுவடே இல்லாமல் நதி சற்று நகர்ந்து ஓடிக்கொண்டிருந்தது. அவன் வெற்று மணலில் நின்று கொண்டிருந்தான். சிறிது நேரத்திற்கு முன் அங்கு நதி ஓடியதற்கான எந்தத் தடயமுமில்லாமல் மணல்மூடிக் கிடந்தது அவனுக்கு ஆச்சரியமாக இருந்தது. தன் போக்கைத் தானே மாற்றிக் கொள்ளும் அதிசய நதியையே பார்த்துக் கொண்டிருந்தான். கீழே குனிந்து சிறிய கல்லெடுத்து நீருக்குள்ளாக எறிந்தான். தொடர்ந்து வந்த சப்தத்தைக் கொண்டு நீரின் இருப்பு உண்மைதான் என்று உணர்ந்தவன் மீண்டும் தனது அடுத்த முயற்சியில் ஈடுபட்டான்.

மனதை ஒருமுகப்படுத்தி கண்களை மூடிக்கொண்டு, நதிக்குள் தனது வலது காலை மீண்டும் வைத்தான். இம்முறை பதற்றத்தால்

அவன் உடல் மெல்ல நடுங்கத் தொடங்கியிருந்தது. கால்களை நன்கு நதிக்குள் முக்கினான். பாதங்கள் மணலின் குளிர்ச்சியையே உணர்ந்தன. தன் கால்களை குனிந்து பார்த்தான். நதி ஒரு பாம்பைப்போல அவனது பாதங்களை விலக்கியபடி அமைதியாக ஓடிக்கொண்டிருந்தது. அவனுக்கு ஒன்றும் புரியவில்லை. அடிமனதில் பயம் கவ்வத் தொடங்கியிருந்தபோது, மீளமுடியாத ஒரு விளையாட்டில் சிக்கிக் கொண்டதைப்போல உணர்ந்தான். ஆனால் தொடர்ந்து விளையாடிப் பார்க்க வேண்டுமென்ற தீவிரமும் தொற்றிக்கொண்டது. சிறு சலனத்தைக்கூட வெளிக் காட்டாத ஒரு பெண்ணின் முகத்தைப்போன்று நிலவு அசைவற்று நதியில் மிதந்து கொண்டிருந்தது. தன் முயற்சியை விடாது தொடர்ந்து பரீட்சித்துப் பார்த்துக்கொண்டிருந்தான். ஒவ்வொரு முறையும் அவன் மணலின் குளுமையைத்தான் ஸ்பரிசிக்க வேண்டியிருந்தது. எந்தச் சலனமுமற்று நதி தன் போக்கைத் தொடர்ந்து மாற்றிக்கொண்டே இருந்தது. அப்படி மாறியதற்கான எந்தத் தடயமும் அவனால் கண்டுணர முடியாதபடியிருந்தது.

ஒரு கட்டத்திற்குமேல் அவன் வெறி கொண்டவனாகத் தூரத்திலிருந்து ஓடிவந்து நதிக்குள் குதித்தான். அவனது மொத்த உடம்பும் மணலுக்குள் புதைந்தது. அப்படியே படுத்துக் கிடந்தான். பக்கத்தில் ஓடிக்கொண்டிருந்த நதியைக் கைகளால் தொட்டுணர விரும்பினான். எவ்வளவு முயன்றும் அவனால் நீரைத் தீண்ட முடியவில்லை. சக்தியற்றவனாக அப்படியே கிடந்தான். எழுந்திருக்க முயற்சிக்கவுமில்லை. எப்படியாவது நதியை ஜெயித்தே ஆகவேண்டுமென்ற வெறியும் அடிமனதில் ஓடிக்கொண்டே இருந்தது. அவனது விழிகள் ரத்தச் சிவப்பாக மாறிவிட்டிருந்தன. வெகுநாட்களாகப் பசித்துக் கிடக்கும் சிங்கத்தை ஒத்திருந்தான். உறக்கம் அவனிலிருந்து விலகியிருந்தது. தொடர்ந்து மேற்கொண்ட முயற்சிகளிலும் அவன் தோல்வியைச் சந்திக்க வேண்டி இருந்தது. நதி தன்னை வெற்றி கொண்டுவிட்டதாக உணர்ந்தவன் மணலில் மண்டியிட்டுக் கதறி அழுதான். கட்டுப்படுத்த முடியாதவனாக நெடுநேரம் உடைந்தழுதான். மெல்ல எழுந்தவன், சுயநினைவற்றவனாக சுற்றித்திரிந்தான். திடீரென வேகத்தோடு ஓடிவந்து நதியைத் தாண்டிக்குதிப்பதும் தன்போக்கை மாற்றிக்கொண்டு ஓடும் நதியை வெறுமையாகப் பார்த்தபடியும் இருந்தான். மீண்டும் அழுகை மடைதிறந்த வெள்ளமெனப் பீறிட்டெழுந்தது. மணலில் முகம் புதைத்து அழுதபடி கீழே சரிந்தான்.

இரவு கடந்து சூரியனின் கதிர்கள் திட்டுத் திட்டாக பரவியபோது அவன் மணற்பரப்பில் ஒரு பைத்தியக்காரனைப்போல படுத்துக் கிடந்தான். வெப்பத்தின் காரணமாக மணல் சூடேறத் தொடங்கியதும் அவனில் அசைவு தென்பட்டது. ஒரு கட்டத்

விலகிச் செல்லும் நதி

திற்குமேல் மணலின் தகிப்பை அவனால் தாங்கிக்கொள்ள முடியவில்லை. நதியின் சலனமேயற்ற ஓட்டம் அவனுள் கசப்பை ஏற்படுத்தி விட்டிருந்தது. ஒரு விரோதியைப்போல நதியைப் பார்த்தபடியே தள்ளாட்டத்தோடு நடந்து ஆத்திலியம்மன் சிலை நோக்கிச் சென்றான். அடர்ந்த மரங்களுக்கிடையில் இருந்தது சிலை. சிலையை உற்றுப் பார்த்தபடி தரையில் அமர்ந்தான். தெளிவாக எதையும் அவனால் உணர முடியவில்லை. சிலைக்குப் பின்புறமிருந்த பாறை வெடிப்பையே வெறித்துப் பார்த்தபடி இருந்தான். அதிலிருந்து நீர் கசிந்ததற்கான சுவடே தென்பட வில்லை. பாசி படிந்து காய்ந்துபோய் இருந்தது. அதை வைத்துதான் தண்ணீர் கசிந்ததை ஓரளவு யூகிக்க முடிந்தது.

நன்றாக வெளிச்சம் பரவியபோது அவன் ஓரளவு தெளிவடைந்திருந்தான். கூச்சமின்றி அவன் கண்கள் ஒளியைப் பார்க்கப் பழகிவிட்டிருந்தன. பாறை வெடிப்பில் கவனத்தைக் குவித்தபடி, கைகளை வேகமாகத் தட்டி ஒலியெழுப்பினான். கைதட்டும் ஒலி பாறையில் மோதி எதிரொலித்தது. பாறை வெடிப்பு திறந்து தண்ணீர் வெளியேறப்போகும் அந்நொடிக்காக காத்துக்கிடந்தான். எந்த மாற்றமுமின்றி இருந்தது பாறை வெடிப்பு. சிறு மாற்றத்தைக்கூட அவனால் உணர முடியவில்லை. அதைச் சுலபமாக எடுத்துக்கொள்ள முடியாதவன், வேதனையின் விளிம்பில் நின்றபடி வேகத்தோடு கைகளைத் தட்டினான். கரவொலி பாறையில் மோதிச் சிதறின. அவனுக்கு ஆத்திரமாக இருந்தது. வெறி கொண்டவனாகத் தொடர்ந்து முயற்சித்தான். உடல் நடுங்கத் தொடங்கியது. பேய்த்தனமாக கரவொலியை எழுப்பிக் கொண்டிருந்தான். கரவொலி பாறையில் மோதி வனமெங்கும் எதிரொலித்தது. அவன் தட்டுவதை விடுவதாக இல்லை. மெல்லப் பாறையை நெருங்கினான். நெருங்கநெருங்க வேகம் கூடியது. உடல் அதிர்ந்தது. உக்கிரம் தாங்காமல் பிய்த்துக்கொண்டு வெளிவந்துவிடுவதைப்போல இருந்தன அவன் விழிகள். எந்தச் சலனமுமின்றிப் பாறை வெடிப்பு அவனது கரவொலியை உள்வாங்கியபடியே இருந்தது. நதி மீதிருந்த அவன் ஆத்திரம் பாறைமீது மொத்தமாகக் குவிந்தது. கடுங்கோபம் அடைந்தான். உடலின் நடுக்கத்தை அவனால் கட்டுப்படுத்த இயலவில்லை. அலைக்கழிப்பிலிருந்து தப்பிக்க எண்ணி, பெரும் சீற்றத்தோடு பாறையில் மோதினான். மிகுந்த சப்தத்தோடு தலை பாறையில் மோதியது. உள்ளுக்குள் ஏதோ ஒன்று படீரென அறுந்து நினைவுகள் தெறித்தன. மயங்கிக் கீழே சரிந்தான். தலையிலிருந்து ரத்தம் பொங்கி உடலெங்கும் பரவியது. எந்த அசைவுமற்று அவன் வீழ்ந்து கிடந்தான். சுவாசம் இருப்பதை அவனது உடல் அசைவு மூலம் உணரமுடிந்தது. சூரியனின் கதிர்கள் அவன்மீது எறும்பென ஊர்ந்து கொண்டிருந்தன.

அவன் முனங்கிக்கொண்டே புரண்டு படுத்தபோது நன்றாக இருட்டிவிட்டிருந்தது. பறவைகள் அங்குமிங்கும் பறந்து கொண்டிருந்தன. வெளவால்கள் தலைகீழாக மரத்தில் தொங்கிக் கொண்டிருந்ததை நிலவொளியில் நன்கு காணமுடிந்தது. வேகத்தோடு வீசிய காற்று, மரங்களுக்கிடையில் புகுந்து பெருஞ்சப்தமென வனமெங்கும் அதிர்ந்தபோது, எதையுமே உணராதவனாக அவன் எழுந்து நடந்தான். அவன் கொண்டு வந்திருந்த பொருட்கள் கீழே சிதறிக் கிடந்தன. ஞாபகத்தின் சரடு அறுபட்டவனாக, திட்டமில்லாது இருளில் நடந்தான். இரவின் தனிமை அவனைத் தீண்டவேயில்லை. பாதையை விலக்கி அலைந்து திரிந்தான். அவன் பார்வை எங்கோ நிலைத்திருந்தது.

இரவு முழுக்க அவன் வனத்தின் ஊடே அலைந்து திரிந்த படியே நதியின் கரைக்கு வந்தபோது விடிந்துவிட்டிருந்தது. அவன் அனைத்தையும் ஒருவித ஆச்சரியத்தோடும், இதுவரை பார்த்தேயிராததைப் போன்றும் பார்த்தான். மணலின் தன்மை இப்போது அவனால் உணர முடியாததாக இருந்தது. அமைதியாக ஓடிக்கொண்டிருக்கும் நதி அவனது பிரக்ஞைக்கு வெகுதூரத்திலிருந்தது. வெற்றி தோல்விகள் குறித்து இனி எப்போதும் அவன் கவலைப்பட வேண்டியிருக்காது. அவனது இலக்குகள் முற்றாக துடைத்தெரியப்பட்டிருந்தன. காலம் வெளி குறித்த எந்த ஐயப்பாடும் அவனுக்கு இனிக் கிடையாது. தனக்குள்ளேயே ஒடுங்கிப்போன அவன் இனி எல்லைகள் பற்றி யோசிக்க முடியாதவனாக இருந்தான். காலத்தின் உறைந்துபோன ஏதோ ஒரு பக்கத்தின் சாட்சியாக மட்டுமே இனி அவன் நடமாட வேண்டியிருக்கும்.

மணலில் பாதம் புதைய நடந்தவன், தொடர்ந்து நடந்து நதிக்குள் இறங்கினான். நதி இப்போது தனது பாதையை மாற்றிக்கொள்ளாமல் அவன் கால்களை நனைத்தபடி ஓடிக் கொண்டிருந்தது. அவனது கால்கள் நீருக்குள்ளாக அமிழ்ந்திருந்தன. நீரின் நகர்ச்சியால் அவன் பாதங்களுக்குக் கீழே மணல் அடித்துச் செல்லப்பட்டு பள்ளம் ஏற்பட்டது. சமனிலையற்று அவன் தள்ளாடினான். நதி அவனது பாதங்களை வருடியபடி மெதுவாக ஓடிக்கொண்டிருந்தது. சூரியக்கதிர்கள் நீருக்குள்ளாக ஊடுருவிச் சென்றன. அக்கணம் நதியை வெற்றி கொண்டுவிட்டிருந்த அவனுக்கு, இனி ஒருபோதும் உணரப்பட முடியாததாக இருந்தது நதியின் குளுமை.

14